எழுதித் தீராப் பக்கங்கள்

எழுதித் தீராப் பக்கங்கள்
செல்வம் அருளானந்தம்

இலங்கை, யாழ்ப்பாணம் அருகிலுள்ள சில்லாலை என்னும் கிராமத்தில் பிறந்தார். தற்போது கனடாவில் வசிக்கிறார். கடந்த முப்பதாண்டுகளாக இலக்கியச் சந்திப்புகளையும் கருத்தரங்குகளையும் நடத்திவருகிறார். 1986இல் பாரிஸ் ஆசியன் வெளியீடாக 'கட்டிடக் காடு' கவிதைத் தொகுதி வெளிவந்தது. 'சொற்களில் சூழலும் உலகம்' (2019) அனுபவப் பதிவு நூல் காலச்சுவடு பதிப்பாக வெளியீடாக வந்துள்ளது. *பார்வை* (மொன்றியல், கனடா) சிற்றிதழின் ஆசிரியராக இருந்தவர். *தேடல்* சிற்றிதழின் ஆசிரியர் குழுவிலும் செயல்பட்டுள்ளார். கடந்த முப்பது வருடங்களாகக் கனடாவிலிருந்து வெளிவரும் *காலம்* இலக்கிய இதழின் ஆசிரியர்.

கனடாவில் 'வாழும் தமிழ்' என்ற பெயரில் 1990ஆம் ஆண்டுமுதல் புத்தகங்களுக்கான கண்காட்சியை நடத்தி வருகிறார்.

செல்வம் அருளானந்தம்

எழுதித் தீராப் பக்கங்கள்

காலச்சுவடு பதிப்பகம்

அன்பார்ந்த வாசகருக்கு,

வணக்கம்.

காலச்சுவடு நூலை வாங்கியமைக்கு நன்றி.

நூலின் உள்ளடக்கம், உருவாக்கம், அட்டைப்படம் இன்ன பிற அம்சங்கள் பற்றிய உங்கள் கருத்துகளையும் ஆலோசனைகளையும் காலச்சுவடு வரவேற்கிறது. தகவல், எழுத்து, வாக்கியப் பிழைகள் தென்பட்டால் கட்டாயம் தெரிவித்து உதவுங்கள். நூல் தயாரிப்பில் கடும் குறைபாடு இருப்பின் மாற்றுப் பிரதி உங்களுக்குக் கிடைக்கக் காலச்சுவடு ஏற்பாடு செய்யும்.

மின்னஞ்சல்: publisher@kalachuvadu.com

காலச்சுவடு நாகர்கோவில் தலைமையகத்துக்கும் கடிதம் அனுப்பலாம்.

தங்கள்
எஸ்.ஆர். சுந்தரம் (கண்ணன்)
பதிப்பாளர் — நிர்வாக இயக்குநர்

எழுதித் தீராப் பக்கங்கள் ✤ அனுபவப் பதிவுகள் ✤ ஆசிரியர்: செல்வம் அருளானந்தம் ✤ © செல்வம் அருளானந்தம் ✤ முதல் பதிப்பு: மார்ச் 2016 ✤ காலச்சுவடு முதல் பதிப்பு: ஆகஸ்ட் 2021 ✤ வெளியீடு: காலச்சுவடு பப்ளிகேஷன்ஸ் (பி) லிட்., 669, கே.பி. சாலை, நாகர்கோவில் 629001 ✤ கோட்டோவியங்கள்: அ. செல்வம், நெல்லை

காலச்சுவடு பதிப்பக வெளியீடு: 997

ezutit tiiraap pakkankaL ✤ Experience ✤ Author: Selvam Arulanandam ✤ © Selvam Arulanandam ✤ Language: Tamil ✤ First Edition: March 2016 Kalachuvadu First Edition: August 2021 ✤ Size: Demy 1 x 8 ✤ Paper: 18.6 kg maplitho ✤ Pages: 224

Published by Kalachuvadu Publications Pvt. Ltd., 669, K.P. Road, Nagercoil 629001, India ✤ Phone: 91-4652-278525 ✤ e-mail: publications@ kalachuvadu.com ✤ Line Drawings: A. Selvam, Nellai ✤ Printed at Mani Offset, Chennai 600077

ISBN: 978-93-90802-69-2

08/2021/S.No. 997, kcp 2997, 18.6 (1) usss

எனது மச்சான்
ஞானத்துக்கு

பொருளடக்கம்

என்னுரை 11

வாழ்த்துரை: யானை வந்தால் என்ன செய்யும்? 17

அணிந்துரை: ஓர் உயரிய வரலாற்றுப் பணி 23

கொண்டலிலை மழை கறுக்கத் தோன்றிய தேவதைகள் 27

வியேந்தம்மான் 34

தட்சூணுடன் சித்தைக்குப் போனமை 41

மெத்ரோ பயணங்களில் 49

கோபுர வாசலில் நுரை மது 59

அவுட்ட பாரிசிலை அவியவிடாத கோழி 64

மொப் வாளியுடன் வெரிகுட் பேரழகி 72

மட்டு நீக்கி மது மகிழ்ந்தும் 80

பாரிஸ் நகரத்துக் காட்சிப் படலம் 89

பாரிஸின் பொருள்விழையும் ஆய்தொடியார் 96

ஆசைத்துரை: நூறில் ஒருவன் 103

வில்விறட்டனும் விமலதாசும் 111

ஜசேயின் பிரெஞ்சுக் காதல் 119

பாதர் ஓடியோவுடன் பொங்கலும் கொம்யூனிசமும் 128

மாஸ்ரரும் நரகலோக நங்கையும் 136

நெடுவல் குகப் படலம் 143

றிச் கேக்கும் அரிச்சந்திர மயான காண்டமும்	151
எங்கிருந்தோ வந்தாள்... இளவரசி தானென்றாள்...	155
முடியப்பன் மூட்டின நெருப்பு	166
பிரெஞ்சுக் காதலும் நேர்மையான அப்பரும்	173
பொன்மகள் வந்தாள்	181
அழுகை	191
ஒஸ்லோ இரயில் பயணத்தில்	195
பெண் ஒருத்தி என் எதிரே வந்தாள்	203
கசெற்றால் குழம்பிய கலியாணம்	211
செயின் ஆற்றங்கரை	215

என்னுரை

அத்திலாந்து சமுத்திரத்திற்கு மேலால் விமானம் பறந்துகொண்டிருந்தது. மூன்றாம் தடவையும் விமானத்தின் பின்பகுதியில் போய்நின்று புகைத்துக் கொண்டிருந்தேன். அந்தக் காலத்தில் விமானத்தில் குறிப்பிட்ட இடத்தில் நின்று புகைக்கலாம்.

'பாஸ்போட்டுக்களைக் கிழிச்சுப் போட்டீங்களோ? கிழிச்சுப் போட்டீங்களோ?' என்று மனைவி தரும் தொடர் நச்சரிப்புத் தாங்காமல் என் இருக்கைக்குப் போகாமல் விமானத்தின் பின்பக்கத்திலையே நின்று கொண்டிருந்தேன்.

'. . . கனடாவிலை விமானம் இறங்கேக்கை உங்களட்டை எந்த அடையாளமும் இருக்கப் படாது. விமானம் வெளிகிட்டுக் கொஞ்சநேரத்தில ரொயிலெட்டுக்கை போய் பாஸ்போட்டுக்களைக் கிழிச்சுப்போட்டு ஃபிளஷ் பண்ணிவிடுங்கோ. நீண்ட நேரப் பயணம் இல்லை. ஆறேழு மணித்தியாலந்தான். இதைவிட விமானத்திலை இலவச பியரைக் குடிச்சுப் போட்டுச் சனம் அடிக்கடி ரொயிலெற்றைப் பாவிக்கும். மிகக் கவனமாக இருக்க வேணும். சின்னச் சிக்கல் வந்தாலும் பிரான்சும் இல்லாமல் கனடாவும் இல்லாமல் பழையபடி உங்கட ஊர்களான பளையிலையோ அல்லது பண்டத்தரிப்பிலையோ போய் நிற்க வேண்டிவரும். பேந்து என்னைக் குறை சொல்லப்படாது' என பாஸ்போட், ரிக்கற் செய்து தந்தவர் எனக்கும் என் மனைவிக்கும் திருப்பித் திருப்பிச் சொல்லியிருந்தார்.

ரொயிலெட்டுக்குப் போவதும், மூன்று பாஸ் போட்டுக்களைக் கையிலெடுப்பதும், கிழிப்போம் என்று முயற்சிக்க பதற்றமும் பயமும் வரத் திரும்புவதுமாக இருந்தேன். எனக்கும் என் மனைவிக்கும் மூன்றே மாதமான என் மகனுக்கும் இப்ப இருக்கிற சொத்து– போட்டிருக்கின்ற உடுப்பும் ஒன்பதினாயிரம் கொடுத்து வேண்டிய 'கயானா' நாட்டைச் சேர்ந்த இந்த பாஸ்போட்டுகளுந்தான்.

இதையும் கிழித்தெறிந்தால் இந்த வானத்திற்கும் பூமிக்கும் இடையில் அந்தரித்து நிற்கும் நாங்கள் யார்?

திரும்பத்திரும்ப அகதியென்று கடலைத் தாவுவதும், கண்டங்களைக் கடப்பதும்... எங்கடை தலைகளை மாற்றி மற்றவன்ரை தலை சுத்துவதும்... அரிகண்டமும் அயர்ச்சியுமாய்த் தலைசுற்றியது. கள்ளப் பாஸ்போட் என்றாலும் ஒரு அடையாளம் இருக்கல்லோ! அதையும் கிழித்தால் அம்மணமாய் நிற்கின்ற உணர்வு வந்தது.

நீண்ட நேரமாக ஒருவன் என்னையே பார்த்துக்கொண்டு நிற்கிற மாதிரி இருந்தது. ஒரு அல்ஜீரியனின் தோற்றத்துடன் அவன் இருந்தான். இவனை மாத்திரமல்ல பார்க்கிற வெள்ளைக்காரர் எல்லோரும் கள்ளப் பாஸ்போட்டோடை போற என்னைப் பிடிக்க பிரெஞ்சுப் பொலிசாரால் அனுப்பப்பட்ட உளவுத்துறை ஆட்கள் என மனம் விசர் பிடித்து அலைக்கழிந்து அல்லோலப்பட்டது.

இவ்வளவு பாடுபட்டுக் கனடாவில போய் இறங்க மூன்று பேரையும் கைது செய்வார்களோ? அல்லது பிடித்துத் திருப்பி அனுப்புவார்களோ?

திரும்பவும் ரொயிலெட்டுக்குப் போய் பாஸ்போட்டுகளை கையில் எடுக்கக் கை நடுங்கிக்கொண்டிருந்தது. ஏலாமத் திரும்பி வெளியால வர – அந்த அல்ஜீரியத் தோற்றம் கொண்ட நபர் என்னை நெருங்கிவந்து என் காதருகே 'என்ன . . . கிழிச்சுப் போட்டியளோ?' எனத் தமிழில் கேட்டார். திடுக்கிட்டுப் போனேன்; – கிழிச்சுப் போட்டீங்களோ என்ற கேள்விக்கு பதில் சொல்லாமல் 'நீங்கள் தமிழனா?' எனக் கேட்க 'ஓம் அண்ணை... யாழ்ப்பாணம், சுண்ணாகம்' என்றார்.

"பிரான்சிலை விசாவோ வேலையோ ஒன்றுமே சரி வருகுதில்லை. அதுதான் கனடாவுக்குப் பாய்வோம் என்று கடன்பட்டுத்தான் வெளிக்கிட்டிருக்கிறன்" என அவர் தொடர, தமிழன் என்ற அடையாளமே தெரியவில்லை. 'உங்களைப் பார்க்க... அடையார்,' மாதிரிக் கிடக்கு எனத் தயங்கிச் சொல்ல

'ஓம் ஓம் . . . ஏஜென்சிக்காரன் திடீரென்று சொன்னான் ஒரு அருமையான அரபுநாட்டு பாஸ்போட் இருக்கு. தலை மாத்தத் தேவையில்லை. உன்ரை நிறத்திற்குக் கொஞ்சம் மேக்கப் போட்டால் கேட்டுக் கேள்வியில்லாமல் ஏத்துவாங்கள் – போகப் போறியோ என; 'ஓம்' என்று சொல்லி ஒரு மாதிரி பாரிஸ் இமிகிறேசனைத் தாண்டி விமானத்திலை ஏறிட்டன். என்ன? தலை மயிரைச் சுருட்டி முகத்துக்கு மக்கு வைச்சு மேக்கப் செய்ய 200 பிராங்கு முடிஞ்சுது' என்றுவிட்டு. 'உங்கடையளை கிழிச்சுப் போட்டிட்டீங்களோ?' என்றார்.

நான் கொஞ்சம் யோசிச்சுப்போட்டு 'இன்னும் கிழிக்கவில்லை அதுதான் யோசிச்சுக்கொண்டு நிற்கிறேன். நீங்கள் கிழிச்சு ரொயிலெற்றுக்கை போட்டுவிட்டீங்களோ' என்று கேட்டன். 'ஓமோம் வந்தவுடனயே முதல்வேலையா அதைச் செய்து போட்டேன். யோசிக்காமல் டக்கெனப் போய்க் கிழிச்சுப்போட்டு வாங்கோ' என்றார்.

இன்னொருவரும் என்னைப்போல் இந்த விமானத்தில் இருக்கிறார், அவர் வந்தவுடனயே துணிவாக, பாஸ்போட்டைக் கிழித்தெறிஞ்சிட்டுத் தெளிவாக நிற்கிறார். என்ரை மனுசி சொன்ன மாதிரி நான் ஒரு பயந்தாளோ? என எண்ணிக்கொண்டு உடனேயே ரொயிலெற்றுக்கை போய் மூன்று பாஸ்போட்டையும் கிழித்து அப்படியே போட்டுத் திரும்பத்திரும்ப ஃபிளஷ் பண்ணினாலும் – சனியன்கள் ரொயிலெற்றுக் கரையில ஒட்டிக்கொண்டிருந்தன. சின்ன பேசின் தானே. நானும் மடையன் மாதிரி தனித்தனியாகப் போடாமல் ஒன்றாய்ப் போட்டுவிட்டேன்.

திரும்பத்திரும்ப ஃபிளஷ் பண்ணினாலும் பாஸ்போட்டின் அட்டைப் பகுதிகள் என்னை விட்டுப்போக மனமில்லாமல் ஓட்டையை அடைச்சுக்கொண்டு நிண்டன. என்ன செய்வது என்று தெரியாமல் கதவைத் திறந்து அந்தத் தமிழ் நண்பரை அழைத்தேன். 'என்ன . . . சரி வந்ததோ?' என அவர் கேட்கப் 'போகுதில்லை'யென்றேன். அவர் அங்கும் இங்கும் யாரும் பார்க்கினமோ என்று பார்த்துவிட்டு 'எங்கத்தை பாஸ்போட்' என்று கேட்டார். நான் 'கயானா' என்று சொல்ல அவங்கடை சனியன் அது அப்படித்தான். யூரோப்பியன் சாமான்கள் என்றால் டக்கெனப் போய்விடும். அப்படியே விடாதேயுங்கோ, தற்செயலாக யாரும் போய், இதைக்கண்டுவிட்டால் யாற்றையோ பாஸ்போட் ரொயிலெற்றுக்கை விழுந்துவிட்டது என ஏயாகோஸ்ட்க்குச் சொல்லிப் பிரச்சனையாக்கிவிடுவார்கள். திரும்பவும் ரொயிலெற்றுக்கைக் கிடக்கிறதைக் கை வச்சு எடுத்து இன்னும் சிறிய துண்டாக்குங்கோ. ஊறியிருக்கும். சுகமாகக் கிழிபடும். திரும்பவும் போட்டு ஃபிளஷ் பண்ணுங்கோ என்றார்.

அப்படியே செய்தேன் – இப்ப போயிற்றுது. தெய்வம்தான் தமிழ்ப்பெடியனாய் வந்து உதவி செய்தது என்று எண்ணிக் கொண்டு வெளியில் வர – போட்டுதோ அண்ணை என அவர் கேட்டார். ஓம் என்றேன். வெறிகுட் அப்ப நானும் கிழிச்சுப் போடப் போறேன் என்றார். அப்ப நான் 'முதல் சொன்னீங்கள் வந்தவுடனேயே கிழிச்சுப் போட்டுவிட்டேன்' என்று நான் சினக்க, 'ஓம் ஓம், வந்தவுடனேயே உங்களையும் உங்கள் குடும்பத்தையும் கவனிச்சுட்டேன். வந்த நேரம் தொடக்கம் நீங்கள் சிகரெட்டைக் குடிக்கப் பின்னுக்கு வாற மாதிரி வந்து ரொயிலெற்றை வெறிச்சுப்

பார்த்துகொண்டு திரிவதையும் பார்த்தால் விளங்காதோ?, நாங்கள் தமிழரல்லோ' என்றார்.

'நீங்கள் – தமிழர்கள்தான், தலை மாத்திய ஆட்கள்தான் என்று புரிந்துவிட்டேன். எப்படியும் நீங்களும் பாஸ்போட்டைக் கிழிச்சுப் போடுவீர்கள் அதற்குப் பிறகு நான் போடுவோம் என்றிருந்தேன். மற்றது அண்ணன் – நீங்கள் வெளியிலை போய் கனடியன் இமிக்கிறசனிலை அகதி என்று சொல்லேக்கை என்னையும் உங்களோட கூட்டிக்கொண்டு போங்கோ. நீங்கள் குடும்பம், அத்தோடை ஒரு கைக் குழந்தையும் வைச்சிருக்கிறீங்கள். தனியாள் என்றால் கஸ்ரமான கேள்விகள் கேட்பார்களாம்.

இலங்கை, இந்தியா என்று இல்லாமல் ஐரோப்பாவில் இருந்து வெளிக்கிட்டது என்று அறிந்தால் அகதியாய் ஏற்றுக்கொள்ள மாட்டார்களாம். இந்தியாவில் இருந்து வெளிக்கிட்டது என்று சொல்ல வேண்டும். உங்களைப் பெரிதாகக் கரைச்சல் படுத்த மாட்டாங்கள் – நானும் இலங்கை ஆமி, இந்தியன் ஆமி, இயக்கங்கள் எல்லாரிடமும் அடிவேண்டி இலங்கையில் இருந்து தப்பி உங்களோடு ஒன்றாய் வந்தவன் என்று சொல்லப்போறேன். ஓம் என்று சொல்லுவீங்கள்தானே! என்ன . . . என்னையும் உங்களோட கூட்டிக்கொண்டு போங்கோ,

போவீங்கள்தானே எனக் கட்டளையிட்ட மாதிரிச் சொன்னார். 'அட கிழிஞ்ச யாழ்ப்பாணத்தானே!' என மனதுக்குள் சொல்லித் தலையாட்டினேன்.

இப்படித்தான் ஓர் அகதியின் ஐரோப்பா வாழ்வு முடிவடைந்து 'எழுதித் தீராப் பக்கங்கள்' ஆனது. வீட்டை விட்டு வெளிக்கிட்டு ஏறத்தாழ நாற்பது வருசமாயிற்று. பாரிசில் வந்து வாழத் தொடங்கிய வுடன் நான் நினைச்சேன்; இனி இங்குதான் என் முழுவாழ்வு கழியும் என்று. வில்லங்கமாய் கனடாவுக்கு வெளிக்கிடேக்கையும் நான் நினைச்சேன்; பாரிஸ் விமான நிலையத்தில் கள்ளப் பாஸ்போட் எனப் பிடிபட்டுக் கட்டாயம் திருப்பி அனுப்புவார்கள் என்று; கனடா வந்தும் முப்பது வருசத்திற்கு மேலாயிற்று; ஆனால் என்னால் பாரிஸ் வாழ்க்கையை மறக்க முடியவில்லை. என் வாழ்க்கையின் சந்தோசமான காலம். நான் இளைஞனாக, கவிஞனாக, கணவனாக, தந்தையாக வாழ்க்கையின் முக்கிய கட்டங்களைக் கடந்த இடம்.

கனடாவில் என் இலக்கியச் செயற்பாடுகள் மூலம் உருவாகிய நண்பர்கள் மத்தியில் என்னுடைய பாரிஸ் நினைவுகளை அடிக்கடி பகிடியாய்ச் சொல்லி மகிழ்வேன். இதெல்லாம் எழுத்தில் வரும் என்று கனவுகூடக் காணவில்லை. அதைவிட 'நான் எழுதி இன்னொரு புத்தகம் வரும்' என்று ஒருபோதும் நினைக்கவில்லை.

'காலம்' பதிப்பகத்தினூடாக இருபத்தைந்து புத்தகங்கள் பதிப்பித்திருக்கிறேன். மொன்றியலில், 17 *பார்வை* சஞ்சிகைகள் என் பொறுப்பில் வந்திருக்கின்றன.

ரொறன்ரோவில் இருந்துகொண்டு, 55 *காலம்* சஞ்சிகைகள் வெளியிட்டிருக்கிறேன். அவற்றிற்கூட என் அனுபவங்களையோ நினைவுகளையோ பதிய வேண்டும் என்று எண்ணவில்லை. தமிழில், வரவேண்டிய நல்ல படைப்பாளிகளின் புத்தகங்கள் எவ்வளவோ இருக்கின்றன. என் எழுத்து ஒன்றும் அவ்வளவு முக்கியமானதல்ல. *தாய்வீடு* பத்திரிகை சிறப்பாக வெளிவரும் இந்தக் காலத்தில் அப்பத்திரிகையில் எனக்கு ஈடுபாடு ஏற்பட்டது. பத்திரிகைக்காகவும் அதன் ஆசிரியர் டிலிப்குமாரின் நட்புக்காகவும் ஏதாவது எழுத வேண்டும் என்று எண்ணியபோதுதான் *தாய்வீட்டின்* இன்னொரு நண்பரான ஓவியர் கருணா இதற்குள் என்னைத் தள்ளி வீழ்த்தினார்.

கருணாவும் டிலிப்குமாரும் இல்லாவிட்டால் இத்தொடர் சாத்தியம் அல்ல. சொல்லுப் பிழையும் எழுத்துப் பிழையும் கொண்ட என் கட்டுரைகளை கருணா சொல்லுக்குச்சொல் திருத்தி மிக அக்கறையுடன் என்னை அறம்புறமாய்ப் பேசி உற்சாகப்படுத்துவார். 'அண்ணை, 20ஆம் திகதியாச்சண்ணை... 21ஆம் திகதியாச்சண்ணை' என டிலிப் தாற தொல்லையால், 'ரொறன்ரோவை விட்டே ஓடலாமோ?' என நினைப்பேன். செய்நேர்த்தியும் ஒழுங்குமற்ற நான் ஒரு தொடர்கட்டுரைக்குச் சம்மதித்து இருக்கப்படாது என நினைப்பேன். நான் எங்கை சம்மதித்தது. மாட்டுப்பட்டது எனலாம்.

பத்திரிகை தரும் பல்வேறு தொல்லைகளுக்கிடையில் என்னுடைய அசண்டையீனம் அவர்களுக்கு இன்னொரு கரைச்சல். என் கட்டுரையைக் கடைசி நேரத்தில் வேண்டி அதை இலங்கையிலையோ இந்தியாவிலையோ அல்லது லண்டனிலோ உள்ள ஒரு தரமான ஓவியருக்கு அனுப்பி அருமையான படம் கீறிப் பிரசுரிப்பார்கள். எழுதுகின்ற காலத்தில் என்னுடைய கட்டுரையும் அதில் வந்த ஓவியங்களினாலும் வரவேற்புப் பெற்றது என்றே சொல்லலாம். தொலைபேசியிலும் மோல்களிலும் நடுவீதியிலும் கண்டகண்ட இடங்களிலும் பல வாசகர்கள் பாராட்டியிருக்கிறார்கள். அதற்குக் காரணமான ஆசிரியர் டிலிப்குமாரையும் ஓவியர் கருணாவையும் நன்றியுடன் நினைத்துக்கொள்கின்றேன்.

இந்த நேரத்தில் எனக்கு வேறொன்று ஞாபகத்திற்கு வருகின்றது. நான் எழுதி ஒரு புத்தகம் பாரிசில் வெளிவந்தது இந்தத் தலைமுறையினர் அதைக் கண்டிருப்பினமோ தெரியாது. 'கவிஞர் செல்வம்' அல்லது 'கட்டிடக்காட்டு செல்வம்' எனப் பழைய நண்பர்கள் இன்னும் அழைக்கக் காரணமானது அந்தப்

புத்தகம். பாரிசில் *தமிழ் முரசு* சஞ்சிகை நடத்திய உமாகாந்தன் இல்லாவிட்டால் நான் கவிஞன் என்று அழைக்கப்பட்டிருக்கமாட்டேன். அந்தப் புத்தகமும் சாத்தியம் அல்ல. "எழுதுங்கோ செல்வம்!" என்ற இன்றில்லாத உமாகாந்தனின் குரல் இன்றும் என்னைத் துரத்துகின்றது.

"உன்ரை பாட்டுகள் நல்லாய் இருக்கு. 'ஆசியன்' எண்டு பதிப்பகம் தொடங்கப்போறன். உன்ரை புத்தகம்தான் முதல் புத்தகம்" என்று சபாலிங்கம் சொன்னது நேற்றுப்போல இருக்கிறது. நான் போட்டது போட்டபடி ஒரு நாள் கனடாவுக்கு மாறிவிட்டேன். தான் சொன்ன வாக்கைக் காப்பாற்றினார் சபாலிங்கம். நான் இங்குவந்தபின் எதிர்பாராத நேரத்தில் 'கட்டிடக் காட்டை' அனுப்பிவைத்தார். அநியாயம் பிடித்தவர்கள் அவரைக் கொல்வதற்கு இரண்டொரு கிழமைக்கு முதலும் "நீ இப்ப பாட்டு எழுதுவதில்லையோ" எனக் கதையோடு கதையாய்க் கேட்டார். இந்தத் தருணத்தில் இந்த இரண்டு பேரையும் கண்ணீரோடு வணங்குகின்றேன்.

முதல் பதிப்பு வரக்காரணமான என் மனதினிய நண்பர் ஓவியர் கருணா இன்று இல்லை. என்றும் மறக்கமுடியாத அவர் நினைவுகளை சுமந்து அவனை வணங்குகின்றேன்.

'எழுதித் தீராப் பக்கங்கள்' 2016ஆம் ஆண்டு 'தமிழினி' வெளியீடாக வெளிவந்தது. 'தமிழினி' வசந்தகுமாரை நன்றியோடு நினைவுகொள்கின்றேன். வந்த கையோடு பாரிஸ், லண்டன், அவுஸ்ரேலியா, யாழ்ப்பாணம் ஆகிய இடங்களில் அறிமுக, விமர்சனக் கூட்டங்களை ஒழுங்கு செய்த நண்பர்களையும் விமர்சனங்கள் எழுதி ஊக்கம் தந்த எஸ். ராமகிருஷ்ணன், அ. மார்க்ஸ், பாமரன் தொடக்கம் சுவிஸ் ரவி, லண்டன் உமையாள் வரை நூற்றுக்கு மேற்பட்ட ஆளுமைகள, அனைவரையும் நன்றியுடன் மனதில் இருத்திக்கொள்கிறேன்.

இந்தப் புத்தகத்துக்கு வாழ்த்துரை எழுதிய என் அன்புக்குரிய நீண்டகால நண்பன் ஜெயமோகனை நன்றியோடு நினைத்துக் கொள்கின்றேன். ஓவியங்கள் வரைந்த ஓவியர்களுக்கும் என் மனமார்ந்த நன்றி. ஒப்பு நோக்கி உதவிய நண்பன் கந்தசாமி கங்காதரனுக்கும் என் நன்றி.

காலச்சுவடு பதிப்பகம் என்ற தொடர்புக்கு மேலாக என் ஆசிரியர் என்று நினைக்கும் சுந்தர ராமசாமியின் மகன் கண்ணன் என் நண்பன். காலச்சுவடு பதிப்பகத்தால் என் புத்தகம் வெளிவருவது மகிழ்ச்சி.

காலச்சுவடு பதிப்பகத்தில் பணியாற்றும் நண்பர்களுக்கும் கண்ணனுக்கும் மனம் நிறைந்த நன்றி.

கனடா
19–05–2021

செல்வம் அருளானந்தம்

வாழ்த்துரை

யானை வந்தால் என்ன செய்யும்?

'இடுக்கண் வருங்கால் நகுக!' என்று வள்ளுவர் மிகுந்த ஆசைப்பட்டுத்தான் எழுதியிருப்பார் என நினைக்கிறேன். முயற்சி செய்துகூடப் பார்த்திருப்பார். பெரிய மனிதர். ஆனால் இடுக்கண் வந்து கொஞ்சநாள் கழித்து நகைப்பது சாத்தியம்தான் என்று எனக்கும் தோன்றுகிறது. சொல்லப்போனால் பழைய இடுக்கண்களைப் போலச் சிரிப்பு வரவழைப்பது ஏதுமில்லை. முதல் விஷயம் நாம் அவற்றைக் கடந்து வந்திருக்கிறோம். உயிரோடு நலமாக இருக்கிறோம்.

கேரளத்தில் யானைகள் அதிகம். மிகப்பெரிய துன்பத்தை யானைக்கு உவமிப்பதை அங்கே நாட்டார் சொல்லடையாகப் பார்க்கலாம். மலையாளிகளுக்குப் பிரியமான சொல்லாட்சி "யானை வந்தா கொல்லும், மயிரையா பிடுங்கும்?" சின்ன வயதில் நான் இதைக் கற்பனை செய்து பார்த்திருக்கிறேன். யானையின் துதிக்கை அவ்வளவு பெரியது, கண்டிப்பாக மயிரைப் பிடுங்க முடியாது. ஆனால் அது முயன்று பார்க்கக்கூடும் என்ற பயமும் எழாமலில்லை.

செல்வம் எழுதிய புலம்பெயர் நினைவுகளில் ஒரு வரி – 'சாப்பாட்டுக்கு மிகவும் கஷ்டப்பட்ட காலம், அந்நினைவுகள் இன்றும் இனிமையாக இருக்கின்றன.' இதுதான் அவரது நினைவுக் குறிப்புகளின் சாரம். யாழ்ப்பாணப் பனையுலகை விட்டு ஐரோப்பியப் பனியுலகுக்குப் புலம்பெயர்ந்து காற்பந்து வாழ்க்கை வாழ்ந்து ஒருமாதிரி அமைந்தபின் அந்நாட்களைத் திரும்ப நோக்கி எழுதப்பட்ட இக்குறிப்புகளில் தொடர்ந்து இருந்துகொண்டிருப்பது சிரிப்புதான்.

பாரிஸின் அறைவாழ்க்கையை என்னால் ஊகிக்க முடிகிறது. கிட்டத்தட்ட மும்பை அறைவாழ்க்கைதான். மொழிப் பிரச்சினை மட்டுமே உபரி. சேர்ந்து சமைத்துச் செலவைப் பங்கிட்டுக்கொள்கிறார்கள். இதற்கான பெயர் சமறி (Chummery) என நினைக்கிறேன். அதில் தின்பவனின் வயிற்றை அளவாகக்கொண்டு செலவைப் பிரிப்பதை ஒரு கதாபாத்திரம் தொழில்நுட்பத்துடன் பேசுகிறது.

இந்த வாழ்க்கை பலவகையான இடர்களை அளிப்பது. ஒவ்வொருவரும் ஓர் அந்தரங்க உலகை, தனிமையைக் கற்பனை செய்துகொண்டே வாழ்வார்கள். ஆனால் பின்னர் நினைக்கும்போது அந்தரங்கமில்லாத அந்தக் கும்பல் வாழ்க்கையில் இருந்த கொண்டாட்டம் நினைவுக்கு வரும். உண்மையில் எத்தனை சிக்கல்கள் இருந்தாலும் மனிதர்கள் சக மனிதர்களுடன் சேர்ந்து வாழ்ந்தால் மட்டுமே மகிழ்ச்சியாக இருக்கிறார்கள். அந்தரங்கத்தை அழிக்கவே உள்ளூர விழைகிறார்கள். அந்தக் கொண்டாட்டம் தனிமையில் அடையும் எதிலும் இல்லை. அதற்குத் தடையாக இருப்பது அகங்காரம். அதைப் பேணிக்கொள்ள அறை வாழ்க்கையில் ஒவ்வொருவரும் முயல்வதைக் காணலாம். தான் மெத்தப் படித்தவன் என்று ஒருவர் சொல்கிறார். பாரீஸில்கூட அவர் 'கோர்ஸ்' எடுக்கிறார். கொஞ்சம் குறைவாகப் படித்த ஒருவர் போதிய துணிவை அடைந்து "என்ன கோர்ஸ்" என்று கேட்கிறார். "இதென்ன கேள்வி? கோர்ஸ் என்றால் கோர்ஸே தான். பாமரத்தனமாகக் கேட்கக்கூடாது" என்கிறார் அவர்.

மெல்ல அந்த எல்லைகள் அழிகின்றன. பரஸ்பரக் கேலி அதற்கான வழி அக்கேலியைத் திறம்படச் செய்வதற்குரிய அடித்தளமாக அமைவது மது. இதை நான் கூர்ந்து கவனித்திருக் கிறேன். மும்பை அறைகளில் சனிக்கிழமை மாலையில் மனிதர்கள் உருகி ஒன்றாகி ஒரே உடல்திரவமாக ஆவதற்கு மது பெரிதும் உதவுகிறது. மதுவுடன் சமையல், இது ஆண்களால் செய்யப்பட்டுப் பெரும்பாலும் கடந்த கால ஏக்கம் என்னும் சுவையால் இருக்கும்.

அபூர்வமாக நல்ல சமையல்காரர்கள் அமைகிறார்கள். அவர்கள் கொண்டாடப்படுகிறார்கள். அத்தோடு பாடகர்களுக்கும் தனி மவுசு உண்டு. மற்றபடி ஞாயிற்றுக்கிழமைச் சமையல் என்பது செல்வம் சொல்வதுபோல இடியப்பத்தை முயன்று முறுக்குத் தின்று மகிழ்வதுதான். இதிலே ஒருவர் ரிச் கேக் செய்கிறார். அதையும் சுவைத்துத்தான் உண்கிறார்கள். ஒருவர் அதற்குத் தொட்டுக்கொள்ள சம்பல் கேட்பதைத் தவிர்த்தால் அசம்பாவிதங்கள் ஏதுமில்லை.

ஊரில் சரியான 'கடி'யாக எண்ணப்பட்டு, மக்கள் தப்பி ஓடுகிற தெருக்கூத்துக் கலைஞர்கள் எல்லாம் இங்கே தேவ தூதர்களாகி விடுகிறார்கள். மண்ணின் மணம்போல இனிய மணம் ஏதுமில்லை அல்லவா. ஆனாலும்கூட ஓர் எல்லை இருக்கிறது. அரிச்சந்திர மயான காண்டத்தைப் போதையில் பாடுபவர் 'மகனே லோகிதாசா, அம்மாவென்று ஒரு வார்த்தை சொல்லடா' என்று நூறு தடவைக்குமேல் ஆலாபனையும் நிரவலும் எடுக்க, செத்து மடியில் கிடக்கும் லோகிதாசன் தாளமுடியாமல் எழுந்து அம்மா என ஆதுரத்துடன் அழைத்து, கூத்தை நிறைவு செய்கிறான்.

செல்வத்தின் இந்தச் சித்திரிப்பில் நுணுக்கமான நகைச்சுவைக்குப் பின்னால் கசப்பு ஓடிக்கொண்டே இருக்கிறது. பாரிஸ் தெருவில் சந்தித்த நபர் இலங்கையர் போலிருக்க, அவரிடம் "தமிழ் தெரியுமா?" என்று கேட்கிறார். "அதுவும் தெரியாமல் இருந்தால் நான் என்ன செய்ய முடியும்?" என்கிறார் கடுப்பாகி. பேச்சுகளில் வந்துகொண்டே இருக்கும் இந்தச் சுய கரிப்புத்தான் வள்ளுவர் சொன்ன நகுதலோ என்று படுகிறது.

பொதுவாக அரசியல் ஞானம் இருக்கிறது. "அல்ஜீரியாவிலே தேவைக்கேற்ப பகிர்வும் சக்திக்கேற்ற உழைப்பும் இருக்கு அண்ணை" என்பது போன்ற அறிதல்கள் விளம்பப்படுகின்றன. "தம்பி, ஏதாவது சோசலிச நாட்டில் இருந்தீங்களா?" என்ற வினாவுக்கு "ஆமாம் அண்ணை, பிராகில் *(Prague)* இருபது நாள் நிண்டேன். விமானத்தை விட்டுவிட்டு ஏர்போட்டுக்குள் வெளியே போகமுடியவில்லை" என்கிறான் இடதுசாரிப் 'பெடியன்'. டிரான்ஸிட் ஏர்போட்டை இடதுசாரி மண் என்று சொல்லமுடியுமா என்ற ஐயத்துடன் கேட்டவர் அமைதியாகிறார்.

இன்று இத்தனை காலத்திற்குப் பின்னர் இலங்கையை உலுக்கிய இனப்போரே வேடிக்கையாக மாறிவிட்டிருக்கிறது. காரணமில்லாமலும் காரணம் உருவாக்கப்பட்டும் தினம் நான்கு பேர் யாழ்ப்பாணத்தில் கொல்லப்படுகையில் தத்துவார்த்தமாகச் சிந்தனை ஓடுகிறது – குரங்கில் இருந்து வந்தவன் மனிதனா? இல்லை குரங்கில் இருந்து வெளியேற்றப்பட்டவனா?

உலகை யாழ்ப்பாணவியல் நோக்கில் புரிந்துகொள்கிறார்கள். 'அடையான்' என்ற பெயர் அல்ஜீரியர்களுக்கு ஏன் அளிக்கப்பட்டது என்பதை எதிர்கால ஆய்வாளர்கள்தான் கண்டுபிடிக்க வேண்டும். யாழ்ப்பாணம் புலம்பெயர் மண்ணிலும் வாழ்கிறது. கண்டகண்ட சாதிகெட்டவனும் வந்து பாரிஸின் தூய்மையைக் கெடுத்துவிட்டான் என்று மேல்சாதிக்காரர்கள் மனம் குமைகிறார்கள். வேறுவழியே

இல்லை, இங்கிருந்து ஜெர்மனியோ கனடாவோ சென்றுவிட வேண்டியதுதான்.

அங்குள்ள போலீஸ்காரர்களுக்கு இவர்கள் பெரும் புதிர். 'இவர்களைப் புரிந்துகொள்ளவே முடியவில்லை. ஜெர்மனியில் இருந்து பாரிஸுக்கு உயிரைப் பணயம் வைத்துப் போகிறார்கள். அதே அளவுக்கு ஆட்கள் பாரிஸில் இருந்து ஜெர்மனிக்கு உயிரைப் பணயம் வைத்து வருகிறார்கள். இரு நாட்டிலிருந்தும் சுவிட்சர்லாந்துக்குத் தப்பி ஓடுபவர்கள் அளவுக்கே அங்கிருந்து தப்பி இங்கு வந்துசேர்கிறார்கள்' என மண்டை காயும் போலீஸ்காரர் 'இனி ஐரோப்பாவில் போர் மூளுமென்றால் இவர்களால்தான்' என முடிவெடுக்கிறார்.

மொழி புரியாமலிருக்கையில் ஒருவகையான கனிந்த எளிமை கைகூடிவிடுகிறது. எதற்கும் புன்னகைதான், 'வெரிகுட்' என்ற சொல்லாட்சிதான். வேலை கேட்டுச்சென்ற இடத்தில் முதலாளி கைநீட்ட, காசு கொடுக்கப் போகிறார் என்று மலர்ந்து சிரிக்கிறார். அவர் அந்தக் கையைப் பிடித்து இழுத்து வெளியே கொண்டுபோய் விட்டுவிட்டுத் தலைமுறை வசைகளைச் சொல்லும்போதும் 'வெரிகுட்'தான்.

ரயிலில் டிக்கெட் எடுக்காமல் இருக்கைக்கு அடியில் படுத்துப் பாரிஸில் இருந்து ரோமுக்குப் பயணம் செல்வது உள்ளூர்ப் பயணத்தைவிட மலிவு. ஆனால் அதற்காக யாழ்ப்பாண வழக்கத்தை விடவா முடியும்? லுங்கி இல்லாமல் துயில்வது பண்பாடல்ல. தலைவழியாக லுங்கியை விட்டுக் கால் வழியாக ஜீன்ஸைக் கழற்றும்போது நடுவே சிக்கிக்கொண்ட ஜட்டி சக பயணியாகிய பெண்ணை அச்சுறுத்த பாலியல் பலாத்காரக் குற்றச்சாட்டில் கைதாகிறார் ஒருவர்.

ஆனால் செல்லும் வழியில் பசுமை அவரைப் பூரிக்க வைக்கிறது. நம்மூர் பசு இந்தப் புல்லைப் பார்த்தால் நெஞ்சடைத்தே சாகும் என எண்ணம் ஓடுகிறது. எங்கும் மானுடமொழியான புன்னகை. கடைசியில் அந்தப் பெண்ணே புகாரைத் திரும்பப் பெற்றுக்கொண்டு மன்னிப்பு கோருகிறார். காவலர்கள், "திரும்பி பாரிஸுக்கே போ ராசா!" எனக் கெஞ்சுகிறார்கள். "இல்லை. ரோம் பார்க்காமல் போனால் கௌரவம் குறைபடுமே!" என்கிறார் ஊடுருவல்காரர். காவலரின் கண்ணீரைக் கண்டு இரக்கம் காட்டிப் பாரிஸுக்கே மீள்கிறார்.

'ஒரு நெஞ்சூக்கம் இருந்தால் யாரும் இங்கிலீஷ் பேசலாம். வெள்ளைக்காரனே பேசும்போது நமக்கு என்ன?' என்று அடூர்பாசி

நடித்த ஒரு நம்பூதிரி கதாபாத்திரம் சொல்லும். புலம்பெயர் கையறு நிலையில் நெஞ்சூக்கம் மட்டுமே துணை. ரஷ்யாவில் கால்வாசி ஆடை அணிந்த இவர்களைக் கண்டு அஞ்சிக் கதறும் பெண்ணை நோக்கி, "ஜவகர்லால் நேரு, லால்பகதூர் சாஸ்திரி, இந்திரா காந்தி..." என்கிறார் ஒருவர். 'ஏன் அதைச் சொல்கிறாய்?' என்றால் "ரஷ்யர்களுக்கு இவர்களை எல்லாம் நிரம்பப் பிடிக்கும் என்று பேப்பரில் வாசித்தேன்" என்கிறார். "அப்படியென்றால் வி. பொன்னம்பலம் பெயரையும் சொல். அவரும்தானே ரஷ்யா வந்தார்?" என்று தேசப்பற்றுடன் இன்னொருவர் சொல்கிறார்.

நிகராகுவாவின் தோழர்கள் சமத்துவச் சுந்தரப் பொன்னுலகை அமைப்பதில் உறுதியுடன் இருக்கிறார்கள் எனப் பாரிஸ் சிறையில் அவர்களுடன் தங்கிய இடதுசாரிப் பெடியன் சொல்கிறான். "அதையும் சைகையிலா சொன்னார்கள்?" என்று இன்னொருவர் ஐயப்படுகிறார். நாளைய கொம்யூனிச அகிலத்தின் மொழியாகச் சைகை அமையலாம் என்று தோன்றுகிறது.

மொழிப் பிரச்சினை, பண்பாட்டுச் சிக்கலாக மாறும் இடங்கள் பல. "ரெட்லைட் ஏரியா எங்கே?" என்று கேட்டால் டிராஃபிக் சிக்னலைச் சுட்டிக் காட்டும் பிரெஞ்சுக்காரனுடன் எப்படித்தான் பண்பாட்டுத் தொடர்புகொள்வது. கடைசியில் தமிழனிடமே கேட்டு அவனால் வசைபாடப்படுகிறார்கள். அவனிடம் கேட்டிருக்கக் கூடாது என்று சொல்லும்போது, "பின்ன இதையெல்லாம் சிங்களவனிடமா கேட்பது?" என்று சீறுகிறார் கேட்டவர்.

தெருவேசிகளை நோக்கியபின் "என்ன இருந்தாலும் நம்ம ஊர் பண்பாடுபோல வருமா? இப்படியா தெருவில் நிற்பது?" என்று பெரியவர் மகிழ்கிறார். "அங்கே நல்லூர்த் தெருக்களில் நிற்கிறார்களே!" என இளையவர் ஐயம் கேட்க, "நின்றாலும் இப்படியா கூப்பிடுகிறார்கள்?" என்று சீறுகிறார் பெரியவர். 'கூப்பிட்டாலும் அப்படி பிரெஞ்சிலா கூப்பிடுகிறார்கள். தமிழ் என்ன ஒரு அழகிய மொழி' என அடுத்துச் சொல்லப்போகிறார் என்று எதிர்பார்த்தேன்.

புலம்பெயர்தலின் சித்திரங்களை எளிதாகக் கீறிச்செல்லும் இந்த நூலின் அழகே 'நாய்மூஞ்சி சப்பாத்து' என்பது போன்ற அழகிய சொல்லாட்சிகள்தான். 'பேய்த்தனமான எம்ஜிஆர் பக்தர்' என்று வாசித்து ஒருகணம் திகைத்தேன் . . . காலில்லாமல் பறந்துபோய் டிக்கெட் எடுக்க நிற்பாரா என. அவர் 'பைலட் பிரேம்நாத்' படத்தில் மனைவி கண்ணாடிச் சுவருக்கு அப்பால் பற்றி எரிகையில் சிவாஜியின் நடிப்பு தரமாக இல்லை என்கிறார். எம்ஜிஆர் என்றால் கண்ணாடி தூள்தூளாகி இருக்கும். அது

அடுத்தவன் மனைவி என்றாலும், அதல்லவா யதார்த்தமான நடிப்பு?

புலம்பெயர்ந்த வாழ்க்கையின் பெருந்துணை பகற்கனவுகள். தனி ஈழக் கனவில் தொடங்கி ஐந்தே நிமிடங்களில் சலித்து யாழ்ப்பாணத் தெருக்களை ஒவ்வொன்றாக எண்ணிப்பார்த்து அவ்வழியாகக் கமலா டீச்சரில் சென்றடைந்து மேற்கொண்டு மனசாட்சி உறுத்த நடிகை நதியாவுக்குச் சென்றுசேரும் அந்த 'டிராக்' மிகத் தேய்ந்த ஒன்றாகவே இருக்க வேண்டும்.

மூன்றாம் மாடிக்கும் மேல் கூரைக்கூம்புக்குள் கட்டப்பட்ட சிறிய அறையில் மறுநாள் நிகழப்போகும் குடிவரவு அதிகாரியின் பேட்டியை எண்ணியபடி இரவெல்லாம் தூங்காமல் காத்திருக்கிறார். ஊர் நினைவுகள், உறவின் நினைவுகள், ஆனால் அனைத்தையும் மறுநாள் துறக்க வேண்டும். அகதி என்ற ஒற்றைச் சொல் அல்லாமல் பெயர்கூடச் சொந்தமில்லை. அந்த எண்ணத்தில் 'திக்' என்று வந்துநிற்கும் அந்த அனுபவக் கதையில் கூரையில் வான் நோக்கி இருக்கும் சன்னல் முதன்மையாகக் குறிப்பிடப்படுகிறது. சரளமான மென்மையான சித்திரிப்பு துயரத்தின் கனத்தால் கவிதையாக ஆகும் இடம் இது.

ஜெயமோகன்

அணிந்துரை

உயரிய வரலாற்றுப் பணி

தமிழ் இலக்கியப் பரப்பில் செல்வம் அருளானந்தம் ஓர் இலக்கிய ஆர்வலராகவும் படைப்பாளராகவும் அறியப்படுபவர். சமூகம் மீதான செல்வத்தின் ஆழமான ஈடுபாடும், பாண்டித்தியப் புலமைகளுக்கு அப்பாற்பட்ட சமூகத்தின் கீழடுக்குப் பதிவுகளாக அறியப்பட்ட இலக்கியங்கள் மேலான ஈர்ப்புமே நாம் இவரை அறிந்துகொள்கின்ற ஆதாரங்களாக இருந்தன.

இடர்கள் மிக்க வாழ்வுடன் அனுபவங்களும் தருகின்ற வலிகளுமே வெடித்து வெளிப்படும் வல்லமையைப் படைப்பாளருக்கு ஏற்படுத்துகின்றன. செல்வத்தின் எழுத்துகளும் இவ்வாறே வெளிப்பட்டிருக்கின்றன.

ஏதாவது எழுத வேண்டும் என்ற தினவேறித் தினமும் எழுதுகின்றவர் அல்லர் செல்வம். உணர்வை ஊடுருவும் நிகழ்வுகளை நெஞ்சிருத்தி அவற்றை அவ்வப்போது கவிதைகளாக்கியவர். 1992இல் வெளியான இவரது ‘கட்டிடக் காடு’ என்ற கவிதைத் தொகுதியே புலம்பெயர்ந்தோரது வாழ்வியல் சுமந்த முதல் கவிதைத் தொகுதி என எண்ணுகிறேன்.

இவரது எழுத்துகளில் சமூகத்தின் வாழ்வும் உண்மையும் நிறைந்திருக்கக் காணலாம். கற்பனைகளற்ற யதார்த்தம் மிக்க உணர்வோட்டம் இவர் படைப்புகளில் எப்போதும் ஊடாடிக்கொண்டிருக்கும்.

செல்வம் *காலம்* சஞ்சிகையாலும், தொடர் இலக்கியப் பணிகளாலுமே பலருக்கும் அறிமுகமானவர். எப்போதும் தனது நட்பான

பழக்கங்களினாலும் அங்கதமான பேச்சினாலும் எல்லோருக்கும் நெருக்கமாகிவிடுபவர்.

தாய்வீடு இதழில் அவர் எழுதிய தொடரே 'எழுதித் தீராப் பக்கங்கள்' என்கின்ற இந்த நூல். இந்தத் தொடரை மாதந்தோறும் செல்வத்திடமிருந்து எழுதி வாங்குவதில் நமக்கு ஏற்பட்ட அனுபவங்கள் தனித் தொடர்க்கதை. அதைப் பிறகு பார்க்கலாம்.

'எழுதித் தீராப் பக்கங்கள்' வாசகரிடையே பெரும் வாசிப்புக்குரிய பக்கங்களாகக் கருதப்பட்டமைக்கு முதற்காரணம் செல்வத்தின் எள்ளல் இழையோடும் ஆழமான அனுபவப் பதிவே.

தாயகத்தில் ஏற்பட்ட போர்ச்சூழல் பல நாற்றுகளைப் பிடுங்கி உலகெங்கும் எறிந்தது. முற்றிலும் புதிதான உலகப் புலங்களில் சிதறி விழுந்த நாற்றுகள் வேர் கொள்ளப் போராடின. குருதியும் வியர்வையும் சொட்டச்சொட்ட, உயிரின் நுனிவரை அழிந்து பின் உயிர்த்து எழுந்தன. குறித்த ஒரு காலத்துக்குள் நிகழ்ந்த இந்தக் கொடூர அனுபவங்களைப் பெற்றோருள் செல்வமும் ஒருவர்.

குந்தியிருக்கவோர் நிலம்
குறித்துக் காட்டவோர் பூமி
அள்ளியணைக்கும் உறவு
இழந்தவர் இங்கே
காற்சட்டை மேற்சட்டை போட்டு
நிர்வாணமாகத் திரிகின்றோம்
அந்நியர் பூமியிலே

'கட்டிடக் காடு'

என்ற செல்வத்தின் வரிகள் இந்த அனுபவத்துக்குச் சான்று.

புலம்பெயர்ந்த முதல் தலைமுறையினரது துயர வாழ்வு ஒரு தொடராக எழுதப்பட்டமை இதுவே முதல் தடவையாகும். கவிதை என்ற இலக்கியப் பரப்பைக் கடந்து, செல்வம் எழுதிய முதல் கட்டுரைத் தொடரும் இதுவேயாகும்.

வெளிநாடு புறப்பட்டோரைச் 'சொர்க்கபுரி'க்குச் சென்றதாகக் கருதியிருந்த தாயக உறவுகளுக்கும் பின்னாட்களில் புலம் பெயர்ந்தோருக்கும் முதல் தலைமுறையினரது அனுபவங்கள் செவிவழிக் கதைகளாக இருந்தனவேயன்றிப் பதிவுகளாகத் தெரிந்திருக்கவில்லை.

செல்வத்தின் 'எழுதித் தீராப் பக்கங்கள்' புலம்பெயர்ந்தோரின் வாழ்வியல் வலிகளை அங்கதத் தொனியோடு வெளிப்படுத்தியது. ஏதுமறியா அந்நியப் புலத்தில் கடுங்குளிரில் நிர்வாணமாக அலைந்த கதைகளைக் கூறியது. வளர்ந்திருக்கும் மரங்களின் வேர்களுக்கு முதற்பெயர்ந்தோர் இரத்தம் சொரிந்த வரலாற்றைப் பதிவு செய்தது.

புலம்பெயர் வாழ்வின் ஆதிமூலத்தை அறிந்திராத பலருக்கும் இத்தொடர் ஆச்சரியத்தையும் அதிர்ச்சியையும் அளித்தது. இதுவே இத்தொடரின் பெருவெற்றிக்குக் காரணமாகவும் அமைந்தது.

இத்தொடர் புலம்பெயர் வாழ்வின் அதியுன்னதமான ஆவணப் பதிவு என்கின்ற வகையிலே *தாய்வீடு* இதழ் இத்தொடர் வெளிவருவதற்கான முழுமையான ஒத்துழைப்பை வழங்கியது.

ஆவணப் பேணலில் நமது சமூகம் வெளிப்படுத்தியிருந்த அக்கறையின்மை பெரும் வேதனைக்குரியது. காலங்காலமாக நம்மவர் பெற்றிருந்த அனுபவங்களும் படைப்புகளும் பாதுகாக்கப்படவில்லை. வரலாற்று ஆதாரங்கள் பெரிதும் பேணப்பட்டிருக்கவில்லை. அவை செல்லரித்தும் சிதைந்தும் போக நம் மக்களே காரணமாயினர். பேணிய சிலவற்றையும் ஆக்கிரமிப்பாளர் அழித்துவிட்டனர். இன்று பிறநாட்டார் எழுதிவைத்த குறிப்புகளில் நாம் நம்மைத் தேடி அலைந்துகொண்டிருக்கின்றோம். இது நம்மை நாமே தொலைத்துவிட்டிருக்கும் பேரவலம். இந்நிலை தொடரக்கூடாது என்பதில் *தாய்வீடு* பெரும் அக்கறை செலுத்துகின்றது.

உதயணன் எழுதிய 'பின்லாந்தின் பசுமை நினைவுகள்' என்ற நூலைத் *தாய்வீடு* வெளியிட்டதும் ஆவணப் பதிவு என்ற நோக்கத்திலமைந்த பணியே. புலம்பெயர்ந்த தமிழரது வாழ்வைப் பின்லாந்து என்ற நாட்டளவில் முழுமையாகப் பதிவுசெய்த முதல் நூல் இதுவே. வேறு நாடுகளில் வாழும் புலம்பெயர்ந்தோர் எவரும் இதுவரை நாடு தழுவிய ஈழத் தமிழரது புலம்பெயர் வாழ்வை நூல் வடிவில் ஆவணமாக்கவில்லை.

இத்தொடருக்கு ஓவியங்கள் வரைந்த ஜீவா, கருணா, கே. கிருஷ்ணராஜா, ரமணி, செந்தில் போன்றோர் தொடரின் உணர்வோட்டத்தை உள்வாங்கிப் படைப்பை மேலும் மெருகுபடுத்தியிருந்தனர். எடுத்த எடுப்பிலேயே இத்தொடரை வாசிக்கத் தூண்டியதில் ஓவியங்களுக்கிருந்த பங்களிப்பை மறுக்க முடியாது. இந்த ஓவியர் அனைவருக்கும் *தாய்வீடு* நன்றியைத் தெரிவித்துக்கொள்கின்றது.

'எழுதித் தீராப் பக்கங்கள்' ஓர் உயர்ந்த ஆவணப் பதிவு. தனது ஓய்வில்லாப் பணிகளுக்கும் எமது தொந்தரவுகளுக்கும் இடையே இத்தொடரை எமது சமூகத்துக்காக வழங்கிய செல்வம் அருளானந்தத்துக்கு எனது நன்றியையும் பாராட்டுகளையும் தெரிவித்துக்கொள்கின்றேன்.

டிலிப்குமார்

புலம் பெயர்ந்தவர்களின் துயர் ஒரு கடல். அந்தத் துயரக் கடலின் ஒரு அலையே திரு. செல்வம் அருளானந்தம் அவர்கள் எழுதிய அனுபவக் குறிப்புகளாலான 'எழுதித் தீராப் பக்கங்கள்' என்ற நூல். திரு. செல்வம் கனடாவில் வாழும் இலங்கை தமிழர். *காலம்* என்ற தரமான சிற்றிதழை கால்நூற்றாண்டு காலமாக நடத்திவருகிறார். கவிஞர், எழுத்தாளர், இதழாசிரியர் எனப் பன்முகம் இவருக்குண்டு. 80களில் போர்ச்சூழல் காரணமாக இலங்கையைவிட்டு உலகெங்கும் புலம்பெயர்ந்த தமிழர்கள் அடைந்த இன்னல்கள் ஏராளம். உயிர்த்திருக்க வேண்டுமெனில் ஏதேனும் ஒரு தேசத்திற்கு ஓடிவிட வேண்டும். அகதிகளை கரம்கூப்பி வரவேற்கும் தேசங்கள் 80களில் அரிது. இன்றும் அவ்வாறே. புலம்பெயர் வாழ்வின் அத்தனை சிக்கல்களையும் நம்முள் கடத்தும் ரசவாதம் கொண்ட நூல் இது. என்றும் உள்ள மனிதனின் பாடுகளை புலம்பெயர் வாழ்க்கையின் பின்னணியில் வைத்து சிரிக்கச் சிரிக்கச் சொல்லிச் செல்கிறார் செல்வம். சிரிப்பால் கண்ணீர்த்துளியைத் துளிர்க்கவைக்கும் பகடி. இவை அனைத்துமே துயரத்தின் கரிப்பிலிருந்து கனிந்தவை. இவ்வுலகையும் வாழ்வையும் சமூகத்தையும் அரசியலையும் சகமனிதரையும் வெறுக்க அரசியல் அகதிக்கு எல்லா நியாயமுமுண்டு. ஆனால் எந்த ஒரு சூழலிலும் எவர்மீதும் வெறுப்பே இல்லாத அனுபவப் புரிதல் கொண்டது இந்த நூல். நகைச்சுவைப் பத்தி எழுத்துக்களில் இந்நூல் ஒரு சாதனை.

கமல்ஹாசன்
1.3.2021

கொண்டலிலை மழை கறுக்கத் தோன்றிய தேவதைகள்

ஊர்க் கோயிலுக்கு யக்கோமுத்து மூப்பரும் சூசைப்பிள்ளை சங்கிலித்தாமும் எங்கடை தொகுதிக்குத் திருநாவுக்கரசு பாராளுமன்ற உறுப்பினருமாகவும் இருந்த காலத்தில், யசிந்தா சாமத்தியப்பட்ட மூன்றாம் நாள் நான் ஊரை விட்டுப் புறப்பட்டேன். காலில் ஒட்டியிருந்த

கடைசிச் செம்மண்ணையும் கழுவி, முதன்முதலில் நாய் மூஞ்சைச் சப்பாத்துப் போட்டு, ஆயிரம் கனவுகளோடும் கவலைகளோடும் படலையைத் தாண்டினேன்.

விட்டிட்டு வர அம்மா, அம்மம்மா, நாலு தென்னை, இரண்டு முருங்கை, ஒரு மஞ்சமுண்ணா, ஒரு நாய், இரண்டு வாகை மரம் ... இதுக்குள்ள ஒரு சிறிய வீடு. இதைத் தவிர வேறு ஒன்றுமில்லா நான் வீட்டை விட்டு வெளிக்கிடுவது பெரும் துன்பமாய் இருந்தது.

மானிப்பாயில் இருந்து மலர் மாமியும் யாழ்ப்பாணத்தில் இருந்து ராசேந்திர மாமாவும் குடும்பமாய் வந்ததில் வீடு நிறைந்திருந்தது. அம்மா இரண்டு மூன்று நாளாய் பேசாமலேயே விட்டிட்டா. அந்தப் பகல் பொழுது அந்தகாரமாய் இருந்தது.

அம்மம்மாதான் காசு மாறத் திரிந்தாலென்ன சமையலுக்கு அடுக்குப் பண்ணினாலென்ன எண்டு ஓடி ஆடித் திரிந்தா. வெளிக்கிடற நேரம் வரத் திடீரென்று என் கன்னத்தைத் தடவியபடி "நான் செத்தால் என்னை யார் எடுத்துத் தாக்கிறது. இப்படி கஸ்ரப்பட்டு வளர்த்தது என்னை எடுத்து அடக்கம் செய்து ஒரு பிடி மண் போடுவாய் எண்டல்லோ!" என்றா.

தூரத்தில் நின்ற ராசேந்திர மாமா "கிழவி குழம்பிட்டுது" என்று சொல்லியவண்ணம் ஓடிவந்து "கிழவி! திருகிப் போடுவன். கடைசியிலை எல்லாரையும் குழப்பாதை. அவன் போறான். இரண்டு வருசம் உழைக்கிறான். வீட்டைத் திருத்திறான். திரும்பி ஊருக்கு வாறான், கல்யாணம் முடிக்கிறான். அதுமட்டும் நீ கல்லுப்போலை இருப்பாய்" எனச் சத்தம் போட்டார். நான் முன்னால நிண்ட, பட்டுக்கொண்டு போறப் பனையைப் பார்த்துக்கொண்டிருந்தேன்.

நான், என் நண்பர் அருள்நாதர், கொழும்பில் எங்களுடன் சேர்ந்த பாலன் மூன்று பேருமா பிரான்சுக்குப் போறதாகத் திட்டம். என்னுடைய மச்சான்தான் பிரான்சில் இருந்து எல்லா ஒழுங்குகளையும் செய்தார்.

அவர் சொன்னபடி செக்கோஸ்லவாக்கியா விசாவும் பெல்ஜியம் விசாவும் எடுத்தாயிற்று. ஏரோபுளொட்டில் ரிக்கற்றும் எடுத்தாச்சுது. மொஸ்கோவில் மூன்று நாள்கள் தங்கிப் பெல்ஜியம் போய் அங்கிருந்து காரில் கள்ளமாகப் பாரிசுக்குப் போவதுதான் திட்டம்.

மொஸ்கோ வருமட்டும் ஒரு பிரச்சினையும் இல்லை. அந்தப் பயணத்தில் மூவரும் மிக நெருக்கமாகிவிட்டோம். பிரான்சில் வாழும் காலம் முழுவதும் ஒருவருக்கொருவர் உதவியாகவும்

நட்பாகவும் பிரியாமல் இருப்பதாகவும் உறுதிபூண்டோம். ஆனால் வந்த இரவே பிரிய வேண்டியதாய்ப் போச்சுது.

மொஸ்கோவில் நல்ல விடுதி தந்தார்கள். மூவருக்கும் ஒரு அறை. களைப்பில் நானும் பாலனும் உடனே படுத்து விட்டோம். அருள்நாதருக்கு நித்திரை வரவில்லை. மனைவியை நினைத்துப் புலம்பிக்கொண்டிருந்தார். தான் குளித்துவிட்டுச் செபமாலை சொல்லிப்போட்டுத்தான் படுக்கப்போறேன் என்று சொல்லிக்கொண்டு குளிக்கப்போனார். நாங்கள் அயர்ந்துவிட்டோம். திடீரென்று பெரிய அமளியாய் இருந்தது. கதவு 'படார் படார்' எனத் தட்டிச் சத்தமும், முன்பின் தெரியாத மொழியில் கலவரமுமாய் இருந்தது.

அருள்நாதர் குளிக்கப்போய் இருக்கிறார். நல்ல சுடுதண்ணி வந்திருக்கு. சுடுதண்ணியையும் பச்சைத் தண்ணியையும் கலந்து வக்கை நிரப்பிப்போட்டு 'வெளிநாடென்றால் வெளிநாடுதான்' என்று சொல்லியவண்ணம் வக்குக்கு வெளியே நின்று 'செகசோதியாய்' அள்ளி ஆசை தீரக் குளிச்சிருக்கிறார். குளிச்ச தண்ணி நதியாய்ப் பெருக்கெடுத்தோடிக் கீழே போய் இன்னொரு அறையை நிறைச்சிருக்கு. அவங்கள் ஓடிப்போய் பொறுப்பாளருக்குச் சொல்ல ஒரு பெண், தண்ணி எப்படி வருகுது எண்டு கண்டுபிடித்து எங்கடை அறையைப் பெரிதாய்த் தட்டியிருக்கிறாள். குளித்துக்கொண்டிருந்த அருள்நாதர் என்னவோ ஏதோவென்று குளித்தபடியே ஓடிப்போய்க் கதவைத் திறந்திருக்கிறார். என்னைவிடக் கறுப்பும் பெரிய சரீரமும் கொண்ட இவருடைய தோற்றத்தையும் கோலத்தையும் கண்டு, வந்தவள் குளறத் தொடங்கிவிட்டாள்.

படுத்திருந்த நாங்கள் ஓடிவந்து இந்தக் காட்சியைப் பார்த்துப் பயந்துவிட்டோம். பாலன் ஓடிப்போய் துவாயைக் கொண்டுவந்து "முதலிலை இதைக் கட்டுங்கோ" என்று சொல்லிப் போட்டு அவளோடை கதைக்க வெளிக்கிட்டான். அவளோ கத்திக்கொண்டே நின்றாள். "சொறி! சொறி! சொறி!" என்று சொன்னாலும் இன்னும் பெரிதாகச் சத்தம் போட்டாள்.

பாலன் "பொறு... இவளை எப்படிச் சமாளிக்கிறேன் பார்" என்று எங்களுக்குச் சொல்லிப்போட்டு "இந்திரா காந்தி... நேரு... நேரு, இந்திரா காந்தி" என்று திரும்பத் திரும்பச் சொல்லிக் கொண்டு நின்றான். "இது பெரிய பிரச்சினையா வரும்போலக் கிடக்கு. நீ என்னடா சொல்லிக்கொண்டு நிக்கிறாய்" என்று நான் கேட்க, "இல்லை மச்சான். பேப்பரிலை வாசிச்சனான். ரஷ்ய மக்களுக்கு நேரு, இந்திரா காந்தியென்றால் பெரிய விருப்பம் எண்டு" என்றான்.

“எங்கடை வி. பொன்னம்பலமும் அடிக்கடி ரஷ்யா வாறவர். அவற்றைப் பேரையும் சேர்த்துச் சொல்லனடா ...” கண்டபடி கதையாதை. சிஐஏ எண்டு சைபிரியாவுக்கு அனுப்பிப் போடுவாங்கள்” என்று நான் சொல்லிக்கொண்டிருக்க மூன்று நான்கு அதிகாரிகள் வந்துவிட்டார்கள். அதில் ஒருவருக்கு ஆங்கிலம் சாடையாய்த் தெரியும்போலக் கிடந்தது. இந்த அறையை இனிப் பாவிக்க முடியாது என முடிவு செய்து மூன்று பேருக்கும் வேறுவேறு அறைகளைத் தந்து வேற்று நாட்டுக்காரருடன் மூன்று இரவும் தங்கும்படிச் செய்தார்கள்.

மூன்றாம் நாள் இரவு மொஸ்கோவில் இருந்து பயணம் செய்து அதிகாலையில் பெல்ஜியம் விமான நிலையத்தை வந்து சேர்ந்தோம். விமான நிலையத்திற்கு வந்தபின்னர்தான் தொலைபேசி எடுக்கச் சொன்னார்கள். நாங்கள் தொலைபேசியில் அழைத்த பின்புதான் எங்களை அழைத்துச் செல்பவர் பிரான்சிலிருந்து புறப்பட்டார். நாங்கள் விமான நிலையத்தில் பசியுடனும் பயத்துடனும் காத்திருக்க அவர் மதியத்துக்கு மேல்தான் வந்து சேர்ந்தார். கனக்க எங்களோடு பேசப்படாது என்ற முன்முடிவோடும் இறுகிய முகத்தோடும் ஐரோப்பிய வாசத்தோடும் வந்த அந்த யாழ்ப்பாண முகம் எங்களுக்குப் பிடிபடவுமில்லை, பிடிக்கவுமில்லை.

“இப்பொ போக முடியாது. இரவுதான் போகவேணும். அதுவரை விமான நிலைய உணவகத்தில இருங்கோ” என்றார். ‘ஏதாவது சாப்பிட்டீங்களா? சாப்பிடப் போறீங்களா? குடிக்கப் போறீங்களா?’ என்று அவர் கேட்கவேயில்லை.

சரி, நாங்களாகச் சாப்பிடுவோம் என்று ஐம்பது டொலரை மாத்தினால் பெல்ஜியப் பணத்தில் களிசான ஃசேட்டுப் பைகள் நிறைந்துவிட்டன. “இதை என்ன தம்பி செய்யிறது?” என்று அவரைக் கேட்க “நாலு கோப்பிக்கும் நாலு பண்ணுக்கும் ஓடர் பண்ணுங்கோ, உந்தப் பணம் காணாமல் வரும்” என்றார். அப்படியே காணாமல் வந்தது. சாப்பிட்டும் பேசியும் நித்திரை தூங்கியும் ஒருமாதிரிப் பொழுது கழிந்தது.

இரவானதும் கார் ஓடத் தொடங்கியது. “இது உங்கள் வாழ்க்கையில முக்கியக் கட்டம். இதிலை வெற்றி கொண்டால்தான் வெளிநாடு. போடரில உசாராய்க் கதைக்கவேணும். ‘இலங்கையில் கவர்மெண்ட் வேலையில் இருக்கின்றோம். அரசு அலுவலாக செக்கோஸ்லவாக்கியா செல்கின்றோம். அதற்கு முதல் பாரிஸ் நகரைப் பார்க்கும் ஆசையில் இப்போது பாரிசுக்குச் செல்கிறோம்.’

குடிவரவு அதிகாரிகளுக்கு இதைத்தான் சொல்ல வேண்டும்" எனத் திரும்பத் திரும்பச் சொல்லித் தந்தார்.

எல்லை வந்தது. எங்களைக் கண்ட உடனேயே நாலைந்து அதிகாரிகள் காரைச் சுற்றி நின்றார்கள். ஒருவர் பாஸ்போட்டைப் பார்த்து ஏதோ கேட்க நாங்கள் ஏதோ சொல்ல நீண்ட நேரம் சென்றது. அந்த அதிகாரிகள் கடைசிவரையும் விசா இல்லாமல் நாங்கள் பிரான்சுக்குள் நுழைய முடியாது என்று உறுதியாக மறுத்தார்கள்.

எங்களைக் கூட்டி வந்தவரும் ஏதோ கதைத்துப் பார்த்தார். ஒன்றும் சரிவரவில்லை . இறுதியில் அவரே ஒரு முடிவுக்கு வந்தார். "இந்த போடர் கொஞ்ச கஸ்ரமான போடர். இன்னும் நூறு மையிலுக்கப்பால் ஒரு சிறிய போடர் இருக்கு. போக்குவரத்துக் குறைஞ்ச இடம். அங்கு இலகுவாக இருக்கும். கொஞ்சம் நேரம் போனால் சாமமாய்ப் போகும். அவங்களும் நித்திரைத் தூக்கத்தில இருப்பாங்கள். சரியாக் கவனிக்கமாட்டாங்கள். பாஞ்சுவிடலாம்" எனச் சொல்லியபடியே காரைத் திருப்பினார்.

நூறு மையிலுக்கப்பால் சாமத்தில் அந்தச் சிறிய போடர் வந்தது.

வெட்ட வெளி. ஒரு அளவான அறை போன்ற கட்டடம். தெருவை மறித்து ஒரு தடி. இரண்டு அதிகாரிகள் மாத்திரம் இருந்தார்கள். எங்கள் மூன்று பேரையும் அறைக்குள் கூப்பிட்டார்கள். ஏதோ விசாரித்துப் பார்த்தார்கள். உலக வரைபடத்தில் நான்கு முறை தேடியும், நான்கு புத்தகங்களில் தேடியும் சிறீலங்கா என்றொரு நாடு இருப்பது அவர்களுக்குத் தெரியவேயில்லை. எங்களை அழைத்து வந்தவரைக் கூட்டி வரச் சொன்னார்கள். வந்தவர் அவர்களுடன் கதைத்துப்போட்டு "உங்களுக்குப் பிரான்ஸ்சுக்கு விசா இல்லையாம். உங்களைப் போகவிட முடியாது. திரும்பிப் போகச் சொல்றாங்கள்" என மொழிபெயர்த்தார்.

பாலன் "நீங்கள்தானே தம்பி கூட்டி வந்தனீங்கள். இப்ப இப்படிச் சொல்லுறியள்" எனக் கேட்டான்.

"நான் இப்படித்தான் கதைப்பன். இல்லாவிட்டா என்னைச் சந்தேகிப்பாங்கள்" என்று கூறிவிட்டு "இனி நான் இப்படித்தான் சொல்லப் போறன். நீங்கள் துணிவாய் இருக்கவேணும்" என்றார்.

"நான் பெல்ஜியம் எயாப்போட்டுக்கு ஒருவரை வழி அனுப்ப வந்தனான். அப்போ இவங்கள் மூவரையும் கண்டன். என்னுடைய மொழி பேசுறவங்களாய் இருந்தாங்கள். பாரிசில் தங்களை

விடும்படிக் கேட்டார்கள். அதுதான் கூட்டி வந்தனான். எனக்கு விடிய வேலைக்கு நிக்க வேணும். நான் போகப் போறன்" என்றார்.

நாங்கள் திடுக்கிட்டோம். அதிகாரிகள் ஏதோ கதைக்க இவர் ஏதோ கதைக்க முடிவில்லாமல் போய்க்கொண்டேயிருந்தது. திடீரென்று அவர் போய்க் காரில் இருந்துவிட்டார். எங்களை வெளியே போகும்படி அந்த அதிகாரிகள் சொன்னார்கள்.

நாங்கள் காருக்குள் போக, அவர் "காருக்கை வரவேண்டாம். அவங்களுக்கு முன்னாலை போய் நில்லுங்கோ" எனக் கலைத்தார். கட்டடத்துக்குள்ளும் இல்லாமல் காருக்குள்ளும் இல்லாமல் குளிர்வெளியில் நின்றோம்.

அப்போதுதான் அருள்நாதர் வானத்தைக் காட்டிக் "கொண்டலிலை மழை கறுக்குது" என்றார். அவர் சொன்ன சொற்ப நேரத்தில் வானத்தைக் காட்டி "மழை மாதிரியும் தெரியேல்லை. தூவானம் மாதிரியும் தெரியேல்லை. வெள்ளைப் பூ மாதிரி தூவுது. என்ன சனியன்ரா இது?" அவர் கேட்க "ஐயோ இதுதான்ரா ஸ்னோ" என நான் ஆர்ப்பரித்தேன்.

குளிர் இப்போ காதைப் பிய்க்குது.

திரும்பவும் அந்த அலுவலகத்துக்குள் போய் நின்றோம். இப்போது அவர்கள் கொஞ்சம் கனிவாக இருந்தார்கள். ஒரு படம் கீறிக் காட்டினார்கள். "பெல்ஜியத்துக்குத் திரும்பிப் போங்கோ. இந்த இடத்தில் பிரான்ஸ் தூதரகம் இருக்கு. அங்கு விடியப் போனீங்கள் என்றால் தாராளமாக விசா தருவார்கள். வேண்டிக்கொண்டு வாங்கோ. நாங்கள் தாராளமாய் விடுகின்றோம்" என்றார்கள்.

அந்த நேரம் எங்களைக் கூட்டிவந்தவர் திடீரென வந்து "இன்னும் அரை மணி நேரம்தான் நிற்பேன். நீங்கள் இவங்களை விடாவிட்டால் நான் போய்விடுவேன். நீங்களே கொண்டுபோய் பெல்ஜியத்தில் விடுங்கள்" என்று சொன்னார்.

அவர்கள் "தய்வுசெய்து நீ கூட்டிக்கொண்டு வந்த மாதிரியே கொண்டே விடு. எங்களுக்குக் கொண்டுபோற வசதியில்லை. இவங்களை வைத்திருந்து நாங்கள் என்ன செய்யிறது?" என்று அவரிடம் கெஞ்சினார்கள்.

அவர் திரும்பப்போய் காருக்குள் படுத்துக்கொண்டார். ஒரு மணிநேரம் கழிந்தது. இப்போ விடியப்புறம் நாலு மணியிருக்கும். அந்த ஆளில்லா வெளியில் ஒரு வாகனம் வந்தது. யாரோ எல்லை கடப்பவர்கள் என்று நாங்கள் நினைத்தோம்.

பனி தூவிக்கொண்டிருக்க இரண்டு அழகான பெண்கள் காரிலிருந்து இறங்கினார்கள். அந்த வறண்ட இடத்தில் பூமாரி

பொழிஞ்ச மாதிரி இருந்தது. அந்த இடமே உயிர்ப் பெற்றது. இந்த இக்கட்டிலும் என்ன மாதிரியான வடிவு... கொண்டலிலை மழை கறுக்கக் குமரி அழகு... என்று பாலன் ஏதோ பாட வெளிக்கிட்டான். வந்தவர்கள் கோப்பி கொண்டுவந்து அந்த அதிகாரிகளுக்குக் கொடுத்தது மாத்திரமல்ல, எங்களுக்கும் தந்தார்கள். அதிகாரிகளும் இப்போ ஒரு கொண்டாட்ட மனநிலைக்கு வந்துவிட்டார்கள்.

அன்பான பெண்கள், அழகான பெண்கள். அவர்கள் சந்தோசத்திற்கு நாங்கள் இப்போ இடஞ்சலாய் இருக்கின்றோம் என்பது போலப்பட்டது. அதில் ஒரு பெண்ணுக்குச் சிறீலங்கா நல்லாய்த் தெரிந்திருந்தது. தேயிலை பற்றி, யானை பற்றி, கறுவா பற்றியெல்லாம் எங்களுடன் ஆங்கிலத்தில் கதைக்கத் தொடங்கி விட்டாள். அதிகாரிகள் விடியப்போகிறதே என்ற கவலையில் இருப்பது போலப்பட்டது.

நாங்கள் இப்படியே நின்றால் அப்பெண்கள் திரும்பிப்போவது தவிர வேறு வழியில்லை. குளிரில் கோழிக் குஞ்சுகள் போல் குறுங்கிப்போய் நின்ற எங்களுக்காய் ஏதோ அதிகாரிகளிடம் வாதிட்டார்கள். வேறு வாகனங்களோ ஆள் நடமாட்டமோ இல்லை. அதிகாரிகளும் பெண்களுமாகச் சேர்ந்து பேசினார்கள்.

பிறகு பிரான்ஸ் பக்கமாய் குறுக்காலை இருந்த தடையை ஒரு அதிகாரி தூக்கிப் "போய்த் தொலையுங்கோ" எனக் கையசைத்தான்.

நாங்கள் காரில் ஏறியவுடன் எங்களைக் கூட்டிவந்தவர் "அவளுகள் இஞ்சினேக்கை திரியிற..." எனத் தொடங்க, "இல்லை யண்ணை... அதுகள் தெய்வங்கள்" என்றேன்.

"என்ரை காசிலை குறைக்கமாட்டீங்கள்தானே" என்று சொல்லியவண்ணம் காரை ஸ்ரார்ட் செய்தார்.

விடியத் தொடங்கி கதிரவன் சாடையாய்த் தெரிந்த ஓர் இளவேனில் காலத்தில் நான் பாரிசுக்குள் புகுந்தேன்.

வியேந்தம்மான்

அந்த வீட்டுக்கு யன்னல் சுவரிலும் இருந்தது, கூரையிலும் இருந்தது. அதைப் பார்த்தபோது ஆச்சரியமும் சிரிப்புமாய் இருந்தது.

வெளியில் நின்று பார்த்தபோது அந்த வீடு மூன்று மாடிக் கட்டடமாய்த் தெரிந்தது. பயணப் பைகளுடன் களைக்கக் களைக்க ஏறியபோதுதான் மூன்று மாடிக்கு மேல் நாலாவது தளமும் இருப்பது தெரிந்தது. நாங்கள் கூரையில் இருந்த அந்தச் சிறிய அறைக்கு வந்துசேர்ந்தோம். கூரையிலைக் கூட அறையொன்றைக் கட்டி வாடகைக்கு விடும் புத்திசாலித்தனத்தை மெச்சத்தான் வேண்டும்.

"என்ன... முகம் வாட்டமாய்க் கிடக்கு. இடம் இது பிடிக்கேல்லையோ? நீங்கள் வரப்போறியள் எண்டு பெரிய கஸ்ரப்பட்டுத்தான் இந்த அறையை வாடகைக்குப் பிடிச்சனான்" கூட்டிவந்தவர் சொன்னார்.

"அப்படியொண்டும் இல்லை. பயணக் களைப்பு" எனச் சமாளித்தேன்.

"நாங்களெல்லாம் ஐஞ்சாறு பரப்புக் காணிக்குள்ள வீடும் வீட்டில இருந்து ஐநூறு யார் தள்ளிக் கிணறும் வளவு மூலைக்குள்ள கக்கூசும் எண்டு விட்டு வீதியாய் வாழ்ந்தவங்கள்தான்... என்ன செய்யிறது? இனிப் புதிய சூழலைச் சமாளிச்சு வாழப் பழகவேணும்" என்று அன்போடு சொன்னார்.

"நான் வந்த எழுபதுகளில் இங்க எனக்கெண்டு யாரும் இல்லை. கொஞ்ச நாளைக்குள்ளேயே ஐந்தாறு இடம் மாறி ஒருநாள் வீதிக்கு வரவேண்டியதாய்ப் போச்சுது. வீதியிலையே மூண்டு நாட்கள் திரிஞ்சன். நல்லவேளை அது கோடைக்காலம். இந்தக் கதைகளைச் சொல்லி உங்களைச் சோரப் பண்ண விரும்பல்லை. பயணக் களை தீரப் போய்ப் படுங்கோ" எனச் சொல்லிவிட்டுப் படுத்துவிட்டார்.

எனக்குக் கூரை யன்னலுக்குக் கீழே படுக்கை ஒழுங்கு செய்யப்பட்டு இருந்தது. படுக்கையென்றால் கட்டில் மெத்தையல்ல. ஒரு போர்வையைத் தரையிலே விரித்து இன்னொரு போர்வை யால் போத்துப் படுப்பது.

படுத்திருந்தபடியே அந்தக் கண்ணாடி யன்னலுக்கூடாக வானத்தைப் பார்த்துக்கொண்டிருந்தேன். வாகன நெரிசலோடு பெரிய கட்டடங்கள் நிறைந்த காடாய பாரிஸ் நகரம் விரிந்து கிடந்தது. தமிழ் தவிர வேறு மொழி தெரியாத நான் இந்தப் பிரெஞ்சு நகரத்தில் விசா எடுத்து, இடங்கள் கண்டுபிடித்து, வேலை தேடி, காசு சேர்த்து, ஊர்ப் போய்ச் சேர்வது எக்காலம்?

எனக்கு வாழ வழங்கப்பட்ட பூமி இதுவோ?

நித்திரையோ வருகிறதாக இல்லை. அந்தக் கூரை யன்னலை வெறித்துப் பார்த்துக்கொண்டிருந்தேன். ஊர் பற்றிய நினைவுகள்

எழுதித் தீராப் பக்கங்கள் 35

மனதிலே ஓடிக்கொண்டிருந்தன. ஊர், வளவு, வீடு... வீட்டைப் பற்றி யோசிக்கத்தான் திடீரென்று ஞாபகம் வந்தது. இது வீட்டுக்கூரை வேயிற வருடம். வீடு வேய்வது என்றவுடன் வியேந்தம்மானின் நினைவும் வந்தது.

வீடு வேய்வதென்பது சாதாரண விடயமல்ல. முதலில் இரண்டு மூன்று பனைக்காணிக்காரர்களிடம் சென்று ஓலை தீர்க்க வேண்டும். பிறகு சனிக்கிழமை ஓலை வெட்டென்றால் புதன்கிழமை சாந்தைக்குச் சென்று ஓலை வெட்டுக்காரரை முன்பதிவு செய்ய வேண்டும். சாந்தை எங்களுக்கு அருகிலிருந்த ஒரு கிராமம்.

சனிக்கிழமை அதிகாலையிலேயே வெட்டுக்காரர்கள் வந்துவிடுவார்கள். நான் வெள்ளெனவே எழும்பி ஆயத்தமாய் நிற்பேன். ஏதோ வேலை செய்வதற்காக அல்ல; ஓலை வெட்டைப் பார்ப்பதற்கு.

'தற தற' என்று நாலைந்து பேர் பனைகளில் ஏறுவார்கள். 'சற சற'வென ஓலைகள் ஆடி விழுகின்ற அழகும் ஓசையும் இனிமையான இசையுடன் கூடிய நடனம் போல் இருக்கும். பனைகளில் நுங்கு வெட்டுவதற்கு எங்களுக்கு உரிமையில்லா விட்டாலும் ஓலை வெட்டுகிறவர்கள் கனிவானவர்கள். மிக அருமையான கனிந்த நுங்கு வெட்டித் தருவார்கள்.

மத்தியானத்துக்கு மேல் மாமாமாரும் அங்கிள்மாரும் ஓலைமிதிக்க வந்துவிடுவார்கள். ஓலைகளை இழுத்து இழுத்துக் கொடுக்க நீளவாக்கில் ஓலையைப் போட்டுக் காலால் மிதித்துக் கொண்டு போவார்கள். சின்னவயதிலை கருக்கு வெட்டிப் போடும் என்று அம்மம்மா என்னை ஓலைகளுக்குக் கிட்டப் போக விடமாட்டா.

இதெல்லாம் நடந்துகொண்டிருக்க மூன்று மணிக்கு மேல சாடையான வெறியோடை வியேந்தம்மான் உள்ளே நுழைவார். திடகாத்திரமான உடல். அவர் வருகை ஒரு கூத்தில் ராசா வருவதுபோல் இருக்கும். நான் அறிந்த முதலும் கடைசியுமான கலகக்காரன் அவர்தான்.

கோவில் சபையோடு அவருக்கு எப்பவும் சண்டை. டெய்சி அக்கா தூங்கிச் செத்தபோது துக்கமணி அடிக்கவில்லை யென்று மாவிலை கட்டியிருந்த கோவில்மணியை இரவோடை இரவாய் அறுத்து வீழ்த்தி ஐந்தாறு பேரிடமாவது அடிவாங்கி யிருப்பார். அவவின் உடலைச் சவக்காலைக்குள் அடக்கம் செய்ய மறுத்த போது தனியாளாய் நின்று போராடிச் சவக்காலைக்குள் அடக்கம் செய்தது பெரிய வரலாறு.

கோவில் நிலுவைகளைக் கட்டமாட்டார். கோயிலுக்கும் வரமாட்டார். பங்குச் சுவாமியாரைக் கண்டால் பத்தடி தள்ளி நிற்பார்.

ஆனால் கோவில் திருநாள் அன்று சொரூபம் கொண்டு சுரோலை வெளியிலை வரேக்கை மூன்றாவது பாடல் அவர்தான் பாடுவார். அதற்கொரு காரணம் இருந்தது. அப்பன் பாட்டன் என்று அவருடைய பரம்பரைதான் அந்தப் பாடலைப் பாடுவார்கள். அந்த உரிமையை விட்டுக்கொடுக்க முடியாதெல்லோ. 'பவனியைப் பாரும், திட்டன் வாற பவனியைப் பாரும்' என்ற அந்தப் பாடல் இப்பவும் காதிலைக் கேட்டுக்கொண்டேயிருக்கிறது. அவர் பாடுவதில் கோவில் சபையாருக்குப் பெரிய விருப்பமில்லை. ஆனால் ஒருத்தரும் தடுக்கமாட்டினம். மடியிலை அம்மான் வில்லுக்கத்தி வைச்சிருப்பார் எண்டு பயம்.

ஒருநாள் சந்தையிலை மூப்பர் இவரைக் கண்டு "நீ கோவில் காசு கட்டிறதில்லை. நீ செத்தால் உன்ரை சடலத்தைச் சவக்காலைக்குள் தாக்க விடமாட்டன்" என்றாராம். "அப்ப சடலத்தை நீயே வைச்சிரு" என்று அம்மான் பதில் சொல்லச் சனம் முழுக்கச் சிரிச்சதாம்.

காசு செலவழிக்கிறது அம்மம்மா எண்டாலும், வீட்டு வேய்ச்சல் எண்ட இந்தச் சடங்குக்குப் பெரியாளாய் இருப்பது வியேந்தம்மான்தான். அவர் அம்மம்மாவின் சகோதரன். அவர் பள்ளிக்கூடம் போனதில்லை. வேதப் புத்தகம் படிக்கவில்லை. இலக்கியம் தெரியாது. ஏதோ தனக்குத் தெரிந்த ஒரு தர்மத்தின்படி இயங்கி வாழ்வைக் கடந்தவர்.

அம்மான் வேட்டி அல்லது சாறம் கட்டியிருந்தாலும் உள்ளங்கி (கோவணம்) தெரியிற மாதிரிதான் திரிவார். அது அவருடைய எதிர்ப்புகளை வெளிப்படுத்தும் அடையாளமாகவே எனக்குப் பட்டது.

நான் நண்பர்களோடு நிற்கும்போது அம்மான் தெருவில் வருவார். நண்பர்கள் "அம்மான் சீன்சை மூடுங்கோ! கூத்தெல்லோ தெரியுது" என நக்கல் அடிப்பார்கள். "நில்லுங்கோடா தாய்... குஞ்சுகள்" எனக் கெட்டவார்த்தைச் சொல்லி எங்களைத் துரத்துவார். எனக்கு அவர் பேரன் முறைதானே. பெரிய வெட்கமாய் இருக்கும்.

கூரை வேய்வதிலெல்லாம் எங்களுக்கு உதவி செய்யும் அம்மான், சித்திரை வைகாசிக் கள்ளு முடிய முதல் அம்மம்மாவுடன் அல்லது மாமாவுடன் பெரிய கொழுவல் ஒண்டைப் போடுவார். அது ஒரு பழைய காணிப் பிரச்சினையைக் காரணம் காட்டித் தொடங்கும். இந்தச் சண்டை வருசா வருசம் நடக்கும்.

முடிவில் அப்படியே கோபித்துக்கொண்டு ஐந்தாறு மாதத்திற்கு வீட்டுப் பக்கம் வரமாட்டார்.

நத்தாரண்டு விடியக்காலை திருந்தாதி மணி கேட்கேக்கை அம்மான் திரும்ப வீட்டுக்கு வருவார். அம்மம்மாவும் அவர் நெத்தியில குருசு போட்டுக் கைவியளம் கொடுப்பா. அந்த உறவும் நேசமும் அடுத்த சித்திரை வைகாசிக் கள்ளோடு மறுபடியும் முடியும். ஆனால் என்னை எப்பக் கண்டாலும் அன்போடு பேசி நலம் விசாரிப்பார்.

அவர் வழக்கமாக என்னிடம் கேட்கின்ற ஒரு கேள்வி. அது நக்கலோ அல்லது அக்கறையோ என்று எனக்கு இப்பவும் புரியுதில்லை. "எப்ப ராசா படிப்பு முடியும்?" இதை என்ரை ஆறாம் வகுப்பிலையே கேட்கத் தொடங்கிவிட்டார். கொஞ்சம் சங்கடமாய்த்தான் இருக்கும். ஏனென்றால் அதற்கான விடை எனக்குத் தெரியாது. இப்பவும் தெரியாது. அது இப்பவும் தொடர்கிறது.

அம்மான் கூரை வேய்வதில் நிபுணர். கடகடவெனப் பனை மட்டைகளை வெட்டிக் காயப் போடுவார். மட்டையை வெட்ட வெட்ட நல்ல நல்ல தூசணங்கள் போகும். அதைவிட ஊர் அறியாத கெட்டக் கதைகளும் வந்துகொண்டிருக்கும். வெறியைப் பொறுத்துத் தூசணங்களின் கனதி அதிகமாகும். அம்மம்மா அங்கினேக்கை நிண்டாவெண்டால் "அறுந்து போவானே! வாய் அழுகப் போகுதடா. மக்கள் மருமக்கள் குஞ்சு குறுமன் நிப்பிற இடத்திலை என்னடா கதைக்கிறாய். நீ கட்டாயம் நரகத்துக்குத்தான் போவாய்" எனச் சத்தம் வைப்பா.

"ஓமடி! ஓமடி! உங்களப்போல எல்லோரும் மோட்சத்துக்குப் போனால் ஆரைப்போட்டு 'அந்தாள்' (கடவுள்) நரகத்திலை எரிக்கிறது? பொச்சு மட்டையையோ? அது அங்கக் கிடக்கோ தெரியா... எங்களைப்போல ஆக்களைத்தான் போட்டெரிக்க வேணும்" என்றபடியே வேலையையும் தூசணங்களையும் தொடர்வார்.

இப்படி அந்தச் சனிக்கிழமை சந்தோசமாய்ப் போகும். மாலை ஆறுமணிக்கு முதல் ஓலைகளைத் திரும்ப இழுத்துக் கொடுக்க 'கரம்' போடப்படும். வட்டமாய் ஓலைகளை ஒன்றுக்கு மேல் ஒன்றாக அடுக்கிக்கொண்டு போவார்கள். அந்தச் சின்ன வட்டம் இரண்டாள் உயரத்திற்கு இருக்கும். அதற்குப் பெயர்தான் கரம். அதற்குமேல் பாரமான பொருட்கள் வைக்கப்படும்.

அதற்குப்பிறகு ஒரு மாதத்துக்கு மேல் வெயிலில் காய்ந்து மழையில் நனைந்து ஓலை பதமாய் ஒரு மண்நிறத்தில் வந்துவிடும்,

இதற்குப் பிறகுதான் வீடு வேய்ச்சலுக்கு நாள் குறிக்கப்படும். வேய்ச்சலுக்கு முதலே வீட்டுக்குள்ளை இருக்கின்ற சாமான்களை ஒழுங்குபடுத்தி வெளியில் வைக்க வேண்டும். உள்ளுக்குள் வைத்து மூடக்கூடியதை மூடிவைக்க வேண்டும். வேய்ச்சலன்று அதிகாலை ஐந்து மணிக்கே மாமா வந்துவிடுவார்.

மாமா கடகடவென்று தாழ்வார ஓலையெல்லாத்தையும் கழற்றிக் கழற்றி எறிய, நானும் என் நண்பர்களும் எடுத்து அடுக்குவோம். அந்த ஓலைகளை அடுக்கிக் கட்டிமுடிய முன்னர் தோட்டக்காரர் வந்து வேண்டிக்கொண்டு போய்விடுவர்.

இன்னொரு புறம் மாக் குழைப்பதும் தேங்காய்த் துருவுவதுமாகக் குசினி அமளியாயிருக்கும். அன்று காலையில் அவிக்கின்ற குழல் புட்டும் கருவாட்டுப் பொரியலும் சம்பலும் அருமையாயிருக்கும். அதெல்லாம் சேர்ந்து வாற வாசனைக்கும் உருசைக்கும் பாரிஸ் நகரை வித்துக் கொடுக்கலாம்.

குழலால் புட்டைத் தள்ளித் தள்ளிவிட, சொந்தபந்தம் எல்லாம் சாப்பிட்டுக்கொண்டேயிருப்பார்கள். எந்த வருசமாவது அந்தப் புட்டின் உருசி குறைந்துபோனதாக ஞாபகம் இல்லை. வீட்டுவேய்ச்சல் புட்டைப்போல் என் வாழ்க்கையில் இன்னொரு சாப்பாடு கிடைத்ததுமில்லை.

எட்டுமணிக்கு முதல் காலைச் சாப்பாடு முடிந்துவிடும். கரத்தால் இரண்டு மூன்று பேர் ஓலைகளை இழுத்துவருவார்கள். இரண்டு மூன்று பேர் ஓலைகளைக் கூரையை நோக்கி எறிவார்கள். கூரையில் நின்று இரண்டு மூன்று பேர் ஓலைகளை அடுக்குவார்கள். அடுக்கிய ஓலைகளைக் குத்தூசியால் குத்திக் கட்டுகிற நாரைக் கூரையின் உட்புறத்துக்குத் தள்ளுவார்கள். கீழே சிலர் நின்று கோத்துவிட வேண்டும். மேலே வந்த நாரை இழுத்துக் கட்டுவார்கள்.

ஓலைகள் நல்லாய் மேலே போனபின்தான் வியேந்தம்மான் வருவார். அவருக்குத்தான் முகடு கட்டத் தெரியும். முகடு கட்டுவது பிழைத்தால் வீடு ஒழுகத் தொடங்கிவிடும். "ஐம்பது வருசத்துக்கு மேல் எத்தனை முகடு கட்டியிருப்பன்" எனப் புளுகிக்கொண்டே மற்றவர்களை அதட்டி வேலைவாங்குவார்.

யாராவது ஒருவர் மாதகலுக்குப் போய் வாளை மீன் வேண்டி வருவார். மத்தியானத்துக்கு மணக்க மணக்க அருமையான மீன்குழம்புச் சாப்பாடு. ஒருமணிக்கு முதல் எல்லாம் முடிந்து விடும்.

இப்போ எங்கள் இனத்துக்கே ஒரு கூரையில்லாமல் போய் விட்டது. அதை வேய்ந்துதர எந்த வியேந்தம்மானும் எங்கள் மத்தியில் இல்லை.

இப்படியெல்லாம் யோசித்துக்கொண்டிருக்கையில்தான் நெஞ்சு திடுக்கிட்டது. நாளை அதிகாலை வெள்ளென எழும்பி சித்தை பொலிசிலை அகதியாய் என்னைப் பதிவுசெய்ய வேணும். இன்னாரின்ரை மகன், இந்தச் சாதிக்காரன், இந்த ஊர்க்காரன் இப்படியெல்லாம் பெயர் இருந்த எனக்கு இப்போது புதுப் பெயர் சூட்டப்போகிறார்கள்.

நாளையிலிருந்து...

என் பெயர் அகதி.

❖

தட்சூணுடன் சித்தைக்குப் போனமை

பிரபாகரனுக்கும் உமாமகேஸ்வரனுக்கும் ஏதோ பிரச்சினையாம்.

புதிதாக இலங்கையில் இருந்து வந்தவர்கள் என்று எங்களைப் பார்க்க நிறைய பேர் வந்திருந்தார்கள். அவர்களில் ஒருவர் இந்தக் கேள்வியைக் கேட்டார்.

ஒன்றுமே பேசாமல் இருந்த தட்சூண் 'அரசியல் வேண்டாமே' எனச் சைகை செய்தார். எனக்கும் இதுகளைப் பேசும் மனநிலை இல்லை. என்னுடன் வந்த அருள்நாதர் வன்முறையை விரும்பாதவர். வன்முறைக்கு யாரும் ஆதரவுநிலை எடுத்துப் பேசினால் மூஞ்சையில் குத்தி இரத்தம் வந்ததன் பிறகு, 'வன்முறை கூடாதெல்லோ' எனச் சொல்லக்கூடியவர். ஊரிலை சாதிப் பிரச்சினை வந்தபோது வன்முறையால் அடக்குமுறையை எதிர்க்கக்கூடாது என்று பேசிக்கொண்டே எதுக்கும் கைக்காவலாய் இருக்கட்டும் என்று மணியம் பட்டறையில் இரண்டு வாள் அடிச்சு வைத்திருந்தவர். அவரும் சத்தம் வையாமல் இருந்தார்.

நாங்கள் மௌனமாய் இருந்தபடியால் அந்தப் பேச்சு அதற்குமேல் தொடரவில்லை. நாங்கள் அப்போதுதான் பாரிஸ் நகருக்கு வந்து சேர்ந்திருந்தோம். அந்த அறையில் உலாவித் திரிந்தவர்களில் தட்சூண் என்பவரை எனக்குப் பிடித்துக் கொண்டது. அவர் றூமில் தங்கியிருப்பவரா? அல்லது விருந்தினரா? என்பது இரவு அவர் எங்களுக்குப் படுப்பதற்கு இடம் ஒதுக்கியபோதுதான் விளங்கியது. றூமில் எல்லா வேலைகளையும் குறிப்பறிந்து அவரே செய்துகொண்டிருந்தார். இந்த வேலைகளுக்கிடையே அடிக்கடி வைன் குடித்துக்கொண்டும் இருந்தார். சுவாரசியமாக எங்களுடன் கதைத்தார். நல்ல பொடியன்போல் பட்டது. முதல் முதல் அவரைப் பார்த்தபோதே எனக்குப் பிடித்துக்கொண்டது.

நாங்கள் பாரிசுக்கு வந்துசேர்ந்த அடுத்த நாள். இன்று சித்தைக்கு (விசா கொடுக்கும் அலுவலகம் இருக்கும் இடம்) சென்று நான் இந்த நாட்டுக்கு வந்திருக்கும் அகதியெனப் பதிவு செய்ய வேண்டும். பாரிசுக்குப் போய்ச் சேர்ந்ததிலிருந்து இந்த நடைமுறையைச் சரியாகச் செய்து முடிக்க வேண்டுமே என்ற பயம் இருந்தது. சித்தையில் பதிந்து விசா எடுத்தால்தான் பாரிசில் நான் தங்கியிருக்க முடியும்.

அடுத்தநாள் அதிகாலை அருள்நாதர் எல்லோருக்கும் முதலே எழும்பிவிட்டார். அவர் பல்லுத் தீட்டி வாய்க் கொப்பளிக்கும் சத்தத்தால் அறை அதிர்ந்துகொண்டிருந்தது. எல்லோரும் எழும்பி விட்டார்கள். ஆறு மணிக்கு முதல் போய்ச் சேர்ந்தால்தான் மத்தியானத்திற்கு முதல் எல்லா அலுவல்களையும் முடித்து வெளியில் வரலாம் என்று சொன்னார்கள். தட்சூண் எங்களைக் கூட்டிச்சென்று விசா எடுக்க உதவுவார் என்று மச்சான் சொல்லியிருந்தார். தட்சூண் இன்னும் எழும்பவில்லை.

தட்சூண் முதல்நாள் போட்டிருந்த ஸ்வெற்றர் களிசான் சேட்டுடனேயே படுத்திருந்தார். நாங்கள்தான் அவரை

எழுப்பினோம். அப்படியே எழுந்தார். போய் குசினி பைப்பில் வாய் கொப்பளித்தார். குசினியில் இருந்த ஏதோவொரு துணியால் முகத்தைத் துடைத்தார். சிரித்த வண்ணம் "நீங்கள் ரெடியோ?" என்று கேட்டார்.

நித்திரையிலிருந்தபடியே வெளிக்கிடுவது எங்களுக்கு ஆச்சரியமாகவிருந்தது. "நீங்கள் பல்லுத் தீட்டிக் குளித்து முகம் கழுவி வெளிக்கிடுவதில்லையோ?" என்று கேட்டேன்.

அவரோ சேர்ட்டையும் ஸ்வெற்றரையும் கழட்டி, உதறித் திரும்பவும் அதையே போட்டுக்கொண்டு "இது வெளி நாடெல்லோ. மினக்கெடாமல் வெளிக்கிடுங்கோ" என்றார்.

எனக்கு வெளிநாடு பற்றியிருந்த அபிப்பிராயங்கள் குறையத் தொடங்கின.

வெளிக்கிடும்போது அறையில் இருந்த இன்னொருவர் சொன்னார் "அவங்களிடம் கதைக்கேக்கை வடிவாய் கவனிக்க வேணும். பத்திரங்களில் ஓரிடத்தில் அகதிகளை 65 பிராங் கட்டச் சொல்லிக் கேட்பார்கள். எங்களிடம் பணம் இல்லை என்று சொன்னால் பணம் எதுவும் கட்டத் தேவையில்லை. எங்களிடம் கொஞ்சப் பணம் இருக்கிறது என்று சொன்னாலும் அந்த 65 பிராங்கைக் கட்ட வேண்டிவரும். அன்று முடியாவிட்டாலும் இன்னொரு நாளைக்குத் திரும்பப் போய்க் கட்ட வேண்டிவரும். ஆகவே முதலிலேயே எங்களிடம் பணம் இல்லையென்று சொல்ல வேணும். ஞாபகம் வைச்சுக்கொள்" என்று தட்சூணைத் திரும்பத் திரும்ப எச்சரித்து அனுப்பினார்.

ஆறு மணிக்கே அகதிநிலை கோரும் சித்தை பொலிஸ் அலுவலகத்துக்கு வந்துவிட்டோம். அந்த நீளமான வரிசையில் எங்கள் முறை வந்ததும் நான்தான் முதலில் போனேன். தட்சூண் ஒரு மொழிபெயர்ப்பாளர் போல் என் பக்கத்தில் வந்தார்.

குடிவரவு அதிகாரி ஒரு கட்டுப் பத்திரங்களை எடுத்து வைத்தான். ஐஸ் போட்டுச் சிவந்த விளைமீன்போல் விறைத்திருந்த முகத்துடன் "உன் தகப்பனார் பெயர் என்ன?" எனக் கேட்டான். தட்சூண் ஒருகணம் யோசித்தார். அதிகாரி மீண்டும் "உன் தகப்பனார் பெயர் என்ன?" எனக் கேட்டான். தட்சூண் என்னுடைய தகப்பனார் பெயர் "பணம் இல்லை" என்று சொன்னார்.

'பப்பா' என்பது தகப்பன் என்பதும் 'நொம்' என்பது பெயர் என்பதும் மிகக் கெட்டிக்காரனான எனக்கு 'டப்'பென விளங்கியது. நான் என்னுடைய தகப்பனார் பெயரைச் சொன்னேன்.

அடுத்து "உன்னுடைய அம்மாவின் பெயர் என்ன?" எனக் கேட்டான். தட்சூண் என்னுடைய அம்மாவின் பெயரும் "பணம் இல்லை" எனச் சொல்ல அதிகாரியின் முகம் விகாரமாகித் தட்சூணைப் பார்த்து விலகி நிற்குமாறு சைகை செய்தான். தட்சூணுக்குப் பிரஞ்சு விளங்காதென்பது அப்போதுதான் எனக்கு விளங்கியது. மிச்சமுள்ள பத்திரங்களைக் கைப் பாசையாலும் அரைகுறை ஆங்கிலத்தாலும் முகபாவனைகளாலும் நிரப்பினேன். அந்த அதிகாரி மூன்று மாதத்துக்கு அகதியாகப் பிரான்சில் தங்கலாம் என்ற உத்தரவை ஒரு கடதாசியில் எழுதித் தந்தான். அது ஒரு லோன்றி பில் போன்று இருந்தது.

என்னுடன் வந்த அருள்நாதரை நானே கூட்டிச்சென்று அவருக்கான லோன்றித் துண்டைப் பெற்றுக்கொண்டு மத்தியானத்துக்கு முதலே வெற்றிகரமாகச் சித்தை அலுவலகத்தை விட்டு வெளியேறினோம்.

"உங்களுக்காக நான் லீவு எடுத்துவிட்டேன். இப்ப வீட்டைப் போய் என்ன செய்வது. பின்னேரம்தான் சமைப்பாங்கள். நீங்கள் பாரிசில் ஏதாவது பார்க்கப் போகிறீங்களா?" எனத் தட்சூண் கேட்டார்.

பிரான்சைப் பற்றிப் பெரிதாக ஒன்றும் தெரியாவிட்டாலும் மாவீரன் நெப்போலியன் பொனபாட் என்ற பெயர் எனக்குத் தெரிந்திருந்தது. பாரிசில் அந்த மாவீரனுக்கு எப்படியும் பெரிய நினைவுச் சின்னம் இருக்கும், அதைப் பார்ப்போம் என்று எண்ணிப் "பிரான்ஸ் எண்டவுடன என் நினைவுக்கு வாறது நெப்போலியன் தான்" என்றேன்.

"இந்த வெள்ளௌனவோ? இங்கினக்கை குடிக்கிறதெண்டால் சரியான காசு. அதெல்லாம் இரவு றூமிலைதான். ஆனால் நெப்போலியன் எடுக்க மாட்டினம். வலன்ரையின்தான்" என்றார்.

அருள்நாதர் ஏதோ யோசனையில் இருந்தவர் திடுக்கிட்டு, "அடைக்கல முத்தற்ரை வலன்ரையினும் பாரிசுக்கு வந்துட்டானோ? நாளைக்கு விடியக் காலமையே அவனோடைக் கதைக்கோணும்" என்று குழம்பினார்.

இது என்னடா சிக்கலாய் இருக்கு என்று நான் தடுமாறி "நெப்போலியன் எண்டவர் ஒருகாலத்தில் உலகத்தை அதிரச் செய்த பிரான்ஸ் தேசத்து அதிபர். அவருக்கு ஏதாவது நினைவுச் சின்னம் இருக்கா?" என்று கேட்டேன்.

தட்சூண் கொஞ்ச நேரம் யோசித்துவிட்டுப் "பன்னிரெண்டு வீதிகள் கூடுற இடத்திலை ஒரு அழகான கட்டடம் இருக்கு.

அதுவாய்த்தான் இருக்க வேணும். கொஞ்சத் தூரந்தான். வாங்கோ போவோம்” என்றார்.

அவர் சொன்னதைவிட அந்த இடம் மிக அழகாக இருந்தது. பன்னிரெண்டு வீதிகள் சந்திக்கும் இடத்தில் பெரிய நெருப்புச் சுடருடன் வட்ட வடிவான நிலத்தில் அந்தச் சதுரக் கட்டடம் கண்ணைக் கவரும்வண்ணம் இருந்தது. ஆனால் நெப்போலியன் என்ற பெயர் எங்கும் காணப்படவில்லை.

நெப்போலியன் என்றோ பொனபாட் என்றோ ஒரு இடமும் எழுதியிருக்கவில்லை. அங்கு இருந்த படங்களும் சுவர் ஓவியங்களும் நெப்போலியன்போல இல்லையே எனத் தட்சூணைக் கேட்டேன்.

தட்சூணுக்குக் கோபம் வந்துவிட்டது. “நெப்போலியனை உங்களுக்குத் தெரியுமோ? அவற்ர போட்டோவையாவது பாத்திருக்கிறியளோ? இது அவற்ர இடம் எண்டு நினைச்சுத்தான் கூட்டிவந்தனான். இது இல்லாட்டால் நான் என்னண்ணை செய்யிறது?” பின்பு கொஞ்சம் கனிவாகி “நெப்போலியனால் எங்களுக்கு ஆகப்போகிறது ஒண்டும் இல்லை. இன்னொரு இடத்திற்கு அழைச்சிட்டுப் போறன். அது ஒரு அற்புதமான சினிமா. இதை வாழ்க்கையில நீங்கள் பார்த்திருக்கமாட்டீங்கள்” என்று எங்களைக் கூட்டிக்கொண்டு விறுவிறுவென நடக்கத் தொடங்கினார்.

எங்களுக்குப் பொதுவாக ஆங்கிலமே பெரிதாகப் புரியாது. இந்த நிலையில் பிரெஞ்சுப் படம் எங்கே எனக்குப் புரியப் போகிறது என்ற சிந்தனையுடன் போனேன். திரையரங்கின் உள்ளே நுழைந்தபோது இந்தப் படத்தைப் பார்ப்பதற்குப் பிரெஞ்சு அல்ல, எந்த மொழியுமே தேவையில்லை என்பதும் அந்தப் படத்தில் நடிப்பதற்கு ஆடைகள்கூடத் தேவையில்லை என்பதும் புரிந்தது. உள்ளே வயதானவர்கள் ஐந்தாறுபேர் மட்டுமே இருந்தார்கள்.

நாங்கள் போனபோது அந்தப் படம் ஏற்கெனவே தொடங்கி யிருந்தது. தட்சூண் சொன்னார் “படங்கள் தொடர்ந்து ஓடிக் கொண்டிருக்கும். உங்களுக்குத் தேவையானளவு பார்த்ததற்குப் பின்ன நீங்கள் வெளியேறலாம்.”

எனக்கு அந்தப் படத்தைப் பார்த்தபோது எனது உயிரியல் ஆசிரியர் கந்தசாமியும் அவர் வரையும் தவளைகளுமே நினைவுக்கு வந்தன. உள்ளே போய் ஐந்து நிமிடங்களில் அருள்நாதர் “போவோம் போவோம்” என அரட்டத் தொடங்கிவிட்டார். அதைவிடத் தான் கெட்டுச் சீரழிந்தாலும் நான் ஒழுங்காக இருக்க

வேண்டும் என்பதில் உறுதியாய் இருந்தார். எல்லையைக் கடக்கும் பெண்களைச் சுங்கப் பரிசோதகர் சோதனை செய்யும் காட்சி திரையில் ஓடிக்கொண்டிருந்தது. எனக்கும் சீயெண்டு போச்சுது. நானும் தட்சூணிடம் சொன்னேன் "தலையிடிக்குது. வீட்டுக்குப் போவம்."

என்னதான் துன்பங்கள் இருந்தாலும் வாழ்க்கை அர்த்தமற்றுப் போயிருந்தாலும் காதலும் காமமும் மனிதர்களுக்கு வாழ்க்கையில் மனத்திலையாவது சந்தோசத்தைக் கொடுக்கும். இப்படிப்பட்ட படத்தைப் பார்த்தால் அந்த இன்பத்தையும் இழந்துவிடுவோம் எனப் பட்டது. "எந்த விசயத்தையும் இவ்வளவு பெரிசாகப் பார்க்கப்படாது" எனப் புறுபுறுத்துக்கொண்டே அருள்நாதர் வெளியில் வந்தார்.

இரவு 'வலென்ரைன்' எடுத்தார்கள். தட்சூண் 'போர்தோ' வைன் குடித்தார். ஒருநாளிலேயே அவருடைய நண்பனாகிவிட்டேன். அவர் போர்தோ வைனின் அருமைபெருமைகளைப் பற்றியெல்லாம் எனக்குக் கூறினார். ஒரு ரவுண்ட் போனபின் தட்சூண் என்ற பெயரைப் பற்றிக் கேட்டேன்.

தட்சூணுடைய உண்மையான பெயர் மாணிக்கதாசன்.

வேலையிடத்தில் அதைச் சுருக்கித் தாசன் என்று சொல்லியிருக்கிறார். அவருடைய பிரெஞ்சுக்கார முதலாளி அதைத் தட்சூண் என்று கூப்பிடத் தொடங்கியதாகவும் இதைக் கேள்விப்பட்ட தமிழ் நண்பர்களும் அவ்வாறே கூப்பிடுவதாகவும் சொன்னார். சும்மாவே பட்டப்பெயர் வைக்கும் தமிழர்கள் விடுவார்களா?

காலப்போக்கிலே அவரைப் பற்றி நிறைய அறிய முடிந்தது. தட்சூண் மானிப்பாய் மருதடிக் கோவிலுக்கு அருகிலுள்ள ஒரு பெரிய பணக்காரக் குடும்பத்தைச் சேர்ந்தவர். யாழ்ப்பாண நகரில் அவருடைய தகப்பனுக்குப் பெரிய கடையொன்று இருக்கிறது. தகப்பனுடன் பெரிய சண்டையொன்று வந்திருக்கிறது. "இனி உன் முகத்தில் முழிக்கிறேனா பார்" என்று சபதம் போட்டுவிட்டுத் தாயிடம் காசு வேண்டிக்கொண்டு தட்சூண் பிரான்ஸ் வந்துவிட்டார். அவர் இங்கு வாழும் வாழ்க்கையைவிட அவருடைய தந்தையாருடைய கடையில் வேலை செய்பவர்கள் வசதியாக வாழ்வார்கள் என நினைப்பேன். பைபிளில் 'ஊதாரி மகன்' என்றொரு கதையிருக்கும். தகப்பனுடன் சண்டையிட்டு ஒரு மைந்தன் தனக்குச் சேரவேண்டிய பங்கை வாங்கிக்கொண்டு வீட்டை விட்டு வெளியேறுவான். பின் சொத்தையெல்லாம்

செலவழித்துவிட்டுப் பட்டினியோடு திரும்பி வந்து “அப்பா என்னை மன்னித்துக்கொள்ளுங்கோ. என்னை உங்கள் மகனாக ஏற்றுக் கொள்ளாவிட்டாலும் உங்கள் வேலைக்காரர்களில் ஒருவனாய் ஏற்றுக்கொள்ளுங்கள்” என்று சொல்லுவான். தட்சூண் அந்த மகன் போல் தகப்பனின் காலில் போய் விழக்கூடியவர் அல்லர். தகப்பனுக்கெதிரான தனது நிலைப்பாட்டில் உறுதியானவர். மிகுந்த பிடிவாதக்காரர். யாரையும் பிடித்துக் கொண்டால் அவருக்காக உயிரையும் விடக்கூடியவர்.

ஏன் இப்படித் தகப்பனை வெறுக்கிறார்? ஏன் இப்படி வைன் குடித்து ‘வைன் கேஸ்’ என்று பெயர் எடுக்கிறார்? இதுபற்றி ஒருநாளும் நான் அவரைக் கேட்டதில்லை. அவர் என் பெயரைத் தாண்டி என் தனிப்பட்ட வாழ்வுபற்றி ஒருநாளும் ஒரு வியளமும் என்னைக் கேட்டதில்லை. சிறியன சிந்தியா உயர்ந்த உள்ளத்தான்.

அவருக்கு ஒவ்வொரு நாளும் வைன் குடிக்க வேண்டும். ஒரு நாள் வைன் வாங்கிவர மறந்துவிட்டார். அப்பதான் ஒரு தத்துவம் சொன்னார். எப்படி இந்த நாடுகள் வளர்ந்தாலும் இன்னும் முன்னேற இடம் இருக்கு. பைப்பில காஸ் வருகுது. மின்சாரம் வயரில வருகுது. தண்ணி பைப்பில வருகுது. சுடுதண்ணி வருகுது. அதுபோல வைனுக்கும் ஒரு லயினைப் போட்டுவிட்டுப் பில்லை அனுப்பலாம். நாங்கள் கட்டிவிட்டுப் போறோம்.

நல்ல வெறியென்றால் பாரிஸிலிருந்து யாழ்ப்பாணத்தில் இருக்கும் வீட்டுக்கு ரெலிபோன் எடுப்பார். எடுத்தவுடன் அம்மாவிடம் கொடு என்பார். இவர் அழத் தொடங்குவார். அங்கையும் அழுது கேட்கும். ஒன்றுமே கதைக்கமாட்டார். நாங்கள்தான் ரெலிபோனைப் பறித்து வைப்போம்.

வெறியில் ஒவ்வொரு நாளும் என் மச்சானைப் பார்த்து ஒரு வசனம் சொல்லுவார். “நான் செத்தால் என்ரை பொடியை ஊருக்கு அனுப்பப்படாது. இங்குள்ள சோசல் சேர்வீஸில் கொடுக்க வேணும்.”

நான் பாரிஸுக்கு வந்து ஒரு வருடத்துக்குப் பிறகு, ஏதோ காரணங்களுக்காக ரூம் மாறிப் போய்விட்டார். இடைக்கிடை வருவார். எப்போதாவது தொலைபேசியில் பேசுவார். கொஞ்சம் கொஞ்சமாய் இடைவெளி கூடிக்கொண்டு போயிற்று.

பிறகு நான் கனடாவுக்கு வந்துவிட்டேன். நீண்ட நாட்களுக்குப் பிறகு ஒருநாள் அவரைப் பற்றி மச்சானிடம் விசாரித்தேன். மச்சான் அவர் எப்போதோ இறந்துவிட்டதாகச் சொன்னார்.

“ஐயோ! எனக்குத் தெரியாமல் போச்சே” என்றேன்.

"நீ கனடாவிலை இருக்கிறாய். ஆனால் இஞ்சை இருக்கிற எங்களுக்குத் தெரியவே ஆறு மாசம் ஆச்சுது. அவரைப் பொறுப்பேற்க ஒருவரும் இல்லாமல் அரசாங்கமே அடக்கம் செய்ததாம்."

ஒருகணம் திடுக்கிட்டேன். அவரைப் பிரிந்து நீண்ட நாட்களாகிவிட்டன.

இப்போதும் போர்தோ வைனை அருந்தும்போதெல்லாம் தட்சூண் நினைவு வந்து கண் கலங்கும்.

வயதுபோய் கைக்கால் சோர்ந்து மறதிநோய் வந்து நினைவு தடுமாறினாலும் வாழ்க்கையில் சில நாட்களை, சில மனிதர்களை மறக்க முடியாது.

✦

மெத்ரோ பயணங்களில்

"உன்ரை விசாவில் இருக்கிற விலாசத்தை மாத்தவேணும்." சித்தை பொலிசில் விசா எடுத்த மூன்றாம் நாள் இரவு மச்சான் இவ்வாறு சொன்னார்.

"இந்த அறையில் ஐந்து பேருக்கு மேல் விலாசம் கொடுக்க முடியாது. தற்செயலாகப் பிடிபட்டால் பிரச்சினை வரும். வெஜிறாட்டில் இருக்கிற நண்பர் ஒருவரிட்ட அந்த அறையின் டொமசியலை வேண்டி வைத்திருக்கிறன், தந்து விடுகிறேன். அந்த விலாசத்தைத்தான் உன்ரை விசா பேப்பரில் பதிய வேணும். நாளைக்கு வெஜிறாட் மெத்ரோவுக்குப் போய் அங்குள்ள 'பிறிவிற்றோ' பொலிசில் டொமசியலைக் காட்டி விலாசத்தை மாற்று" என்றார்.

கண்டம் மாறி, காலம் மாறி, அணிகின்ற ஆடைகள் மாறி, வேறையொரு நாட்டின் வானத்திற்குக் கீழே வாழத் தொடங்கி ஒரு கிழமைதான் போயிருந்தது. மனம் அவ்வளவு சரியில்லை. இந்தப் பெருநகரத்தில் எப்படிப் போய் அந்த விலாசத்தைக் கண்டுபிடிப்பது? தனிய மெத்ரோ ரயிலில் எப்படிப் போவது?

பாரிசுக்கு வந்து இந்த ஒரு கிழமையில் ஒருநாளும் தனியே வெளியே போனதில்லை. என்னெண்டு போவது என்று மச்சானைக் கேட்டேன். அவருக்குப் பக்கத்திலை நின்ற அல்போன்சன் பொக்கெற்றுக்கை இருந்த, மடித்து வைக்கப்பட்ட ஒரு பெரிய பேப்பரை எடுத்தார். அது பல வர்ணங்களிலிருந்த ஒரு அழகான சிலந்தி வலையின்

ஓவியம் போல் இருந்தது. அவர் அதற்குமேல் பெரிய ஜப்பானிய எழுத்தொன்றைப்போல் கீறத் தொடங்கினார். அவர் அப்படிக் கீறுவது அந்த ஓவியத்தைச் சிதைப்பதுபோல் எனக்குப் பட்டது.

அவர் “இஞ்சை வா. இதைப் பார். நீ இஞ்சையிருக்கிறாய். இப்படிப் போய் இதிலை இறங்கி இதிலை மாறி இஞ்சை ஏறி...” இவ்வாறு சொல்லிக்கொண்டுபோக, மச்சான் அந்தப் பேப்பரைப் பறிச்சுக் கிழிச்செறிஞ்சு போட்டு, “அவனைப் போட்டுக் குழப்பாதை. அவன் தானே கண்டுபிடிச்சுப் போகட்டும். நீ உன்ரை அலுவலைப் பார்” என்றார்.

விடியப்புறம் மச்சான் வேலைக்குப் போகமுதல் என்னை எழுப்பி அந்த டொமசியல் பேப்பரைத் தந்து “நேரத்தோடை போனால்தான் வேலை நடக்கும். கெதியாய்ப் போ” என்று சொல்லிவிட்டுப் போய்விட்டார். எப்படிப் போவது, அங்கு எப்படிக் கதைப்பது என்று எதுவுமே சொல்லவில்லை.

தட்சூண் முழித்தபடியே நித்திரையில் இருந்தார். “என்னோட வர முடியுமா?” என்று கேட்டேன்.

“நீங்கள் என்ன குழந்தைப் பிள்ளையோ? இஞ்சைதானே வாழப் போறியள். நீங்களாய்ப் போய் எல்லாத்தையும் கண்டு பிடியுங்கோ. எனக்கு வேலையிருக்கு” என்று சொல்லித் திரும்பவும் கவுண்டு படுத்தார்.

அந்த நாட்களில் பாரீஸ் நகரத்தில் நிலத்திற்குக் கீழே பதின்மூன்று தடங்களில் மெத்ரோ ரயில்கள் ஓடின. ஒரு மெத்ரோ நிலையத்தில் நின்றால் ரயிலுகள் கிசுகிசுவென மூன்று நிமிசத்துக்கொருக்கா அங்காலும் இஞ்சாலும் ஓடிக்கொண்டே யிருக்கும். பதின்மூன்று தடங்களிலும் ஒரு ஆயிரம் ஓடுமோ? இதைவிட இதற்கு இன்னும் கீழே நான்கு தடங்களில் தூர இடங்களுக்குப் போகக்கூடிய ஆர்.ஈ.ஆர் என்னும் ரயில்கள் ஓடிக்கொண்டிருந்தன. மேலே குறுக்காலும் மறுக்காலும் கணக்கிலடங்காத அளவில் நீண்டதூர ரயில்களும், பலவிதமான பஸ்களும் ஓடிக்கொண்டிருந்தன. எதிலை ஏறி எதிலை இறங்கி...

பனையும் வடலியும் தென்னையும் வாழை மரங்களும் வயல்களும் சூழ்ந்த நூற்றைம்பது வீடுகளும் இருநூறு நாய்களும் கொண்ட ஒரு புள்ளி போன்ற சிறிய கிராமத்தில் இருந்தவனைக் கொண்டுவந்து இந்தக் கட்டிடக் காட்டுக்குள்ளை விட்டால்...! சிலுவையைக் கண்ட பசாசுபோல் முழிபிதுங்கி நின்றேன்.

முதல்முதல் முப்பத்தைந்து சதம் கொடுத்துக் காலையடியில் இருந்து தனியே பஸ் ஏறி யாழ்ப்பாணம் போனது வெகு காலத்திற்கு முன் அல்ல.

கோபமாகக் கதைத்த தட்சூண், கொஞ்சம் இளகியிருந்தார். "உதிலை மெத்ரோ ஸ்ரேசனுக்குப் போகத் தெரியும்தானே. முந்தநாள் கூட்டிக்கொண்டு போனனான். அதுதான். அங்கைபோய் ஒரு மெத்ரோ மப் (*Map*) ஒண்டை வேண்டி வடிவாப் பாருங்கோ. எல்லாம் சட்டென விளங்கும். மெத்ரோவிலை ஏறுங்கோ. முதலிலை சென் லசாரேயில இறங்க வேணும். பிறகு மேரிடி இசி பக்கமாய்ப் போற மெத்ரோவிலை ஏறி வெஜிறாட்டிலை இறங்கவேணும். போட்டிலாச்சப்பல் பக்கம் போகப்படாது. விளங்குதுதானே ?"

தட்சூண் என்ன பாசை கதைக்கிறார் என்றே எனக்கு விளங்கவில்லை. அவருடைய முகத்தையே பார்த்துக்கொண்டு நின்றேன்.

அவர் தொடர்ந்தார் "நீங்கள் படிச்சவர்தானே, பஸ்ஸோ ! ஆர்.ஈ.ஆரோ மாறத் தேவையில்லை. மெத்ரோவிலையே போகலாம். சரியான இடத்தில் மாறினால் சரி." சொல்லிப்போட்டு அவரும் போய்விட்டார்.

ஒரு நம்பிக்கையில் நானும் வெளிக்கிட்டு மெத்ரோவுக்குச் சென்று வரைபடத்தை வேண்டிப் பார்த்தேன். அல்போன்சன் காட்டித்தர வெளிக்கிட்டது இதைத்தான் என்று புரிந்தது. குறுக்குமறுக்குமாய் வர்ணவர்ணக் கோடுகளும் ஏதேதோ பெயர்களும்தான் தெரியுது. "யேசுவே !" என்று சொல்லிக் கொண்டு ஒரு அரைமணித்தியாலம் வரை ஏதோ முகாம் தாக்கப் போகிற போராளி போன்று அதையே பார்த்துக்கொண்டிருந்தேன். ஒருமாதிரி வெஜிறாட் மெத்ரோவைக் கண்டுபிடித்தேன். போகிற பாதையையும்தான்.

அடுத்த ஒரு மணித்தியாலத்தில் வெஜிறாட் மெத்ரோவில் நின்றேன். மெத்ரோவுக்கு வெளியே வந்து பொலிஸ் நிலையத்திற்குப் போகும் வழியை யாரிடம் கேட்கலாம் என்று எண்ணியபடியே நின்றேன். மெத்ரோ நிலையத்தில் இருந்து மிக அருகில்தான் பொலிஸ் நிலையம் என்று றூமில் இருந்தவர்கள் சொல்லியிருந் தார்கள். பாதையை இளைஞர்களிடம் கேட்கிற எண்ணத்தைக் கைவிட்டேன். இளையவர்கள் என்னுடைய மொழியைப் புரிந்துகொண்டு பாதை காட்டுவதற்குப் பொறுமையாகவோ பொறுப்பாகவோ பதில் சொல்லமாட்டார்கள்.

அருகில் விடுப்புப் பார்த்துக்கொண்டிருந்த ஒரு வயதான பெண்மணியிடம் "பொலிஸ் நிலையத்திற்கு எப்படிப் போக வேணும் ?" என்று தமிழ், ஆங்கிலம், பிரெஞ்சு கலந்த ஒரு பொதுமொழியில் கேட்டேன். தயவுசெய்து என்ற அர்த்தம் தரும் 'சில்வுப்பிளே' என்ற வார்த்தையைப் பத்துத்தரம் சொன்னேன்.

அந்த ஒரு வார்த்தையைப் பத்துத்தரம் கேட்டதில் அவ கிறங்கிப் போய்விட்டா! அவ எனக்கு உதவி செய்வதாக முடிவெடுத்தா.

தானே கூட்டிக்கொண்டுபோய் விடுவதாகச் சொன்னா. நானும் 'மேர்சி' சொல்லித் தாய் ஆட்டுக்குப் பின் செல்லும் ஆட்டுக்குட்டியென அவவுக்குப் பின்னே நடந்து சென்றேன். காலையிலேயே ஒரு புண்ணியம் செய்யும் திருப்தியுடன் விறுவிறு என முன்னால் நடக்கத் தொடங்கினா. அரை மணித்தியாலத்திற்கு மேலே நடந்து ஒரு கட்டடத்தைக் காட்டி இதுதான் பொலிஸ்நிலையம் என்று சொல்லிக் கைகுலுக்கி விடைபெற்றா.

நான் உள்ளே போனேன். நிறைய பொலிசார் இருந்தார்கள். என்னை ஒருவரும் கவனிப்பார் இல்லை. நீண்ட நேரம் ஒரு வாங்கில் இருந்தேன். எல்லோரும் பிசியாய் இருந்தார்கள்.

திடீரென்று அந்த இடம் அமைதி இழந்தது. ஒரு ஆப்பிரிக்க இளைஞனை நாலு பொலிசார் இழுத்துவந்தார்கள். அவனை அவர்கள் ஒரு அறைக்குள் தள்ள முயற்சி செய்ய, அவனோ நாலு பொலிசாரையும் தள்ளி விழுத்த முயன்றான். பொலிசார் அவனைக் கால்தடம் போட்டுக் கீழே விழுத்த, மேலும் சில பொலிசார் துப்பாக்கிகளுடன் சுற்றிவளைத்தார்கள். அவனோ அடங்குவதாக இல்லை. பெரிய ரணகளமாக இருந்தது. எனக்கு என்ன செய்வது என்று தெரியவில்லை. சில பொலிஸ்காரர்கள் என்னையும் முறைத்துப் பார்த்தார்கள். நானும் கறுப்புத்தானே. நடுங்கத் தொடங்கினேன்.

நிலத்தில் விழுந்துகிடந்த அவனை விலங்கு போட்டு இழுத்துச் சென்றார்கள். நிலைமை கொஞ்சம் சீராகியது. மெல்லமாய் இதுக்காலை மாறுவோம் என விலகி வெளியிலைப் போக வெளிக்கிட்டேன். அந்தநேரம் ஒரு பெண் பொலிஸ்காரி வந்து "என்ன விடயம்? ஏன் நிற்கிறாய்?" எனப் பிரஞ்சில் அதட்டினாள்.

நான் "அட்ரஸ் சேஞ் அட்ரஸ் சேஞ்" எனக் குளறினேன்

அவள் குழப்பமாய் என்னைப் பார்த்தாள். பிறகு உள்ளே போய் இன்னொரு பொலிஸ்காரனை அழைத்து வந்தாள். இப்போது வந்தவன் ஆங்கிலம் பேசினான். நான் என்னுடைய பிரச்சினையைச் சொன்னேன். அவன், நான் இடம்மாறி வந்து விட்டதாகச் சொன்னான். இது குற்றவியல் பிரிவு பொலிஸ்; கொம்சாரியா பொலிஸ் என அழைப்பது. இங்கு விலாசம் மாற்ற முடியாது என விளங்கப்படுத்தினான். "நீ போக வேண்டியது பிறிவிற்றோ பொலிஸ்" என்றான்.

நான் "விலாசம் தெரியாது" என்றேன். அந்தப் பொலிஸ் பிரிவு இருக்குமிடத்தின் விலாசத்தை எழுதித் தந்தான். அந்தக் குளிரிலும் முகம், தலையெல்லாம் வியர்த்தபடி வெளியில் வந்தேன்.

பொலிஸ் நிலைய வாசலில் நின்ற ஒருவரிடம் அந்தத் துண்டைக் காட்டி இந்த இடத்திற்கு எப்படிப் போக வேண்டும் என்று கேட்டேன். அவர் அங்கிருந்து போய் முதலில் எந்த ரோட்டில் திரும்ப வேண்டும் என்று மாத்திரம் புத்திசாதுரியமாய்ச் சொல்லி, "அந்த ரோட்டில் திரும்பியவுடன் வேறு யாரிடமாவது கேள்" என்றார். எனக்கும் சாடையாய் பிரெஞ்சு மொழி விளங்கத் தொடங்கியது.

அப்படிப் பத்துப் பேருக்கு மேல் கேட்டுப் பொலிஸ் நிலையம் வந்தடையும்போது கைகால் எல்லாம் குளிரில் விறைத்திருந்தன. இப்பப் பார்த்தால் நான் இறங்கிய மெத்ரோ நிலையம் கண்ணுக்கு முன்னால் இருந்தது.

பத்து நிமிடத்தில் என் வேலை முடிவடைந்தது. நான் இடம் மாறி அலைக்கழிந்த கதையை யாருக்கும் சொல்வதில்லையென முடிவெடுத்தேன். மனம் சந்தோசமாக இருந்தது. விலாசம் மாற்றும் வேலை முடிவடைந்துவிட்டது. யாரும் உதவி செய்யாமல் நானே செய்த முதல் வேலை, இந்தப் பிரமாண்டமான பாரிஸ் நகரில் வாழமுடியும் என்ற நம்பிக்கையை வரவழைத்தது.

மீண்டும் மெத்ரோ நிலையத்துக்கு வந்து சேர்ந்தேன். நிலையத்தில் இப்போது கூட்டமேயில்லை. காலையில் வரும்போது சனக் கூட்டமாய் இருந்த இடம் இப்பப் பார்க்கும்போது கொழும்பு மெயில் வண்டி வந்து போனபின் அடங்கியிருக்கும் புங்கங்குளம் புகையிரத நிலையம் மாதிரியிருந்தது.

இனி வீட்டைப் போய்ச் சேர வேண்டும். அரை மணித்தியாலம் அந்தத் தடத்தில் பயணம் செய்து சென் லசாரேயிலை இறங்கி மற்ற மெத்ரோ எடுக்க வேணும்.

மெத்ரோ வந்ததும் ஏறி ஆறுதலாக ஒரு சீற்றில் இருந்தேன். எனக்கு முன்னால் இரண்டு ஆண்களும் இரண்டு பெண்களும் இருந்தார்கள். இளையவர்கள் அருகில் வேறு ஆட்கள் இல்லை. காதல் சோடிகளாய் இருக்க வேண்டும் என எண்ணினேன்.

மூன்று நாளைக்கு முதல் சித்தைக்கு விசா எடுக்கப் போகும்போது இளம் ஆண்களும் பெண்களுமாய் சோடிகளால் அந்த மெத்ரோ ரயில் நிறைந்திருந்தது. உல்லாசப் பயணிகளாய் இருக்க வேண்டும் என எண்ணினேன். முத்தமிட்டுக்கொண்டும் தழுவிக்கொண்டும் இருந்தார்கள். இது என்ன மக்கள் பயணம்

எழுதித் தீராப் பக்கங்கள்

செய்யும் ரயிலோ? அல்லது காதல் வாகனமோ? என வியந்தேன். இலவசக் காட்சிகளை வடிவாய்ப் பார்க்க ஆசைதான்.

அன்றைக்குப் பக்கத்திலை அருள்நாதர் இருந்தபடியால் யன்னலுக்கால் பார்க்கிற மாதிரி கடைக்கண் வீசிக்கொண்டிருந்தேன். யாழ்ப்பாணத்திலை இருந்து பண்டத்தரிப்பாலை கீரிமலைக்குப் போகிற 788 பஸ்சிலை ஒரு பெடியன்ரை மடியிலை பொம்பிளைப் பிள்ளையொன்றிருந்து முத்தமிடும் காட்சியைக் கற்பனை பண்ணப் பயங்கரமாய் இருந்தது.

இன்றைக்கு என்னோடை யாரும் இல்லை. தனியே பயணம் செய்கின்றேன். காதல் காட்சிகளை வடிவாய்ப் பார்க்கலாம். பொதுப் போக்குவரத்து வாகனத்திலேயே முத்தமிடுபவர்கள் அங்கச் சேட்டைகளும் செய்வார்கள். வெளிநாடு என்றால் வெளிநாடுதான். அரைக்கண்ணால் நோட்டம் விட்டுக்கொண்டிருந்தேன்.

இப்படிப் பார்ப்பது நாகரிகம் இல்லை, பண்பு இல்லை என மனசாட்சி சொன்னது. ஆனாலும் 'ஆத்துமாவோ பெலனானது; சரீரமோ பலவீனமானது' என்பதற்கு இணங்கச் சரீரம் வென்றது. மனமும் உடலும் உற்சாகமாய் இருந்தது.

அவர்களைப் பார்த்தேன். அவர்கள் ஏதோ தீவிரமாகக் கதைத்துக்கொண்டிருந்தார்கள். அந்தப் பெண்கள் இருவரும் அப்போது பேரழகிகளாய்த் தெரிந்தார்கள். அந்தக் குளிரிலும் அரைகுறை ஆடையும் சுருள் முடியும் நீண்ட மூக்குமாய் அட்டகாசமாய் இருந்தார்கள். எந்த அங்கச் சேட்டையும் இடம்பெறவில்லை. அந்த விசர்ப்பெடியங்கள் காதல் செய்வதை விட்டுவிட்டுத் தேவையில்லாமல் ஏதோ விவாதித்துக் கொண்டிருந்தாங்கள்.

பேய்ப்பெடியள் என எண்ணிக்கொண்டிருந்தேன். அடுத்து வந்த ஒரு மெத்ரோவில் அந்த இரண்டு பெண்களும் இறங்கிச் சென்றுவிட்டார்கள். அருமந்த சந்தர்ப்பத்தைக் கைவிட்ட மடையன்கள் என யாழ்ப்பாண மனம் அவர்களைத் திட்டியது.

கையிலை பேப்பரோ புத்தகமோ வாசிக்க இல்லை. இனி என்னத்தைப் பார்ப்பது? நித்திரையாவது கொள்வோம் எனக் கண்களை மூடினேன். சற்று நேரத்திலேயே நித்திரையாய்ப் போனேன்.

தற்செயலாய்க் கண்ணைத் திறந்து... திடுக்கிட்டுப் போனேன். அந்தப் பெடியன்கள் இரண்டு பேரும் ஒருவரையொருவர் கட்டியணைத்த வண்ணம் முத்தமிட்டு... அதிர்ந்துவிட்டேன். மனம் ஒருக்கால் குலுங்கி உடல் அதிர்ந்து போயிற்று. என் வாழ்க்கையில்

முன்பு அப்படியொரு காட்சியைக் கண்டதில்லை. சீற் மாறி வேறு ஒரு இடத்தில் அமர்ந்தேன்.

எனக்கு ஏனோ என்னோடு படித்த நவரத்தினராஜாவின் நினைவு வந்தது. வகுப்பிலை பெரிய கெட்டிக்காரன். G.C.E சாதாரண பரீட்சையில் 4D, 4C எடுத்தவன். பெருமை கிடையாது. சாதிப் பாகுபாடு புரியாது. யார் என்ன கேட்டாலும் உதவி செய்வான். அவனை எல்லோரும் நக்கல் அடிப்பார்கள். '...க்காறன்' என்பார்கள். எல்லோருக்கும் தெரிந்த விடயம்தான். அன்றைக்கு அதைப் புரிந்துகொள்ள எங்கடை சமூகம் தயாராக இருக்கவில்லை. இன்றைக்கும்தான். இதுவும் ஒரு மனித இயல்புதான் என்பதை நான் புரிந்துகொள்ளக் கண்டங்கள் கடக்க வேண்டியதாய் இருந்தது.

ஒருநாள் சேந்தாங்குளம் கடலில் நவரத்தினராஜா பிணமாய் மிதந்தான். அவமானங்களைத் தாங்க முடியாமல் தற்கொலை செய்துவிட்டிருந்தான். இன்றைக்கு இருந்திருந்தால் ஒரு வைத்தியனாய் அல்லது சட்டத்தரணியாய் இருந்திருப்பான். பிரான்சிலைப் பிறந்திருந்தால் ஒரு விஞ்ஞானியாய்க்கூட வந்திருப்பான். கவலை கனத்தது. திரும்பவும் மனமும் உடலும் சோர்வானது.

அன்று மாலை அங்கிள் றூமுக்கு வந்திருந்தார். 'அங்கிள்' என அழைக்கப்படும் அவர் என் மச்சானின் நண்பர். வசதியான குடும்பத்திலிருந்து வந்தவர். விவசாயிகளுக்கு நிலம் சொந்தமாய் இருப்பதுபோல் அவருக்குக் கடலில் ஒரு இடம் சொந்தமாய் இருந்ததாம். இது எனக்கு ஆச்சரியமாய் இருந்தது. இரண்டு நாட்களுக்கு முதல்தான் இதை எனக்கு விளங்கப் படுத்தினார். பாலத்தீவுக்கு மேலை, பள்ளிக்குடாவுக்குக் கிட்ட நல்ல நீரோட்டம் உள்ள களங்கண்டிப்பாடு கடல் பரம்பரை யாய் அவர் குடும்பத்திற்குச் சொந்தமானதாம். அந்தக் களங்கண்டிப்பாட்டில் வேறு யாரும் மீன் பிடிக்க முடியாது. பரம்பரைச் சொத்து.

"மற்றவர்களுக்கு நூறு ரூபாவுக்கு மீன் பட்டால் எங்களுக்கு ஆயிரம் ரூபாவுக்குப் படும். ஒரு தங்கமான வாழ்க்கை."

"அப்ப ஏன் அங்கிள் வெளிநாட்டுக்கு வெளிக்கிட்டனீங்கள்?" என்று கேட்டேன்.

"ஒருநாள் வலை வேண்ட ரவுணுக்குப் போனேன். திடீரெண்டு ஆமிக்காரர் சுற்றிவளைத்து அம்பிட்டவனையெல்லாம் அடிச்சாங்கள். நானும் அதுக்குள்ளை அம்பிட்டுப் போனேன்.

அண்டைக்கு எங்கையோ நீர்வேலியிலையோ சங்கு வேலியிலையோ வங்கிக் கொள்ளையாம். 'ஏன் அடிக்கிறீங்கள்?' எண்டு கேட்டபோது என்னை மேலும் போட்டுச் சாம்பி விட்டாங்கள். நான் தமிழீழமும் கேட்கல்லை, தரப்படுத்தல் பற்றியும் கதைக்கல்லை. நடக்கிற தூரத்திலைதான் சென் பற்றிக்ஸ், சென் ஜோன்ஸ், சென்ரல் எல்லாம் இருந்தது. ஆனால் நான் அங்கையெல்லாம் போகல்லை. ரோமன் கத்தோலிக்கப் பாடசாலையில் படித்து, முதல் சற்பிரசாதம் பெற்றபின் கடலுக்குப் போகத் தொடங்கிட்டன். எங்கள் குடும்பங்களில் ஒரு வழக்கமிருந்தது. மேல்படிப்பு படித்தால் சொந்தக்காரங்கள் மதிக்கமாட்டாங்கள். 'ஏன் பெரிய பள்ளிக்கூடத்திற்குப் போகவேணும்? அங்கையெல்லாம் படிக்கிறது சம்பளத்துக்கு ஒரு வேலைக்குப் போகத்தானே? நாங்கள் பிறக்கிறதுக்கு முதலேயே எங்களுக்கு வருவாய்க்கு ஒரு வேலை தயாராய் இருக்குதானே' எண்டு சொல்லுவாங்கள்.

"ஆனால் இப்ப கவலைப்படுறன், கொஞ்சமாவது படித்திருக்கலாம் எண்டு. அண்டைக்கு ஆமியட்டை அடிவேண்டேக்கை யோசிச்சன். இந்த நாட்டிலே இனி வாழேலாது எண்டு. அதுமாத்திரமில்லை. என்ரை மனுசியும் கன நாளா எல்லாரும் வெளியிலை போகினம். நீங்களும் போங்கோ என ஆக்கினைப்படுத்தினா.

"நான் படிக்காதவன். வெளிநாட்டுக்குப் போய் என்னத்தைச் செய்றது எண்டு பயந்துகொண்டிருந்தன். ஆனால் மனுசிதான் 'வெளிநாட்டுக்குப் போறதுக்குப் படிப்புத் தேவையில்லை' எண்டு உறுதியாச் சொன்னவள்.

"எங்களிட்டை வசதி இருந்தபடியால அம்மா வெள்ளை நிறம் பார்த்து, வீடு வளவு பார்த்து, ஊருக்கு வெளியிலைதான் எனக்குக் கலியாணம் செய்து தந்தவ. என்ரை மனுசிக்கு நான் தொழில் செய்றதில பெரிய விருப்பம் இல்லை. கோட்சூட் போட்டுக்கொண்டு எங்கையாவது வெளிநாட்டுக்குப் போனால் நல்லது எண்டு நம்பினாள். நான் இங்கை வர முதலே, நான் வெளிநாட்டில போட எண்டு நாலு கோட்சூட் தைச்சு என்ரை சூட்கேசுக்கை வைச்சவ. வெளிநாட்டில போட்டோ எடுக்கேக்கை கோட்சூட் போட மறக்கப்படாது எண்டும் சொன்னவ. இப்ப அந்தக் கோட்சூட்டை என்ன செய்றது எண்டு தெரியல்லை. அந்த கோட்சூட் இடத்தை அடைச்சுக்கொண்டிருக்கு" என்றார்.

தட்சூண் வைன் போத்தலை எடுத்தார். அங்கிளும் நானும் ஆளுக்கு இரண்டு கிளாஸ் வைன் குடித்தோம். தட்சூண்

காலையில் என்னுடன் வராதது எனக்குள் ஒரு சிறிய காயத்தை உண்டாக்கியிருந்தது. கொஞ்ச வெறியேற ‘தனியே போய் விலாசம் மாத்திய பெருமை’ பற்றித் தட்சூணுடன் பெருமை பேசுவோம் என எண்ணினேன்.

“தட்சூண், நீங்கள் காலையில் நடப்பு விட்டீங்கள். இப்பொ பாருங்கோ. நான் தனியே போய் என்ரை பாட்டிலேயே விசா மாற்றிட்டு மத்தியானமே வீட்டுக்கு வந்துட்டன், பார்த்தீங்களோ?” என்றேன்.

தட்சூண் சிரிக்காமல் மிகத் தீவிரமாக முகத்தை வைத்துக் கொண்டு “ஓமோம். முந்திக் கனபேர் விலாசம் மாற்றப்போய் திரும்பி எண்டைக்குமே றூமுக்கு வந்து சேரல்லை, அவங்களைப் பற்றிப் பிறகு எந்தத் தகவலும் கிடைக்கவுமில்லை” எனச் சொல்ல அங்கிள் சிரித்துவிட்டார்.

“நீங்கள் கெட்டிக்காரர். படிச்ச ஆட்கள். உங்கடை வேலைகளை நீங்களே செய்யிறீங்கள்” என அங்கிள் பாராட்டினார்.

“நான் வந்த நேரம் எல்லாத்துக்கும் சரியாய் கஸ்ரப்பட்டனான். பாஷை தெரியாது. இடம் வலம் விளங்காது. ஓடி ஆட இளவயசும் அல்ல.

“ஒருக்கால் செக்கூறிற்றி சோசியலில் இருந்து எனக்கு ஒரு கடிதம் வந்தது. உடனே வந்து பார்க்கும்படி அதில் எழுதியிருந்தது. எத்தனையோ பேரைக் கேட்டுப் பார்த்தேன். ஒருத்தரும் உதவி செய்யல்லை. நோய், மருந்துகளோடு சம்பந்தப்பட்ட செக்கூறிற்றி சோசியல் காட் விடயம், உடனேயே போக வேணும்.

“எங்கள் வீட்டில இருந்து மூன்றாவது மெத்ரோ அருகே தான் அது இருந்தது. அதிலை இறங்கி யாரை விசாரிச்சாலும் காட்டுவாங்கள். அந்த அலுவலகத்திலும் பெரிய கேள்விகள் எதுவும் கேட்கமாட்டாங்கள். உங்கடை விசாவைக் காட்டிப் ‘பறளே ஆங்கிலே பறளே ஆங்கிலே’ என்றால் ஏதாவது பத்திரம் தந்து நிரப்பச் சொல்வாங்கள். அந்தளவும்தான் எண்டு சொன்னாங்கள்.

“நானும் அந்த மெத்ரோவில இறங்கி ஒரு பிரஞ்சுப் பெரியவரிடம் எனக்கு வந்த கடிதத்தைக் காட்டி ‘எப்படிப் போறது?’ என்று கேட்டனான்

“அவர் கடிதத்தைப் பத்து நிமிசம் வடிவாய் பார்த்தார். பிறகு ‘பியான் பியான்’ எண்டு சொல்லிக்கொண்டு தன்னோட வரும்படி சொன்னார். கடிதம் அவர் கையில் இருந்தது. அவருக்குப் பின்னால நான் போய்க்கொண்டிருந்தன். அவர் நடக்கிறார்... நடக்கிறார்... நடந்து போய்க்கொண்டேயிருந்தார்.

அரை மைல் தூரம் நடந்துட்டடன். சரியாய்க் களைக்குது. அந்த இடம் பக்கத்திலை எண்டாங்கள். இந்த மனுசன் இப்படிச் சுத்திச் சுத்திப் போய்க்கொண்டேயிருக்கு. எனக்கு விசர் வந்தது.

“அவரிட்ட இருந்த பேப்பரை வேண்டி வேறு யாரிட்டயாவது கேக்கலாம் எண்டால் அந்தாள் பேப்பரையும் தருகுதில்லை. ‘எகுத்தே’ ‘எகுத்தே’ பக்கத்திலைதான் என்று சொல்லிக்கொண்டு முன்னாலைப் போகுது. திடீரெண்டு வந்துட்டம் எண்டு சொல்லி மகிழ்ச்சியா கட்டடத்தைக் காட்டினார்.

“என்ரை கடவுளே ! எண்டு பெருமூச்சு விட்டன். அது என்ரை வீடு.

“வேறொரு பக்கத்தாலை என்ரை வீட்டுக்கே என்னைக் கூட்டிக்கொண்டு வந்திருக்கிறார். அந்தக் கடிதத்தில் செக்ஹுறிற்றி சோசியலின் விலாசம் கீழேயும் என்ரை விலாசம் மேலேயும் இருந்தது. மனுசன் என்ரை விலாசத்தைப் பார்த்துட்டு என்னை என்ரை வீட்டுக்கே கொண்டுவந்துட்டார். இப்படிப் பல அலைக்கழிவுகள். இப்பக்கூட ஒழுங்கான வேலையில்லை. என்ரை கடல்தாயை விட்டுவந்து இங்கை கக்கூஸ் கழுவுற வேலை தேடுறன்.

“இனியும் என்னாலை இஞ்சை இருக்க ஏலாது. கெதியாய் ஊருக்குப் போகப் போறன்” என்றார்.

“எப்ப அங்கிள் ?” என்று தட்சூண் நக்கலாய்க் கேட்டார்.

“மனுசி எழுதியிருந்தவ. பெடியள் எல்லாம் ரெடியாம். நீ பார் ... சண்டை முடிய நான் போகத்தான் போறன்” என்றார்.

தட்சூண் திரும்பக் கேட்டார் “எந்தச் சண்டை முடிய ?”

கோபுர வாசலில் நுரை மது

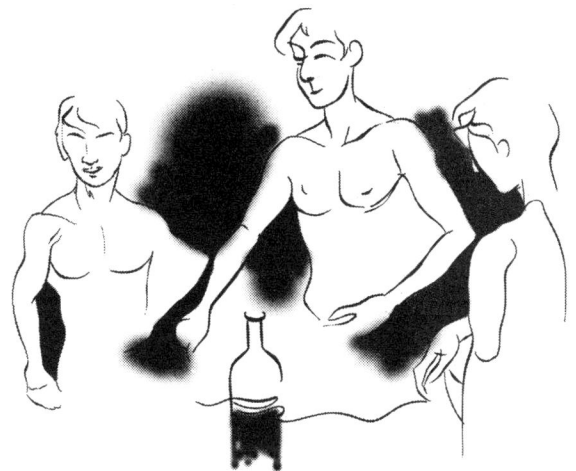

மின்னல் என ஒரு மாதம் முடிவடைந்து விட்டது. யாரும் 'பிரெஞ்' பாஷை பேசினால் அது பிரெஞ்சு மொழியெனத் தெரிவதற்குரிய மொழியறிவு வந்துவிட்டது. பஸ்சும் மெத்ரோ ரயில் எனும் சுரங்க ரயிலும் ஏறித் திரியத் தொடங்கிவிட்டேன். பாரிஸ் நகரத்தின் பிரமாண்டம் இன்னும் பயத்தைக் கொடுத்துக்கொண்டிருந்தது.

வேலை கிடைப்பதற்குரிய எந்த அறிகுறியும் தென்படவில்லை. றூமில் உள்ளவர்கள், "நாங்களும் உங்களுக்காக வேலை தேட முயற்சிக்கிறம், எதுவும் நிச்சயம் இல்லை. அப்படி வேலை கிடைத்தாலும் முதலில் அருள்நாதருக்குத்தான். வயதில் மூத்தவர்

மாத்திரமல்ல, அவர் கல்யாணம் முடித்தவர். ஊரில குடும்பம் இருக்கு" எனச் சொல்லி வீட்டில் இருக்காமல் ஒரு நாளையும் வீணாக்காமல் வேலை தேடும்படி போக்குவரத்துக்கான மெத்ரோ பாஸ் எடுத்துத் தந்தார்கள்.

காலை எட்டு மணிக்கே அருள்நாதர் வாறாரோ இல்லையோ நான் வெளிக்கிட்டுவிடுவேன். 'விசா' பேப்பரையும் மெத்ரோ பாஸையும் தவிர என்னிடம் வேறு ஒன்றும் கிடையாது. ஐந்துசதக் காசுகூட பைக்குள் இருக்காது. அப்படியொரு காசு தேவைவரக்கூடிய எந்தக் கெட்டப் பழக்கமும் இன்னும் அண்டவில்லை. இப்ப நினைச்சாலும் பயமாய் இருக்கும். பணம் இல்லாமல் எவ்வளவு தூரம் எவ்வளவு இடங்கள் என அலைந்திருக்கின்றேன்! தேநீரோ சாப்பாடோ வீட்டை வந்தால்தான்.

வேலை தேடப்போறேன் என்று சொல்லி இடங்களையும் முகங்களையும்தான் பார்க்கத் திரிந்தேன். உண்மையில் எனக்கு வேலை எப்படித் தேடுவது, எங்கு தேடுவது என்று தெரியவில்லை.

மூன்றே மூன்று வேலைகள்தான் எங்களைப் போன்றவர்களுக்கு ஒதுக்கப்பட்டு இருக்கு. உணவுச்சாலையில் பாத்திரங்கள் கழுவுதல், துப்பரவுத்தொழில், மடம் *(Madame)* வீட்டு வேலையெனச் சொல்லப்படும் – வீடுகளில் வேலை செய்தல். இந்த வேலைகளையும் அரைகுறை பிரெஞ்சு மொழி தெரியாமல், அல்லது யாருடைய சிபாரிசும் இல்லாமல் எடுப்பது என்பது மிகக் கஸ்ரம்.

ஒருநாள் ஒரு உணவுச்சாலையில் போய் வேலையிருக்கோ எனக் கேட்டபோது முதலாளி போல் நின்றவர் ஏதோ சொன்னார். எனக்குப் புரியாமல் நின்றபோது அவர் கையை நீட்டினார். கை தரப்போகின்றார் எனச் சந்தோசத்தோடு கையை நீட்டியபோது, கையைப் பிடித்துக் கொண்டுபோய் கடைக்கு வெளியேவிட்டு ஏதோ பேசிக்கொண்டு போனார். என்ரை அறிவுக்கு நான் நினைக்கிறன்... என்ரை பரம்பரையைத்தான் இழுத்து ஏதோ சொல்லியிருக்க வேணும்.

மிகக் கவலையோடு ஈபில் ரவர் பக்கம் போய் சனங்கள் குவியும் அந்தக் குளிர்ச்சியான இடத்தில் பிராக்குப் பார்ப்போம் என அங்கு போனேன். ஆட்கள் அதிகம் இல்லாத இடமாய்ப் பார்த்து ரவரைத் தாண்டிப் படியேறிக்கொண்டிருக்கும்போது யாரோ என் பள்ளிக்கூடப் பெயரைச் சொல்லிக் கூப்பிட்டார்கள். திரும்பிப் பார்த்துத் திடுக்கிட்டுப் போனேன்.

மேவின். இரண்டு மூன்று பேருடன் ஒரு படி மறைவில் இருந்து பியர் குடித்துக்கொண்டிருந்தான். "நீயும் வந்துட்டியோ" என நக்கலாகக் கேட்டான்.

முதலில் இவனைக் கண்டிருந்தால் தெரியாத மாதிரி போயிருக்கலாம். சரி, இப்ப என்ன முறைத்துக்கொண்டா போக முடியும்? மெல்லப் போய்ப் பக்கத்தில் நின்றேன். ஒரே பள்ளிக்கூடம், ஒரே வகுப்பு, ஒரே சமயம். சாதியும் ஊரும் வேறு. அவன்ரை பார்வையில் நான் ஒரு நாட்டவன், தான் ரவுண்காரன். தான் சாதியில் உயர்வானவன் என்ற திமிர் உள்ளவன். இதைவிட ஒரு கசப் புளுகன். இப்ப வெறியில் இருக்கிறான். மாதாவே, இவனுக்காலை தப்பி ஒழுங்காய் வீட்டைப் போய்ச் சேரவேணும் என மனம் வேண்டியது.

"எப்படியடாப்பா இருக்கிறாய்? எப்ப வந்தனி?" எனப் புன்னகையோடு கேட்டான்.

"வந்து மூண்டு நாலு கிழமையாச்சு, இன்னும் வேலை கிடைக்கல்லை" என என்ரை கவலையைச் சொன்னேன்.

அவனும் நண்பர்களும் சிரிக்கத் தொடங்கிவிட்டார்கள். "மூண்டு நாலு கிழமையே ... மூண்டு நாலு வருசம் வேலை கிடைக்காதவர் எத்தனை தமிழர்கள் இருக்கிறாங்கள் தெரியுமோ?" எனச் சொல்லித் தொடர்ந்து சிரித்துக்கொண்டிருந்தார்கள்.

இந்த வெறிக்குட்டிகளிடம் இருந்து எப்படித் தப்பிப் போவது என நினைத்துக்கொண்டிருந்தபோது மேவின் கேட்டான். "சரி வேலை தேடிறாய் என்று சொல்லுறாய். ஒரு பத்திரோனிடம் எப்படி வேலை கேட்பாயெண்டு சொல்லு."

நாட்டவன் எனக்கொன்றும் தெரியாது என்ற நினைக்கப் போகிறார்கள் என்ற வீம்பில், றூமில் சொல்லித்தந்த மாதிரி "பொன்சுமிசு, திறவாயில் சில்வோபிளே" எனக் கேட்க வேண்டும் என்றேன்.

அவன் திரும்பவும் சிரிக்கத் தொடங்கிவிட்டான். "எங்கடை ஆட்கள் எல்லாம் விடுகிற பிழை இதுதான். ஒருக்காலும் திறவாயில் சில்வோபிளே எனச் சொல்லப்படாது. சில்வோபிளே திறவாயில் எனத்தான் கேட்கவேணும்."

எனக்குத் தலை சுற்றியது. 'தயவுசெய்து வேலை', 'வேலை தயவு செய்து...' இதில் என்ன இலக்கணப் பிழையென விளங்க வில்லை.

அவன் தொடர்ந்தான். "நீ என்ர கிளாஸ் மேற். அதனாலதான் சொல்லுறன். வேலை கேக்கேக்கை முதலிலை 'வூ பறளே ஆங்கிலே'

எண்டு கேள். கேக்கிற முதலாளி உன்னைப்பற்றி உயர்வாய் நினைப்பான். அவனுக்குத் தனக்கு ஆங்கிலம் தெரியாது என்ற தாழ்வுச் சிக்கலும் வரும். அந்த இடத்திலைதான் நீ 'சில்வோபிளே திறவாயில்' எனச் சொல்ல வேண்டும்."

அப்ப இன்னொருவர் "இப்படியொருக்கா நான் கேக்க அந்த முதலாளி 'யெஸ்' என்று இங்கிலிஸ் பேசத் தொடங்கிட்டான். அவனை வெட்டிப்போட்டு வர நான் பட்ட பாடு தெரியுமோ?" என்றார்.

"அது எப்பாலும் ஒண்டு இரண்டு. பெரும்பாலும் இங்கையுள்ளவன்களுக்கு ஆங்கிலம் தெரியா" என்று மேவின் சொல்லிப்போட்டு, "அது சரி. என்ன மாதிரி வேலை தேடிறாய்?" என்று கேட்டான்.

ஏன் கதையை வளப்பான் என்று "ஏதாவது உணவகத்தில டிஸ் வாசிங் வேலைதான்" என்றேன்.

அதில் இருந்த இன்னொருவர், "நீங்கள் நினைக்கிறீங்கள், டிஸ் வாசிங் வேலை சுகம் எண்டு ... எனக்குத் தெரிந்த பெடியன் ஒருவன் ஒரு பெரிய றெஸ்ரோறன்றிலை வேலை செய்றான். சட்டிப் பானைக்குள்ளே இறங்கி நிண்டுதான் கழுவ வேணுமாம். அவ்வளவு பெரிய சட்டிப் பானையாம். உள்ளுக்கை நிண்டு கழுவிப் போட்டு, வெளிப்பக்கம் உருட்டி உருட்டிக் கழுவ வேணுமாம். நீயெல்லாம் அப்படி வேலை செய்வியோ?" எனக் கேட்டார்.

மேவின் இடைமறித்து "வேலை தேடிறதைவிட முக்கியம் பேப்பர் எடுப்பது. கேஸ் எழுதிப்போட்டியோ?" எனக் கேட்டான்.

"இனித் தான்."

"அதெல்லோ முக்கியம். தயவுசெய்து அதைக் கவனி. கடசிவரையும் துரையப்பாவின் சம்பவத்தை வைத்துக் கேஸ் எழுதாதே. என்ரை லோயர் சொன்னவர், உங்கடை ஆக்கள் கிட்டத்தட்ட ஐநூறு பேர் வரை துரையப்பாவைச் சுட்டிருக்கினம் அல்லது அதோடை சம்பந்தப்பட்டிருக்கினம். பிரெஞ்சு அரசாங்கம் இங்கிருந்து படையனுப்பி யாழ் மேயரைக் காப்பாற்றியிருந்தால் இலங்கைத் தமிழ் அகதிகள் என்ற அலுப்பு இல்லாமல் இருந்திருக்கும் அல்லது குறைவாய் இருந்திருக்கும்."

அப்ப நான் சொன்னேன் "துரையப்பா செத்து ஐந்தாறு வருசமாச்சு. அதற்குப் பிறகு எத்தனையோ சம்பவங்கள். சென். பற்றிக்ஸ் காணிவேலிலை நீயும் நிண்டனிதானே."

மேவின் சொன்னான் "இல்லையடாப்பா. கேஸ் எழுதிறதெண்டால் சொல்லு. எனக்குத் தெரிந்த கொக்குவில் ஆள் ஒருவர் இருக்கிறார். கேஸ் எழுதினார் எண்டால் 'றீவுஜிக் காட்' வீடுதேடி வரும். என்ன கொஞ்சக் காசு கூட. இரண்டாயிரம் பிராங் வரும். நீ நினைப்பாய் எனக்கு ஏதோ கொமிசன் எண்டு. நீ என்ரை கிளாஸ்மேட் உன்னட்டைக் கொமிசன் எடுப்பனோ. உன்ரை நன்மைக்குத்தான் சொல்லுறன். வேணும் எண்டால் சொல்லு."

"இல்லை. என்ரை மச்சான் அந்த அலுவல் பார்க்கிறார்" என்று சொன்னேன். சரி போவோம் என வெளிக்கிடக்கை, எதுக்கும் வேலையை இவர்களிடமும் கேட்டுவைப்போம் என எண்ணி "நீங்கள் எங்கை வேலை செய்றீங்கள்? உங்களிடை இடங்களிலே ஏதாவது வேலைக்கு இடம் இருக்கோ?" எனக் கேட்டேன்.

"நாங்களோ! வேலை இருந்திருந்தா ஈபில் ரவர் அடியில இருந்து தண்ணியடிச்சுக் கொண்டிருப்போமா? கனகாலமாய் வேலை தேடிக்கொண்டுதான் இருக்கிறோம்."

எனக்குச் சீயெண்டு போச்சு. ரெலிபோன் நம்பர் வேண்ட யோசிச்ச நான் ஒரு நக்கல் சிரிப்புச் சிரிச்சுப்போட்டு, "போட்டு வாறேன்" என்று சொல்லிப்போட்டு நடக்கத் தொடங்கினேன்.

படியாலை இறங்கி மற்றப் பக்கத்தாலை அவர்களைக் கடந்து போகையிலை, "யார் இவர்? யார் பகுதி ஆள்?" என என்னைப் பற்றி மேவினிடம் கேட்க அவன் என்ரை மச்சானின் பெயரைச் சொல்லி "அவங்கடை ஆக்கள்" என்றான்.

இன்னொருவர் "அவங்களும் வந்துட்டாங்களோ! பாரிஸ் கெட்டுப்போச்சு. கண்டவன் நிண்டவன் ஏறினவன் இறங்கினவன் இழுத்தவன் ..." எனவும் சாதிப் பெயர்களும் சொல்லி "வந்து குவியுறாங்கள். பாரிசில இனி இருக்கேலாது, கனடா, ஒஸ்ரேலியா தான்ரா போகவேணும்" எனச் சொல்வது என் காதில் கேட்டது.

"விசர்ப்... மக்கள்" எனக் காற்றுக்குச் சொல்லிக்கொண்டு ஒரு கடுமையான நாளைக் கடந்த துயருடன் விரைவாய் நடக்கத் தொடங்கினேன்.

அவுட்ட பாரிசிலை அவியவிடாத கோழி

வெளிநாட்டில் தமிழர்கள் ஒருவரும் காலைச் சாப்பாடு சாப்பிடுவதில்லையாம். இது பாரிஸுக்கு வந்து கொஞ்ச நாட்களில் எனக்குத் தெரிய வந்தது. வெளிநாட்டில் ஒருவருமே காலைச் சாப்பாடு சாப்பிடுவதில்லையா அல்லது ஊரைப் பிரிந்த சோகத்திலோ அல்லது பொருளாதார நெருக்கடியிலோ தமிழர்கள் காலைச் சாப்பாட்டைத் துறந்துவிட்டார்களா என்று தெரியவில்லை. பொருளாதார நெருக்கடியில் துறந்திருக்க வாய்ப்பில்லை. ஏனெனில் இரவில் மது அருந்தித் தொலைக்கிறார்களே.

அன்று பூவைப் போல் மென்மையான பனி தூவிக்கொண்டிருந்தது. குருத்துக் குருத்தாய்த் துளிர்த்து இலைகள் இளவேனில் காலம் இதோ வரப்போகின்றது எனக் கட்டியம் கூறிக்கொண் டிருந்தன. அது இளவெயிலுடன் கூடிய குளிரால் காய்ந்துகொண்டிருந்த அருமையானதொரு காலைப்பொழுது. "பாரிஸுக்கு வெளியே அவுட்ட பாரிஸ் *(Outer Paris)* எண்டு சொல்லுற இடங்களில் வேலை தேடலாம் வா" என அங்கிள் அழைத்தார்.

மெத்ரோவை நோக்கி நடந்துகொண்டிருந்தோம். காலைச் சாப்பாடு இல்லை. ஊரில் காலையில் அம்மா தரும் புட்டும் கருவாட்டுப் பொரியலும், பழஞ்சோறும் பழங்கறியும், தோசையும் சம்பலும்... மெல்ல மெல்லப் பழங்கனவாய்ப் போயின. இங்கு

மத்தியானம் பெரும்பாலும் சோறும் கோழிக் கறியும்தான். கத்தரிக்காயோ கீரையோ மட்டுந்தான் மரக்கறியாய் இருக்கும். அருள்நாதர் கோழிகள்மீது பெரும் வெறுப்பில் இருந்தார். பாரிசுக்கு வந்த அன்று "உங்களுக்காகச் சந்தைக்குப் போய் உயிர்க்கோழி வாங்கி வந்து சமைத்திருக்கிறோம்" என்று பரிமாறினார்கள். கோழி ரப்பர் மாதிரி இருந்து. அருள்நாதர் காதுக்குள்ளை "இது செய்த கோழி போலைக் கிடக்கு" என்றார்.

அம்மாவின் நினைவு வந்துபோனது. ஆசையோடு சாப்பிடும் விடயம் தாயோடு போய்விடும். மாதா கோயிலில் பகல் பன்னிரண்டு மணியொலி கேட்டவுடனேயே "வந்து சாப்பிடடா! வந்து சாப்பிடடா!" என்று கூப்பிட்டுக்கொண்டேயிருப்பா. எவ்வளவோ நடப்புவிட்டு, "சோறு கரைந்து போயிற்று, சொதி திரைஞ்சு போயிற்று, மீன் கரைஞ்சு போயிற்று" என்று வக்கணைகள் சொல்லித்தான் சாப்பிடுவேன். முகம் பார்த்துப் பசியறிந்து எவ்வளவு சாப்பிட்டாலும் "அரை வயிறுதான் சாப்பிடுறான்" எனச் சொல்லும் அம்மாவின் அன்பு நினைவில் வந்தது. அன்ரிமார் வீட்டையோ மாமிமார் வீட்டையோ சும்மா போனாலே "இண்டைக்கு நல்ல கறியடா ராசா. கொஞ்சம் சாப்பிடேன்ரா!" என அழைக்கும் பாசத்தையெல்லாம் வித்துத்தான் இந்த வெளிநாட்டுக்கு வந்திருக்கிறேன்.

இப்போ சாப்பாடு எனக்கொரு பிரச்சினையாய்ப் போயிற்று.

காடிலிஸ்ட் *(Gare de l'Est)* புகையிரத நிலையத்தில் நானும் அங்கிளும் பாரிசுக்கு வெளியே போகும் ஆர்.இ.ஆர். – பி *(R.E.R. - B)* என்ற ரயிலைப் பிடித்து யாரோ சொன்ன குறிப்பின்படி ஒரு ரயில் நிலையத்தில் இறங்கி முக்கிய வீதியைத் தேடிப்பிடித்து அவ்வீதியில் உள்ள சாப்பாட்டுக் கடைகளில் 'திறவாயில் சில்வோபிளே' *(travail s'il vous plait)* எனக் கேட்டுக்கொண்டிருந்தோம். பிரெஞ்சுக்காரன் கூட அந்த வாக்கியத்தை அவ்வளவு அழகாகச் சொல்லமாட்டான். அந்தளவுக்குத் 'தயவு செய்து வேலை தருவீங்களோ' என்ற அந்த வாக்கியம் எங்களுக்குப் பரிச்சயமாயிற்று.

காலையில் வந்த நாங்கள் வேலை தேடிக் களைத்துவிட்டோம். நேரம் இப்போது மதியத்தைத் தாண்டிவிட்டது. அங்கிள் தனக்குக் கடுமையாகப் பசிக்குது ஏதாவது சாப்பிட வேணும் என்றார். எனக்கும் அப்படித்தான் இருந்தது. அங்கிள் கொஞ்சம் பசி கூடிய ஆள். அவர் மாத்திரமல்ல... அவற்ரை றூமில் உள்ளவர்களும் அப்படித்தான். நல்லாய்ச் சாப்பிடுவாங்கள்.

"அங்கிள், உங்கடை றூமில் மாதம் சமறி எவ்வளவு வரும்?" என்றேன். வாடகையையும் சமையலுக்காக வாங்கும்

பொருட்களையும் கணக்குப் பார்த்து றூமில் இருப்போரின் எண்ணிக்கையால் பிரித்துவரும் தொகைதான் சமறி என்பது. அந்தத் தொகையை மாதாந்தம் எல்லோரும் சமறிக்குப் பொறுப்பாக இருப்பவரிடம் கொடுத்துவிட வேண்டும்.

“ஆனால் எங்கடை றூமில் அப்படியில்லை” என்றார் அங்கிள். ஒருவர் எவ்வளவு சாப்பிடுவார் என்று பார்த்துத்தான் அவருடைய சமறிக் காசு தீர்மானிக்கப்படும். “நீ மூன்று நேரமும் நல்லாய்ச் சாப்பிடுவாய்... உனக்கு இவ்வளவு காசு. நீ காலையிலை சாப்பிடமாட்டாய்... உனக்கு இவ்வளவு காசு. நீ மத்தியானம் சாப்பிடமாட்டாய்... உனக்கு இவ்வளவு காசு எனப் பிரிப்பார்கள். ‘எனக்குக் கூட, உனக்குக் குறைய’ எனப் பிரச்சினைப்பட மாட்டார்கள்.”

“உண்மையாவா? இது எப்படிச் சாத்தியமாகும்” என்று கேட்டேன். அங்கிள் ஓர் உதாரணத்தைச் சொன்னார். “என்ரை றூமில் ஒருவர் மரம் அறுக்குற வேலை செய்றவர். கடுமையான உடலுழைப்பு. இரவு, அடுத்த நாள் அவர் வேலைக்குப் போறதுக்குச் சாப்பாடு கட்டுறதைப் பார்த்தால் நீ பயப்படுவாய், பொலித்தீன் பேப்பரில் முதலில் இறைச்சியைப் போடுவார். அதற்கு மேல் சோத்தைப் போடுவார். அதற்கு மேல் இறைச்சியைப் போடுவார். அதற்கு மேல் சோத்தைப் போடுவார். இப்படியே போட்டுப் போட்டுக் கடைசியில் கொஞ்ச மரக்கறியைப் போட்டுச் சாப்பாட்டைக் கட்டிவைப்பார். அது ஒரு நாலுபேர் சாப்பிடுகிற சாப்பாடாயிருக்கும். அப்படியொருவருக்கும் அரைப் பீங்கான் சோறு சாப்பிடுற நோஞ்சான் துரையனுக்கும் சமமாய்ச் சமறியைப் பிரிக்க முடியாது” என்றார்.

அவர் இந்தக் கதையைச் சொன்னபோது எனக்கு இன்னும் பசித்தது. அங்கிளால் பசியைத் தாங்க முடியவில்லை. “வீட்டைப் போய்ச் சேர நேரம் எடுக்கும். ஏதாவது றெஸ்ரோறன்ரில சாப்பிடுவோமா?” என்றார். “என்ன றெஸ்ரோறன்ரிலா?” என்று ஆச்சரியப்பட்டேன். எவ்வளவு பணம் வரும்? என்னமாதிரிச் சாப்பாடு ஓடர் பண்ணுவது? அதை எப்படிச் சாப்பிடுவதென்று ஒன்றுமே தெரியாதே! அதைவிட எங்கள் நிலைமைக்கு றெஸ்ரோறன்ரில் சாப்பிட வசதியா இருக்கு? அங்கிள் தன்னிடம் சோசல் காசில் மிச்சம் பிடிச்ச எண்பது பிராங்க் இருக்கு என்று சொன்னார். என்னிடம் பத்து பிராங்க் இருந்தது.

“வெளிநாட்டிற்கு வந்துவிட்டோம். கொஞ்ச நாளைக்கு இங்கைதான் வாழப்போறம். பிரெஞ்சுச் சாப்பாடு என்னெண்டு பார்க்க வேண்டாமோ. துணிஞ்சு போ” என்று சொல்லிக்கொண்டு

அங்கிள் ஒரு பெரிய சாப்பாட்டுக் கடைக்குள் நுழைந்துவிட்டார். நானும் அவர் பின்னால் சென்றேன்

அந்த உணவகம் அரையிருட்டில் இருந்தது. ஆங்காங்கே பெரிய பெரிய மெழுகுதிரிகளை எரியவிட்டிருந்தார்கள். மெல்லிய இசையொன்று ஒலித்தது. ஆங்காங்கே இருவர் அல்லது மூவர் மேசைகளில் உணவருந்தினார்கள். அவர்களும் பேசிக்கொள்வதாகத் தெரியவில்லை. உணவகம் ஓரளவுக்கு நிசப்தமாக இருந்தது.

அன்று முழுவதும் எங்களையே எதிர்பார்த்துக் கொண்டிருந்ததைப் போல் ஓர் அழகான பெண் எங்களை வரவேற்றாள். ஆழமான கழுத்துள்ள மேலாடையும் குட்டைப் பாவாடையும் அணிந்திருந்தாள். அது பாவாடையா அல்லது இடுப்புப்பட்டியா என எனக்குச் சந்தேகமாயிருந்தது. அந்தப் பாவாடைக்கு முன் பனையேறுபவர்கள் பின்னால் அணிவதைப் போன்ற ஒரு பட்டி அணிந்திருந்தாள். அதில் நிறையப் பேப்பர் துண்டுகளும் பேனைகளும் வைத்திருந்தாள். எங்களை அழைத்துக்கொண்டுபோய் அழகான வட்ட வடிவ மேசை முன் அமர்த்தினாள்.

பிரெஞ்சில் ஏதோ சொல்லியபடி குடிவரவு அலுவலகத்தில் எங்களுக்குத் தந்ததைப் போன்ற இரண்டு பெரிய பைல்களை எங்களுக்குத் தந்தாள். அது மெனுவாக இருக்க வேண்டும் என எனக்குப் புரிந்தது. அங்கிளுக்கு அதுவும் புரியவில்லை.

"இவங்களுக்கென்ன விசரோ? ஏன் லயிற்றை நூத்துப் போட்டு மொழுகுதிரியை எரியவிட்டிருக்கிறாங்கள்?" என்று அங்கிள் கேட்டார். எனக்கெல்லாம் தெரிந்தமாதிரி அதுதான் இங்கத்தை முறையென்றேன். அங்கிளின்ரை அறிவுக்கு நான் ஒரு கெட்டிக்காரன். "அதுசரி... அதுக்கேன் ஒரு சோகப் பாட்டைப் போட்டிட்டு ஒருத்தரோடையும் பறையாமல் இருக்கிறாங்கள்" என அங்கிள் முணுமுணுத்தார்.

நாங்கள் இருக்கையில் இருந்தவுடனேயே இன்னோர் அழகி ஒரு சிறிய கூடை நிறைய பாண் துண்டுகளையும் ஒரு வையின் போத்தலையும் கொண்டுவந்து வைத்தாள். அவளும் அதே போன்ற உடையையே அணிந்திருந்தாள். அவள் குனிந்து பரிமாறியபோது எனக்குத்தான் சங்கடமாயிருந்தது. அவளுக்கு அப்படியெதுவும் இருந்ததாகத் தெரியவில்லை. தைக்கிறதுதான் தைக்கிறியள், விட்டு வீதியாத் தைக்கலாமே.

அங்கிள் "பாண்தான் சாப்பாடு எண்டால், பாணை வெளியிலையே வேண்டிச் சாப்பிட்டிருப்பமே?" என்று புறுபுறுத்த

வண்ணம் வையினைக் குடித்துக்கொண்டு பாணைச் சாப்பிடத் தொடங்கினார். அவள் தந்த மெனு புத்தகத்தை நான் பார்த்த வண்ணம் இருந்தேன். பெரிதாக எதுவும் விளங்காவிட்டாலும் ஒரு ஆள் சாப்பிட 70 பிராங்க்குக் கிட்ட முடியும்போல் இருந்தது. எங்களிடம் இருக்கும் பணத்தில் இரண்டு பேர் சாப்பிடமுடியாது.

"இஞ்சையும் வந்து புத்தகத்தை வாசித்துக்கொண்டிருக்காமல் வையினைக் குடிச்சு வடிவாய்ச் சாப்பிடு" என்று அங்கிள் சத்தம் போட்டார்.

"இல்லை அங்கிள், நீங்கள் சாப்பிடுங்கோ. நான் கோப்பி குடிக்கிறன். கோப்பியே ஐந்து பிராங்க் வரும்" என்றேன்.

"நீ சாப்பிடாவிட்டால் எனக்கும் வேண்டாம். வா வெளியே போவோம்" என்றார் அங்கிள்.

"பாணையும் வையினையும் குடிச்சிட்டோ? பொலிசைக் கூப்பிடுவாங்கள்" என்றேன்.

"ஏன் பாணுக்கும் வையினுக்குமான காசைக் கொடுப்பம்" என்று அங்கிள் அடம்பிடித்தார்.

"சொல்லுறதைக் கேளுங்கோ! பாணும் வையினும் சும்மாதான் தாறவங்கள். இனி ஓடர் பண்ணுற சாப்பாட்டுக்குத் தான் பணம் கொடுக்க வேணும். ஒரு சாப்பாட்டுக்கு மாத்திரம் ஓடர் பண்ணப்போறன்" என்று அவரை அதட்டி அந்த அழகியைக் கூப்பிட்டு, "எழுபது பிராங்குக்குள்ளை வரக்கூடிய சாப்பாடு ... ஒன்று மாத்திரம்" எனத் தெரிந்த ஆங்கிலத்தில் சொன்னேன். 'ஒரு சாப்பாடு' என்பதை அவளால் புரிந்து கொள்ள முடியவில்லை.

இரண்டு பேர் இருந்துகொண்டு ஒருவருக்குச் சாப்பாடு ஓடர் பண்ணுவதன் காரணம் எங்களுடைய மொழிப் பிரச்சினைதான் என அவள் நினைத்துவிட்டாள். விறுவிறுவென்று உள்ளே போய் ஒரு ஆளை அழைத்துவந்தாள்.

வெள்ளை யூனிஃபோமோடு வியர்வையில் நனைந்த ஒரு செந்தமிழன் வந்துநின்றான். "என்னண்ணை பிரச்சனை?" என்று தமிழில் அழகாகக் கேட்டான்.

"எனக்கு வயிறு சரியில்லை. இவர்தான் சாப்பிடப்போறார். அதுதான் ஒரு சாப்பாட்டுக்கு ஓடர் பண்ணினனாங்கள். அவளுக்கு விளங்கல்லை."

அவன் வியப்பாய் ஒரு நொடி எங்களைப் பார்த்தான். "இந்த றெஸ்ரோறன்ரிலை வந்து சாப்பிட உங்களுக்கென்ன விசரே.

கொஞ்சம் தள்ளிப்போனீங்கள் எண்டால் ஒரு துருக்கியன்ரை கடையிலை இந்தக் காசுக்கு அருமையான சாப்பாடு கிடைக்கும். இரண்டு பேரும் தாராளமாகச் சாப்பிட்டுவிட்டுப் போகலாம்" என்றான்.

அங்கிள் இந்தக் கதையை விட்டுவிட்டுத் "தம்பி, இங்கை றெஸ்ரோறன்ரிலை வேலை ஏதாவது எடுக்கலாமோ?" என்று கேட்டார்.

"அண்ணை! நானே இரண்டு நாள்தான் இங்க டிஷ் வோஷிங் செய்யிறன். அதுவும் என்ரை நண்பன்தான் நாலு நாள் செய்துகொண்டு என்னை இரண்டு நாளைக்குப் போட்டிருக்கிறான். நீங்கள் போய்ப் பாரிசுக்குள்ளை வேலையைத் தேடுங்கோ" என்று சொல்லிப்போட்டு அந்தப் பெண்ணைக் கூப்பிட்டு ஏதோ சொல்லிக்கொண்டு உள்ளுக்கை போனான்.

"பாரிசிலை வேலை கேட்டால் அவுட்ட பாரிசிலைப் போய் வேலை தேடுங்கோ என்கிறாங்கள். அவுட்ட பாரிசிலை வந்து வேலை தேடினால் பாரிசுக்குள்ளைத் தேடுங்கோ என்கிறாங்கள். நல்ல வெளிநாடு" என்று அங்கிள் ஊரில் இருக்கும் தன்ரை மனுசியைத் தூசணையில் திட்டினார்.

சாப்பாடு வந்தது. சலாட்டை அங்கிள் என்னிடம் தள்ளிவிட்டார். பாண் சாப்பிட்டது எனக்குப் போதும் போல் இருந்தது. அங்கிள் உருளைக்கிழங்குக் களியைச் சாப்பிட்டுப் பார்த்துவிட்டு உறைப்புப் போடவேயில்லை என்று முகம் சுழித்தார். கோழியை எடுத்துக் கடித்துப்போட்டுப் "பேய்ப் பூனாக்கள்... வடி வாய் அவியவிடல்லை" எனத் திட்டினார்.

எண்பது பிராங்க்குக் கிட்டப் பில் வந்தது. அங்கிள் எண்பது பிராங்க்கையும் எண்ணிக் கொடுத்துவிட்டு விறுவிறுவென நடந்து வெளியே போனார். அன்றிலிருந்து "பிரெஞ்சுக்காரனுக்குச் சமைக்கவும் தெரியாது... வடிவாச் சாப்பிடவும் தெரியாது" என்று அங்கிள் நம்பினார்.

இந்தச் சாப்பாட்டுப் பிரச்சினைகள் எங்களுக்கு ரஷ்யாவிலையே ஆரம்பமாகிவிட்டன. அந்நாள்களில் ரஷ்யாவின் ஏரோஃப்ளொட் விமானங்கள் ஈழத் தமிழர்களை ஜெர்மனிக்கும் பிரான்சுக்கும் கொண்டுவந்து குவித்தன. ஜெர்மனிக்குப் போகிறவர்களை ஈஸ்ட் பெர்லினுக்கும் பிரானசுக்குப் போகிறவர்களைப் புரூசெல்ஸ், மாட்ரிட் பிராக் போன்ற ஐரோப்பிய நகரங்களுக்கும் கொண்டுவந்து சேர்த்தன. முதலில் மொஸ்கோவுக்கு வந்து அங்கு இரண்டு மூன்று நான்கு நாட்கள் நின்றபின் மேற்கு ஐரோப்பாவுக்குத் தமிழர்கள் பறந்தனர்.

நாங்கள் வந்தபோது ஏரோஃப்ளொட் செலவில் மூன்று நாட்கள் மொஸ்கோவில் ஒரு நல்ல ஹொட்டலில் நின்றோம். மூன்று நேரமும் சாப்பாட்டிற்குக் குறிப்பிட்ட நேரத்துக்குச் செல்ல வேண்டும். முதல் நாள் குளிப்புப் பிரச்சினையால் சாப்பாட்டிற்குப் பிந்திவிட்டோம். மத்தியானம் நேரத்தோடு போய் மூன்று பேரும் ஒரு மேசையில் அமர்ந்தோம். ஒரு தட்டில் சூப், சாப்பாடு, டெசேட் ஆகியவற்றை ஒவ்வொருவருக்கும் தனித்தனியே பரிமாறினார்கள். நிறையப் பேர் வேலை செய்துகொண்டிருந்தார்கள். அந்நாளில் இரும்புத்திரை நாடு என்றழைக்கப்படும் ரஷ்யாவின் மனிதர்களைக் கிட்டப் பார்த்தது சந்தோசமாய் இருந்தது.

சாப்பாடு வந்தவுடனயே சூப் மணம் சரியில்லையென அருள்நாதர் தள்ளிவிட்டார். யோக்கற்றை *(Yogurt)* எடுத்துச் சாப்பிட்டுக்கொண்டிருந்தார். "உது கடைசியில் எல்லோ சாப்பிடறது" என்று நான் சொல்ல "அது எனக்குத் தெரியும்" என்று முறைத்துக்கொண்டு "இந்த ஐஸ்கிறீம் சுபாஸ் கபே ஐஸ்கிறீமின்ரை உருசிக்குக் கால்வாசிக்குக்கூட வராது" எனச் சொன்னார். நான் சுவைத்துப் பார்த்துவிட்டு "இது ஐஸ்கிறீம் இல்லை" என உறுதியாகச் சொல்ல, "அப்ப என்னெண்டு சொல்லு" எனப் பெரிய விவாதத்திற்கே அழைத்தார்.

பிறகு இறைச்சியை வெட்டிச் சாப்பிட வெளிக்கிட்டார். கத்திக் கரண்டியெல்லாம் பறந்து பக்கத்து மேசையில் விழுந்தன. சாப்பாடு பரிமாறிக்கொண்டிருந்த பெண் 'ஓ'வெனக் கத்தினாள். எல்லோரும் எங்களையே திரும்பிப் பார்த்தனர். வெட்கமாய் இருந்தது. பரிமாறிய பெண்ணை இரண்டு பேர் இழுத்துக் கொண்டு போனார்கள்.

"என்ரை இறைச்சியை உன்ரை கையாலை அமத்திப் பிடிக்கிறியோ . . . நான் துண்டுத்துண்டாய் வெட்டுறன்" என்று அருள்நாதர் கேட்டார்.

நான் "ஆக்கள் பாப்பினம், மற்ற ஆக்கள் சாப்பிடுற மாதிரி கரண்டியாலைக் குத்திக்கொண்டு கத்தியாலை வெட்டுங்கோ" என்றேன்.

சாடையாய் வெட்டியவுடன் இறைச்சியைப் பார்த்துத் திடுக்கிட்டார். "இரத்தம் ஒழுகுது. சனியன்கள் சரியாய்ப் பொரிய விடல்லை போலக் கிடக்கு. இதைக் கொண்டுவந்து வைத்தவனைக் கூப்பிடு" எனச் சத்தம் போட்டார்.

பாலன், "கொம்யூனிச நாடு, கனக்கக் கதையாதையுங்கோ" எனச் சொல்ல அருள்நாதர் "கொம்யூனிச நாடெண்டால் சரியாய்ப்

பொரிக்க மாட்டாங்களோ?" என்றார். "அதுசரி, கொம்யூனிசம் எண்டால் எந்தளவுக்குப் பொரிப்பாங்கள்" என்ற பயங்கரக் கேள்வியையும் கேட்டார்.

"எனக்கு வி. பொன்னம்பலத்தையே தெரியும். எவ்வளவு நல்ல மனுசன். ஊரிலை எங்களுக்கு ஏதாவது பிரச்சனையெண்டால் ஓடி வந்துவிடுவார். நீ கொம்யூனிசம் எண்டு என்னைப் பயப்பிடுத்திறாய்" என்றார்.

பாலன் அதைக் கவனிக்காமல் "இப்படியே நுண்ணாரம் பாத்தீங்கள் எண்டால் சாப்பாடு இல்லாமல்தான் சாவியள்" என எச்சரித்தான்.

அருள்நாதர், "நான் ஊரிலை இருந்து மிக்சர் கொண்டு வந்தனான். நான் அதையே சாப்பிடுறன். நீங்கள் வேணுமெண்டால் இந்த வேகாததுகளைத் திண்டு வேதனைப்படுங்கோ" எனச் சொல்லிப்போட்டு எழும்பிவிட்டார்.

"அண்ணை, இந்தப் பாணையாவது சாப்பிடுங்கோ" என்றேன். "அங்கைச் சலரோகக்காரருக்குக் கொடுக்கிற தவிட்டுப் பாணை வைச்சிருக்கிறாங்கள். எனக்கென்ன சலரோகமோ" எனப் பேசியபடியே "வாங்கோ அறைக்குப் போவோம்" என்றார்.

பாரிசிலை வந்து சாப்பாடு பழகுவதற்கு மாதங்கள் எடுத்தன. லாச்சப்பலின் எழுச்சி ஏற்படுவதற்கு இன்னும் காலங்கள் இருந்தன. மனுவிக் என்னும் வியட்நாமில் இருந்துவந்த ஒரு பாண்டிச்சேரித் தமிழர்தான் தமிழ்க்கடை வைத்திருந்தார். இலங்கைத் தமிழர்களை அவருக்குப் பெரிதாகப் பிடிக்காது. என்ன செய்வது, அவரிடம்தான் கருவேப்பிலையும் அரிசியும் மிளகாய்த்தூளும் வாங்க வேண்டும்.

ஒருநாள் அரிசி மூட்டையை வாங்கித் தோளில் சுமந்து கொண்டு மெத்ரோவுக்கு நடக்கேக்கைதான் கெதியாய் ஊருக்குத் திரும்பிப்போய் மனைவி கையாலை ஊர்ச் சாப்பாடு சாப்பிடப் போவதாக அங்கிள் எனக்குச் சத்தியம் செய்தார். அவர் இதுவரை ஒருநாளும் ஊருக்குத் திரும்பிப் போகேல்லை. அவர் முந்தி வாழ்க்கையில சமைச்சு அறியாதவர்.

இப்பப் பாரிசிலை இருக்கிற ஒரு றெஸ்ரோறன்ரிலைப் பெரிய சமையல்காரராக வேலை செய்யிறாராம். இப்ப அவர் பிரெஞ்சுச் சமையல்லைப் பெரிய கெட்டிக்காரன் எனக் கனபேர் சொல்லக் கேள்விப்படுகிறேன்.

❖

மொப் வாளியுடன் வெரிகுட் பேரழகி

அர்ச்சேஸ்ர அந்தோனியாரே எங்களுக்கு நீர்தான் ஒரு வழியைக் காட்டவேணும். அம்மா காலையிலை எழும்பினவுடன் சொல்லிற செபத்தில் ஒரு வார்த்தை இது.

செல்வம் அருளானந்தம்

பாரிஸ் எயப்போட்டில வேலைக்கென்று வந்து வழிதவறி இடம் தெரியாமல் தவித்தபோது என்னையறியாமல் நானும் சொல்லிக்கொண்டு நின்றேன்.

ஒரு ஞாயிற்றுக்கிழமை பகல் இரண்டு மணியிருக்கும். தட்சூணுக்கு ஒரு தொலைபேசி அழைப்பு வந்தது. பாரீஸ் எயப்போட்டில் துப்பரவுப் பிரிவில் இரவு வேலைக்கு ஓர் இடம் இருக்கென்றும் ஆளைக் கூட்டிக்கொண்டு இரவு பத்து மணிக்கு வரும்படியும் தகவல் கிடைத்தது. தட்சூண் முன்பு எயப்போட்டில் வேலை செய்தவர். தன்னுடைய பழைய மேற்பார்வையாளரிடம் சொல்லிவைத்தபடியால் அவர்தான் ஒரு ஆளைக் கொண்டுவரும்படி அழைத்திருந்தார்.

சாட்டி சிந்தாந்திரை மாதாவிடம், குருநகர் காணிக்கை மாதாவிடம், யாழ்ப்பாணம் அடைக்கல மாதாவிடம், சில்லாலை கதிரை மாதாவிடம், இளவாலை வியாகுல மாதாவிடம்... இப்படியே ஊருக்கு ஒரு மாதாவிடம் நேர்த்தி வைத்திருப்பதாகவும் எனக்குக் கட்டாயம் வேலை கிடைக்கும் என்றும் வேலை கிடைத்தால் முதல் சம்பளத்தை அப்படியே நேர்த்திக்குத் தரவேணும் என்றும் அம்மம்மா சொன்னதாக அம்மா எழுதிய கடிதம் நேற்றுதான் கிடைத்தது.

எல்லா மாதாவும் ஒரு மாதாதான் என்று அம்மம்மாவுக்குச் சொன்னால் சிரிப்பா. மாதாவினுடைய மகனே வேலையில்லாமல் யூத முதலாளிமாருடனும் குருக்களோடும் கொழுவிக்கொண்டு, அன்பும் இரக்கமும் என ஆட்களைச் சேர்த்துக்கொண்டு திரிஞ்சவர். அவருடைய மாதாவிட்டைப் போய் வேலை கேட்டால்... அம்மம்மா 'சாத்தானே! அப்பாலே போ' எனக் கத்துவா. நினைக்கச் சிரிப்பு வந்தது!

நான் அந்த வேலையைச் செய்வேனோ என்று றூமில் உள்ளவர்களுக்குச் சந்தேகமாக இருந்தது. அதைவிட எனக்கே சந்தேகமாகவும் பயமாகவும் இருந்தது. வாழ்க்கையில் வேலை செய்தறியேன். அம்மா கெஞ்சிக் கேக்கேக்கை ஒரு வாளித் தண்ணியாவது அள்ளிக் கொடுத்திருக்கலாம். இப்ப நினைக்கக் கவலையாய் இருக்கு. ஒரு மணித்தியாலத்திற்கு 28 பிராங். ஏழு மணித்தியாலத்திற்குக் கிட்டத்தட்ட இருநூறு பிராங். ஒரு பிராங் 4 இலங்கை ரூபா. நாலாலைப் பெருக்கினால் எண்ணூறு. ஆறு மாதத்திலை வீடு கட்டலாம். கற்பனையில் மிதந்தேன்.

தட்சூண் சொன்னார் "நான அங்கே வேலை செய்தபடியால் சொல்லுறன். இது வக்கேசன் வேலை. மூண்டு நாலு மாதம் வைச்சிருப்பாங்கள். பொறுமையாய் கவனமாய் வேலையைச் செய்தீங்கள் எண்டால் 'சோமாஸ்' கிடைக்கும். எத்தனை காலம்

எண்டாலும் இன்னொரு வேலை கிடைக்கு மட்டும் எடுத்த சம்பளத்தில் எண்பது வீதம் தருவாங்கள். எல்லாம் உங்களைப் பொறுத்தது. மொப் அடிக்க வேண்டும். மொப்பும் வண்டிலும் வீட்டில இருக்கிறதுபோல இல்லை. சரியான பாரமாய் இருக்கும். கை மூட்டெல்லாம் விட்டுப்போகும். ஏதோ உங்கடை திறமையைப் பொறுத்தது. திரும்பவும் சொல்லுறன். மூண்டு மாதம் முழுதாக முடித்தீங்கள் எண்டால் பாரிசில வாழுறதுக்கு நீங்கள் அச்சப்படத் தேவையில்லை.”

நானும் மனத்தைத் திடப்படுத்திக்கொண்டு வேள்விக்குப் போன கிடாயெனத் தட்சூணுக்குப் பின்னால் எயப்போட்டை நோக்கிப் போனேன்.

உலகிலுள்ள மிகப்பெரியதொரு எயப்போட்டை வாயைப் பிளந்து பார்ப்பதற்கு முதல் தட்சூண் அதுக்காலை, இதுக்காலை, மேலை, கீழை என மாறிமாறி இழுத்துப்போய் இரவுநேர மேற்பார்வையாளரிடம் விட்டார்.

அவர் என்னை அடிமட்டத்தால் அளப்பது போல் பார்த்து, தட்சூணிடம் ஏதோ கதைத்தார். இரண்டுபேரும் கதைச்சுக்கொண்டு நிற்க ஒரு பெண் எனக்கொரு நீல நிறமுள்ள மேலங்கியைக் கொண்டுவந்து தந்தா. அதை எப்படிப் போடுவது என்று பார்த்துக்கொண்டிருக்க, தட்சூண் தூரத்தில் நின்று, போட்டு வாறேன் எனக் கையசைத்தார்.

நான் அப்படியே விறைச்சுப்போய் நின்றேன். இப்ப இரவு பத்தேகால் இருக்கும். பதினொரு மணிக்குத்தான் வேலை ஆரம்பமாகும். எப்படி இந்த இடத்திற்கு வந்தனான்? எப்படி வெளியில் போவது? விட்ட இடத்திலையே நின்றுகொண்டிருந்தேன்.

பதினொரு மணிக்குக் கிட்ட அந்த இடம் கலகலப்பாய் மாறத்தொடங்கியது. கறுப்பினத்தவரும் அரபு இனத்தவரும் வாறதும் போறதுமாய் இருந்தார்கள். எல்லோரும் ‘பொன்சூ’ சொன்னார்கள். அவர்கள் வணக்கம் சொல்வது ‘நீ எப்படியடா இங்கை வந்தனீ’ என்ற மாதிரி எனக்குக் கேட்டுக்கொண்டிருந்தது. ஒரு தமிழ் முகத்தையும் காணவில்லை. இப்பத்தான் வெளிநாட்டிற்கு வந்தமாதிரியிருந்தது. திருவிழாக் கூட்டத்தில் தொலைந்த குழந்தை மாதிரித் திகைத்தேன்.

திடீரென்று ஒரு பேரழகி என்னை நோக்கி வந்தாள். ஒரு முப்பது வயதிருக்கலாம். அலக்சான்ட் ரோஸ் வடித்த மைலோவின் வீனஸ் சிற்பம் லூவ்ரிலிருந்து உயிர்பெற்று நடந்து வந்ததுபோல் வந்துகொண்டிருந்தாள். அவளது பப்பாளிப்பழ மார்புகளை நீலநிற

அங்கி மூடியிருந்தது. கை தரப்போகிறாள் என நினைக்கும்போது கட்டியணைத்து நல்வரவு சொன்னாள். போர்த்துக்கல் அல்லது ஸ்பானிய நாட்டைச் சேர்ந்தவள் போலும். அவள் அணிந்திருந்த சென்ட் வாசனை எயப்போட்டை இன்னும் ஒளியூட்டியது. கையைக் காட்டித் தனக்குப் பின்னால் வரச் சொன்னாள். தேவதையின் அணைப்பிலிருந்து நான் இன்னும் விடுபடவில்லை.

ஓர் அலுவலகத்துக்குக் கூட்டிச்சென்று என்னுடைய விசா பேப்பரை வேண்டி அங்குள்ள அலுவலரிடம் கொடுத்தாள். அவர் பேப்பரை வேண்டிப் பார்த்துவிட்டு என் முழுப்பெயரையும் ஒரு சிறுகதை வாசிப்பது போல் நீண்டநேரம் வாசித்துப் போட்டு, "கடவுளே!" என்றார். தேவதை விழுந்து விழுந்து சிரித்துவிட்டு இந்தியப் பெயர்கள் எல்லாம் அப்படித்தான் என அர்த்தப்படச் சொல்ல, நான் "நோ நோ சிறீலங்கா" என்றேன். அவள் இந்தியாவும் சிறீலங்காவும் ஒன்றுதான் என்று சொல்லிப் பிரச்சினையை முடித்துவைத்தாள். தேவதைகளுக்கு இந்தியாவும் சிறீலங்காவும் ஒன்று போலும். அந்த அலுவலரிடம் ஒரு காட் வேண்டி என் மேலங்கியில் தானே குத்திவிட்டாள். குத்தும்போது அவளுடைய கண்கள் எனக்கருகே இருந்தன. அவளுடைய சுருள்முடி என் கன்னத்தில் விழுந்தது. அவை மயிலிறகாய் என்னை வருடிச்சென்றன. கண்கள் விலக முதல் சைகை செய்து முதலில் நின்ற இடத்திற்கு அழைத்துச்சென்றாள்.

இப்போ ஒரு முப்பது பேருக்குமேல் நின்றார்கள். எல்லோருக்கும் என்னை அறிமுகப்படுத்தி ஏதோ சொன்னாள்.

மளமளவென்று துப்பரவு செய்யும் உபகரணங்களுடன் எல்லோரும் போகத் தொடங்கினார்கள். நான் எங்கு போவது? நான் அந்தப் பெண்ணைப் பார்த்துக்கொண்டு நின்றேன். எல்லோரும் அழைப்பதுபோல், 'மடம்' என்று அழைப்பதா? அல்லது ஒரு கல்யாணம் முடிக்காத பெண்ணை அழைப்பது போல் 'மன்மசல்' என்றழைப்பதா?

எனக்கொன்றும் தெரியாது. 'ஒண்டும் விளங்கல்லை' என்று எப்படிச் சொல்வது? அது அவளுக்கே இப்போ விளங்கியிருக்கும்.

'உனக்கொன்றும் புரியவில்லை. உனக்கு வேலையில்லை. நீ போய்விடு' என்றால் எப்படித் திரும்பிப்போவது. பரந்து விரிந்து கிடந்த அந்த எயப்போட்டில் ஏதோ ஒரு இடத்தில் நின்றேன்.

நான் இப்போ எங்கை நிற்கின்றேன்? தலை சுற்றிக்கொண்டு நின்றது. அவளோ பெரிய பிசியாய் சொல்வதும் எழுதுவதுமாய் இருந்தாள்.

திடீரென்று ஓர் அரபுக்காரன் ஒரு பெரிய மொப்பையும் வாளியையும் கொண்டுவந்து எனக்கு முன் விட்டுவிட்டுச் சென்றான். மொப்பைப் பார்க்கப் பயமாய் இருந்தது. எல்லோரும் போய்விட்டார்கள். அந்தப் பேரழகி எழும்பிவந்து என்னைப் பிடித்து ஏதோ சொன்னாள். நான் முழுசிக்கொண்டு நிற்கத் தனக்குப் பின்னால் வரச்சொல்லிச் சைகை செய்து எயப்போட்டின் பிரதான தளத்திற்கு ஏதோ ஒரு பாதையால் கூட்டிச்சென்றாள்.

அங்கு ஒரு சிறிய அறைக்குக் கூட்டிச்சென்று தண்ணி வாற பைப்பைக் காட்டி மொப் வாளிக்குள் தண்ணியை விடச் சைகை செய்தாள். ஒரு கால்வாசிக்குத் தண்ணியை விட்டேன். அவள் "அங்கோர்! அங்கோர்!" எனச் சத்தமிட்டாள். நான் "நோ அங்கோர். அருளானந்தம் அருளானந்தம்" என என்னுடைய பெயரை அறுத்து உறுத்துச் சொன்னேன். அவள் திரும்பவும் "அங்கோர் அங்கோர்" எனக் கத்தினாள். இந்தத் தேவதைக்குக் கூட என் பெயர் சரியாக வருகுதில்லையே எனக் கவலை வந்தது.

அவள் தலையை இடதுவலமாக ஆட்டிவிட்டு ஓடிவந்து மேலும் தண்ணீரால் மொப் வாளியை நிரப்பினாள். ஓ! தண்ணியைக் கூடவிடச் சொல்லியிருக்கிறாள்போல.

பிறகு வாளிக்குள் ஒரு கெமிக்கலைவிட்டு என்னைப் பாவமாகப் பார்த்தாள். எனக்கெதுவும் சொல்லாமல் மொப் வாளியைத் தானே இழுத்துச்சென்று 1ஆம் நம்பர் தானியங்கிக் கதவுக்கு முன் நின்றாள்.

நான் உறுதியாக நினைத்தேன் 'வேலைக் கனவும் போய் சோமாஸ் கனவும் போச்சு. ஒரு மணித்தியாலத்துக்கு 28 பிராங். நாலாலைப் பெருக்கினால் 112 இலங்கை ரூபா. எல்லாம் போச்சு.'

தானியங்கிக் கதவைச் சுத்தி 35 அடி சுற்றளவிலிருக்கும் இறப்பர் சீற்றை வடிவாய் மொப் பண்ண வேண்டும். உதுதான் வேலையாயிருக்க வேண்டும். மண்டைக்குள் உறைத்தது. அவள் மொப் பண்ண வெளிக்கிட நான் பாஞ்சு போய் மொப்பை வேண்டி வேலையை ஆரம்பித்தேன்.

"வெரிகுட்" என்றாள்.

நான் இப்ப 24ஆம் நம்பர் கதவுக்குக்கிட்ட நிக்கிறன். முதலாம் நம்பரிலை இருந்து துவங்கி இந்த 24 கதவுகளையும் விடிய 7 மணிக்கு முதல் மொப் பண்ணி முடிக்க வேணும். இதுதான் வேலையாயிருக்க வேணும். நான் புரிந்ததுபோல் சிரித்தேன்.

அவள் "திரும்பவும் வாறேன். வெரிகுட்" என்று சொல்லிட்டுப் போனாள்.

இப்பதான் எயப்போட்டைப் பார்க்கிறேன். ஜெகசோதியாய் இருக்கு. விடுப்புப் பார்க்க ஆசையா இருக்கு. இருந்த இடத்தை விட்டு அசையப் பயமாய் இருந்தது. தற்செயலாய்த் தொலைந்து போனால் எப்படித் திரும்பவும் இந்த இடத்திற்கு வருவது? பாசையும் தெரியாமல் இடமும் தெரியாமல்...

மூன்று கதவுகளை முடித்துவிட்டேன். பேரழகி திரும்பிவர வில்லை. நாளைக்கு வேலைக்கு வரச்சொல்லுவாள் என்ற நம்பிக்கையும் இல்லை.

கொஞ்சத் தூரம் நடந்து 24 கதவுகளையும் பார்ப்போம் என ஒவ்வொரு கதவாய் எண்ணிக்கொண்டு போனேன் உடுப்புகள், நகைகள், சென்ட் போத்தல் கடைகளென வண்ண வண்ணமாய் நிறைந்திருந்தன. எல்லா இடங்களிலும் மனிதர்கள் மகிழ்வோடு நடமாடிக்கொண்டிருந்தார்கள். எங்கடை கோயில் உபதேசியார் சொன்ன மோட்சம் போல் அந்த எயப்போட் இருந்தது.

ஒவ்வொரு கதவாக எண்ணிக்கொண்டு போனபோது மூன்றாம் கதவடியில் நான் விட்ட மொப் வண்டில் நின்றது. அப்பதான் தெரிந்தது பாரீஸ் எயப்போட் வட்ட வடிவமான கட்டடம் என்று.

என்னைத் தேடிப் பேரழகி மீண்டும் வந்தாள். ஒவ்வொரு ஐந்து கதவும் மொப் பண்ணி முடிய தண்ணீர் மாற்ற வேணும் என்று அவள் சொன்னதைப் புரிந்துகொண்டேன். அவள் "வெரி குட்" என்றாள்.

இப்போது எயப்போட் கொஞ்சம் அடங்கிவிட்டது. இருபது கதவுக்கு மேல் முடித்துவிட்டேன். கையெல்லாம் உளைஞ்சு கொண்டிருந்தது. சரியாப் பசிக்குது. தட்சூண் பாணும் கொக்கோகோலா போத்தலும் வேண்டித்தந்தவர். ஆனால் அதைக் கீழே விட்டுவிட்டு வந்துவிட்டேன். அது வைத்த இடத்தைத் தேடிப் போனால் இந்த இடத்துக்குத் திரும்பிவரத் தெரியாது. கீழே என்றால் எத்தனை கீழே இருக்கின்றது என்றும் தெரியவில்லை. சாப்பாட்டைக் கொண்டுவந்தாலும் இருந்து சாப்பிடலாமோ தெரியவில்லை.

கொஞ்ச நேரத்தாலை பேரழகி மீண்டும் வந்தாள். நீலநிற மேல் கோட் எல்லாம் கழட்டிப்போட்டுவிட்டுச் சுருண்ட மயிருடனும் அகன்ற கண்ணுடனும் செழித்த வாழைமரம் போல் இருந்தாள். அருகில் வந்து ஏதோ சொன்னாள்.

இடங்கள் தெரியாமல், மொழி தெரியாமல், வேலை கிடைக்குமோ என்ற ஏக்கம், பசி மயக்கம்... இந்த ரணகள நிலையிலும் உதவி செய்யிற மேலதிகாரிப் பெண்ணில்கூடக்

காமம் வந்தது. என் எண்ணத்தை நினைக்க எனக்கு மேலேயே எனக்குக் கோபம் வந்தது.

அவள் திரும்பவும் ஏதோ சொன்னாள். புரியவில்லை. என் கையைப் பிடித்து இழுத்துக்கொண்டுபோய் ஒரு கதிரையில் இருத்தினாள். திரும்பவும் ஏதோ உறுதியாகச் சொன்னாள். ஓ! வேலை போட்டுது! அதுதான் இருக்கச் சொல்லுறாள் எனத் திகைத்துப் போனேன்.

தன் கையை வாயில் வைத்துச் சாப்பிடற மாதிரி நடித்துக் காட்டினாள். சாப்பாடு எடுக்கக் கீழே போக வழித் தெரியாது என்று சொல்லப் பிரஞ்ச் தெரியவில்லை. சைகை காட்டி என்ரை மடத்தனத்தைக் காட்டவும் விரும்பவில்லை. போற வேலைதானே என்று அவளின் அழகான கண்களையும் வாயையும் பார்த்துக்கொண்டிருந்தேன். அவள் என்னைப் பாவமாகப் பார்த்துவிட்டு எழுந்துபோனாள். அருகிலிருந்த ஒரு உணவுக் கடையில் ஒரு சான்ட்விச்சும் குளிர்பானமும் வாங்கித்தந்து என்னைச் சாப்பிடும்படிச் சொன்னாள். நான் அவளைப் பார்த்தபடியே சாப்பிட்டேன்.

அவள் “வெரிகுட்” என்றாள்.

ஆங்கிலத்தில் ‘வெரிகுட்’ என்ற ஒரு சொல்தான் அவளுக்குத் தெரியும் போலும். அதற்குப் பெரிய அர்த்தமெதுவும் அவளிடம் இருப்பதாகத் தெரியவில்லை.

மேலே கிளீன் பண்ணி முடிய கீழே போய் வேலை செய்வதற்குரிய பாதையைக் காட்டிவிட்டு, ஆறேமுக்காலுக்கு அலுவலகத்திற்கு வரும்படி எழுதிக்காட்டிவிட்டு அந்தத் தேவதை மறைந்துவிட்டது.

மளமளவென வேலை செய்து ஆறு மணிக்கே முடித்து விட்டேன். வாளியையும் மொப்பையும் அந்தச் சின்ன அறையில் விட்டுவிட்டு என் அலுவலகத்தை எல்லா இடத்திலும் தேடினேன். அது அகப்படவேயில்லை.

இப்படித் தேடி அலையும்போது பைலட்டுகள் இளைப்பாறும் இடம், பணிப்பெண்களின் கழிவறை இதிலெல்லாம் புகுந்து வந்தேன். நைஜீரியாவுக்குப் போற இமிக்கிறேசனைத் தாண்டப் பார்த்தேன். யூனிபோர்மில் இருந்தபடியால் பொலிஸ் பிடிக்க வில்லை.

களைத்துப்போய் முதலில் நின்ற இடத்திற்கே திரும்பவும் வந்தேன். ஒரு தமிழ்ப் பெடியன் என்னைப் பார்த்துக்கொண்டு நின்றான். “என்னண்ணை! எங்கை தொலைஞ்சனீங்கள்?

'வெரிகுட்' உங்களைக் காணல்லையெண்டு பதைச்சுக்கொண்டு நிக்கிறாள்" என்றான்.

"இடங்கள் சரியாத் தெரியல்லை. இண்டைக்குத்தான் முதல்நாள்" என்றேன். ஒரு தமிழ் ஆளைக் கண்டது சரியான சந்தோசமாக இருந்தது. அவன் தான் பகல்வேலைக்கு வந்ததாகவும் 'வெரிகுட்' அவனிடம் "ஏழுமணியாச்சு. உங்கடையாள் ஒருவரைக் காணல்லை, பாவம்" என்று தன்னைத் தேடிக்கொண்டு வரும்படி அனுப்பியதாகவும் சொன்னான்.

நான் அவனிடம் "தம்பி என்னை இங்க வேலைக்கு வைத்திருப்பாங்களா?" என்றேன்.

"தெரியாது. நல்லவேளை பெரியவன் இல்லை. இருந்திருந்தால் இதற்கே உடனே கலைத்திருப்பான். இவளுக்கு இந்தியா ஆக்கள்மீது விருப்பம். நாங்கள்தான் அண்ணே இவளுக்கு 'வெரிகுட்' எண்டு பெயர் வைத்தோம்" என்றான்.

அவனே அலுவலகத்திற்குக் கூட்டிச்சென்று 'வெரிகுட்'டிடம் விட்டான். "வெரிகுட்" என மீண்டும் 'வெரிகுட்' கை தந்து "நாளைக்குப் பத்து மணிக்கே வந்து இடங்களைப் பார்த்து வைக்க வேணும்" என்று கண்ணசைத்துச் சிரித்தாள்.

எனக்கு வேலை நிச்சயம்.

அம்மாவின் நம்பிக்கைப்படி யாழ்ப்பாணத்திலிருக்கும் ஏதோ ஒரு மாதாதான் இந்தத் தேவதையை அனுப்பியிருக்க வேண்டும்.

❖

மட்டு நீக்கி மது மகிழ்ந்தும்

தமிழன் திடுக்கிட்டுப் போனான்... இவ்வளவு போத்தல்களா! எத்தனை வர்ணங்கள், எத்தனை வகைகள்!

'பொருப்பிலே பிறந்து தென்னன் புகழிலே கிடந்து சங்கத் திருப்பிலே வளர்ந்தவன்ரா நீ' என மேடைப் பேச்சுக்களைக் கேட்டு வளர்ந்தவன் இன்று கூட்டித் துடைக்கத்தான் லாயக்கு என்ற நிலைமை

செல்வம் அருளானந்தம்

வந்திருந்தாலும், ஆச்சரியப்படுவதற்கும் சந்தோசப்படுவதற்கும் புதிய நாட்டில் நிறைய விடயங்கள் இருந்தன. அதில் முக்கியமானது இந்தக் குடி.

இங்கை வரமுன்னே பல பேருக்குக் கள்ளைத் தெரியும். கொஞ்சம் குழப்படிக்காரப் பெடியள் என்றால் சாராயத் தவறணை வரை போவார்கள். கசிப்பும் வெட்டிரும்பும் ஏழைப் பரதேசிகளுக்கு. மெண்டிசும் வெள்ளைப் போத்தலும் கொஞ்சம் பணஓட்டம் உள்ளவர்களுக்கு. பணக்கார வீட்டுப் பிள்ளைகள் எண்டால் ஸ்ரவுட் பியர். இதைத் தவிர வேறு ஒன்றும் அறியான் அப்போதைய ஈழத்தமிழன்.

புது நாட்டிலிருந்த கடைகளைப் பார்த்துப் பிரமித்துப் போனான். இதென்னடா இது? வைன் எண்டால் ஆயிரம் வகை. பியர் எண்டால் நூற்றுக்கணக்கில், வர்ண வர்ணப் பெட்டிகளில் மயக்கும் விஸ்கி, பிராண்டி, வொட்கா, கொனியாக் எல்லாம் ஆயிரக்கணக்கில். ஆண்ட பரம்பரைத் தமிழன், மீண்டு பலமுறை புரண்டு எழுவதற்கு எதைக் குடிப்பது, எதைத் தவிர்ப்பது என்று தெரியவில்லை.

விலைவாசியில் மற்றப் பொருட்களோடு ஒப்பிடும்போது போத்தல்கள் பெரிய விலையாகத் தெரியவில்லை. ஒரு தண்ணீர்ப் போத்தல் விலைக்குப் பியர் ரின் ஒன்று வாங்க முடிந்தது. ஒரு கோப்பி குடிக்கும் காசுக்கு ஒரு போத்தல் வைன் குடித்து நல்லாய் நித்திரை கொள்ளமுடிந்தது.

'ஏன்ரா குடிச்சுத் திரியிறாய்?' என்று கேட்பதற்கு அம்மா அப்பாவோ கூடியிருந்த உறவுகளோ இல்லை. பெரும்பாலோர் தனிக்கட்டைகள். ஊரை உறவைப் பிரிந்து அகதியாய் அலையும் சோகம். இன்ன வேலை செய்கின்றேன் என்று சொல்லிக் கொள்கிற மாதிரி வேலைகள் இல்லை. பெரும் யுத்தம் ஒன்று வரப் போகின்றது என்ற மன உளைவு. பெரும்பாலானவர்கள் குடியில் மூழ்கிப்போனார்கள்.

தமிழ் இளைஞர்கள் வாழும் எல்லாக் குடியிருப்புக்களிலும் குடி ஒரு புதுப் பண்பாடாக மாறியது. இரண்டு மூன்று பேர் சந்திப்பதாக இருந்தால் அவர்கள் நடுவே 'ஆசிரியரோ' (Teacher's), 'மாவீரனோ' (Napoleon), 'காதலனோ' (Ballantine's) இருப்பார்.

"தெரியாத ஆட்களோடை குடிக்கப்படாது" என நடா அம்மான் எச்சரித்திருந்தாலும் இது எனக்கு எல்லா வேளை களிலும் சாத்தியப்படவில்லை.

பாரிசுக்கு வந்த மூன்றாம் நாளே சீலன் தன்ரை வீட்டுக்குச் சாப்பாட்டுக்கு அழைத்தான். சீலன் கொஞ்சம் பீலா காட்டிற பேர்வழி. நாங்கள் போனபோது ஒரு பீங்கான் நிறைய

இலைகுழைகளைப் போட்டு வெள்ளைநிறக் குழம்பை ஊத்திச் சாப்பிட்டுக்கொண்டிருந்தான். எங்களுக்கும் ஒரு பீங்கானில் குழையை நிரப்பி "உங்களுக்கு என்ன ட்றெசிங் வேணும்?" என்று கேட்டான். நாங்கள் முழுசிக்கொண்டிருந்தோம். அருள்நாதர் என்னிடம் இரகசியமாக "இவனோட சாப்பிட்டால் இண்டைக்கு இரைமீட்க வேண்டி வரும்போல" என்றார்.

அங்குத் திராட்சைச் சிவப்பு, பொன்நிறம், இள மண்ணிறம், வெள்ளை எனப் பல வர்ணங்களில் போத்தல்களுக்குள்ளே மதுவகைகள் மின்னிக்கொண்டிருந்தன. எல்லோரும் கிளாசை எடுங்கோ என சீலன் அழைத்தான். அருள்நாதருக்கு ஊரிலேயே சீலனின் பீலா வேலைகள் பிடிப்பதில்லை. அன்றைக்கு சீலனை விட்டுக்கொடுப்பதில்லை என்ற முடிவோடு இருந்தார்.

சீலன் இள மார்பு வடிவத்திலிருந்த ஒரு கிளாஸ் நிறைய சிவப்பு நிற மதுவை விட்டான். அருள்நாதர் போட்டியாகத் தன்னிடமிருந்த அதே போன்ற கிளாசில் பொன்னிறமான மதுவை நிரப்பினார். எல்லோரும் சிரித்தார்கள். உடனே நான் அவருடைய கிளாசிலை இருந்ததிலை அரைவாசியை என்ரை கிளாசுக்குள் ஊத்தினேன். சீலன் எங்களைப் பார்த்து "என்ன கலக்கப் போறியள், தண்ணி, கொக்கோகோலா, பெரியர் (Perrier) எது வேணும்?" எனக் கேட்டான். "எங்களுக்குக் கலந்து குடிக்கிற கலாச்சாரம் தெரியாது. ஏன் கலக்கவேணும்" என அருள்நாதர் கோபித்துக்கொண்டு புறுபுறுத்தார். அவர் வடிவாய்ச் சாப்பிடவும் இல்லை. வீட்டுக்குத் திரும்பும்போது "சீலன், தான் கலக்காமல் குடிக்கிறான். இன்னொருத்தன் ஒண்டும் கலக்காமல் போத்திலோடக் குடிக்கிறான். எங்களட்டை மட்டும் கலக்கக் கேட்கிறான். நாங்கள் என்ன இளக்கமோ! உவன்ரை வீட்டை நான் இனி வரமாட்டேன்" என்று திட்டிக்கொண்டே வந்தார்.

பிரான்சுக்கு வந்த முதல் கிறிஸ்மஸ். ஒரு நண்பர் விருந்துக்கு அழைத்திருந்தார். விருந்தென்ன விருந்து... குடிதான். குடிக்கிறவன் பெரிய பிரச்சினையில்லை. 'ஐயோ நான் குடிக்கிறது இல்லை, இந்த மணம்கூடப் பிடிக்காது' என மிக்சர் சாப்பிட்டுக் கொண்டிருப்பவர்களால்தான் பிரச்சினை வரும்.

பார்ட்டிக்கு வந்த குடிக்காத ஒருவர் தனக்கு எப்பவோ ஓர் அல்ஜீரியன் ஒரு மெத்ரோ வாசலில் வைத்துப் 'பாக்கி' என்று சொல்லி அடித்தவன் எனத் திரும்பத்திரும்பச் சொல்லிக்கொண்டே இருந்தார். நாங்கள் அதைப் பெரிதாகக் கவனிக்கவில்லை. இன்னொரு அண்ணைதான் "எங்கடை கலட்டியானுக்கு அடிக்கவோ ... எங்கடை கலட்டியானுக்கு அடிக்கவோ ..." எனச் சொல்லிச்சொல்லி நல்லாய் குடித்தார்.

பார்ட்டி முடிந்து மெத்ரோவை நோக்கி நடந்துபோய்க் கொண்டு இருந்தோம். வழியில் கண்ட முதல் அல்ஜீரியனுக்கு, அந்தக் கேடுகெட்ட அண்ணன் ஜக்கேற்றுக்கை மறைத்து வைத்திருந்த வைன் போத்தலை எடுத்து அடிச்சு மண்டையை உடைத்தார். "என்ன கொடுமை இது!" எனச் சொல்லிக்கொண்டு ஓடத்தொடங்கினேன்.

எந்தப் பார்ட்டியிலும் இரண்டு கிளாசுக்கு மேல் என்னால் குடிக்க முடியாது. கனக்கக் குடிக்கப்படாது என்ற கொள்கை யொன்றும் இல்லை. இரண்டுக்கு மேலையென்றால் நித்திரையாய்ப் போய்விடுவேன். இத்தனைக்கும் இரண்டாம் மூன்றாம் வகுப்பிலையே கள்ளுக் குடிக்கத் தொடங்கிவிட்டேன்.

கார்த்திகேசு அப்பு எங்கள் வளவில் கள்ளுச் சீவுவார். அவர் நிச்சாமத்தில் இருந்து அதிகாலையிலை வந்துவிடுவார். நாள் முழுக்க எங்கள் அயலில்தான் அவர் சீவியம். எங்கள் வீட்டுக்கு மாத்திரமல்ல, ஊருக்கே குடும்பத்தில் ஒருவராக இருந்தார்.

அப்பு என்னைக் காட்டி "உவன்ரை கேவலம் என்ன! எலும்பெல்லாம் தெரியுது. இவனுக்குச் சரியான கணச்சூடு, தனிப்பனைக் கள்ளு பனையாலை இறக்கினவுடனே குடிச்சால் கொஞ்சம் உடம்பு வைக்கும்" என்று அம்மம்மாவுக்குச் சொல்லிப் பின்னேரங்களில் ஒரு கிளாஸ் கள்ளு குடிக்கப் பண்ணுவார். அம்மம்மாவும் இப்படியாவது உடம்பு வைக்கட்டும் என்று பேசாமல் இருப்பா. எனக்கும் உருசைப் பிடிபட்டுவிட்டது. எங்கள் வீட்டுப் பனையில் அப்பு ஏற முதலே நான் கிளாசோடைக் கீழே நிற்பேன். அப்பு தலையைத் தடவித்தடவி "குடி ராசா" என அன்போட பருக்குவார். அப்புவுக்குப் பிரியமில்லாத யாரும் "அண்ணை ஒரு அரைப்போத்தல் கள்ளாவது தாருங்கோ, வேண்டிற காசை வேண்டுங்கோ" என்று கேட்டால் ஒரு சொட்டுக் கள்ளுக்கூட இல்லையெனச் சத்தியம் செய்வார். ஆனால் தனக்கு அன்பானவர்களுக்குப் போதியளவு கொடுப்பார்.

"பனையிலை இருந்து வானத்திலைப் பார்க்கும்போது என்ன தெரியும் அப்பு?" என்று கேட்பேன். "சம்மனசுகளும் பேய்களும் சண்டையல்லோ போட்டுக்கொண்டு நிக்குதுகள்" என்பார். நான் பயந்தபடி "அதுகள் கீழே வரமாட்டுதுகளோ?" எனக் கேட்க, "இஞ்சையோ? மனுசர்கள் மிகக் கேவலமானவங்கள் எண்டு அதுகளுக்குத் தெரியும். நிலத்தில கால் வைக்காதுகள்" எனச் சொல்வார்.

காலையில் நான் பாடசாலைக்கு வெளிக்கிடமுதல் அயல் அட்டையில் அப்புவின் குரல் கேட்பது வழமை. இரண்டு

நாளாய் அப்புவைக் காணவில்லை. நிச்சாமப் பக்கம் பெரிய பிரச்சனையென்று வாடிக்கைக் கள்ளுக்கு வரும் மாமாதான் சொன்னார். இரண்டாம் நாள் பின்னேரந்தான் தெரியும். நிச்சாமச் சாதிச் சண்டையில் கார்த்திகேசு அப்புவைக் கொன்று போட்டாங்களாமெண்டு, ஒளிந்துநின்று சுட்டுக் கொன்றார்களாம். ஏன் ஒளிச்சுநிண்டு கொல்ல வேணும். 'உன்னைக் கொல்லப்போறோம்' என்று சொன்னாலே, தானே நேரே போய் என்ன ஏது என்று விசாரிக்கக்கூடிய அப்பாவித்தனமும் அன்புமனமும் கொண்டவர் அவர். அப்பாவிகள்தான் சண்டையில் முதல் பலியாவார்கள் என்பதற்கு அவர் ஒரு உதாரணமானார்.

ஊரில் உள்ளவர்கள் ஒன்றாய்க்கூடி அந்தச் சண்டையிலும் அவருக்கு அஞ்சலி செலுத்தச் சென்றுவந்தார்கள். அவருக்குப் பின் அவருடைய மகன் காந்தி கள்ளுச் சீவுவதற்கு வந்தார். பிறகு தன்னால் இவ்வளவு தூரம் வரமுடியாது என்று வராமல் விட்டுவிட்டார். கார்த்திகேசு அப்பு இல்லாமல் பனைகள் காய் வெட்டி ஆனது. மாமா பக்கத்து ஊரிலைப் போய் தவுது என்பவரைக் கள்ளுச் சீவுவதற்கு அழைத்துவந்தார். தவுது அப்புவை எனக்குப் பிடிக்கவில்லை. அத்தோடு கள்ளையும் விட்டுவிட்டேன்.

எங்கடை சுற்றுவட்டாரத்தில் இம்மனுவேல் மாஸ்ரரைத் தெரியாத ஆட்கள் கிடையாது. அவர் ஓர் ஆசிரியர், கோயில் பணியாளர். பள்ளிக்கூடம் முடிய கோயில், கோயில் முடிய ஊர் விடயங்கள் என ஓடித்திரியும் ஒரு சமூக சேவகர். நடந்தால் புல்லுச் சாகாது என்பார்களே அந்த வகை. வெள்ளைச் சேட்டு வேட்டியென ஆளைக் கண்டாலே ஒரு மரியாதை வரும். இரகசியமாய் ஒரு சொட்டு இரண்டு சொட்டு அடிக்கிறவரோ தெரியாது. ஆனால் அவர் குடிக்கிறதை யாரும் கண்டதில்லை.

அவருடைய மகளுக்குப் புருசன் அடிச்சதை யாரோ அவருக்குச் சொல்லிப்போட்டினம். அவரால் தாங்க முடிய வில்லை. எங்கேயோ போய் அரை போத்தல் சாராயத்தை ஒரேடியாய் அடிச்சுப்போட்டு வந்து மருமகன் வீட்டுப் படலையைப் பிடித்துக்கொண்டு "வாடா வெளியிலை... வாடா வெளியிலை..." எனக் கத்தி அட்டகாசம் செய்துகொண்டிருந்தார். பலபேர் கூடிவிட்டார்கள். மாஸ்ரரின் வேட்டியும் குலைந்து அலங்கோலமாய் நின்றுகொண்டிருந்தார். நல்லவேளை மருமகன் வீட்டில் இல்லை. ஒரு மதிப்புக்குரிய ஆள் இப்படி நிற்பது எல்லோருக்குமே அந்தரமாய் இருந்தது. எத்தனை பேர் பிடித்திழுத்தாலும் கேற்றை விடுகிறார் இல்லை. வீதியில் நில்லாமல் எப்படியும் ஆளை உள்ளுக்குள்ளைக் கொண்டுபோய்விடுவோம் என்று எல்லோரும் துடித்துக்கொண்டு நின்றார்கள். அவரோ விடுகிறார் இல்லை.

இப்போதுதான் வியேந்தம்மான் சீனுக்குள்ள வந்தார். வந்த வியேந்தம்மான் "மாஸ்ரர் இப்படி நெடுகப் படலையடியிலேயே நிக்கமுடியாது. மரியாதையுள்ள மனுசன் எல்லோ? அதைவிட எப்பவும் மருமகன் வரலாம். வாய் பார்த்துக்கொண்டு நில்லாமல் எல்லாரும் அங்காலை போங்கோ" எனச் சொல்லிக்கொண்டு, "எடேய் இரண்டு பேர் மாஸ்ரரைத் தூக்குங்கோடா! மூன்றுபேர் படலையைத் தூக்குங்கோடா" என உத்தரவிட்டார். அப்படியே மாஸ்ரரையும் படலையையும் தூக்கிக்கொண்டுபோய் வளத்தினார்கள். "ஒரு குழந்தைப்பிள்ளை தூக்கிற அளவிலையிருக்கும் அரைப்போத்தல் சாராயத்தைக் குடிச்சவரை ஐஞ்சு பேர் தூக்க வேண்டியதாய்ப் போச்சு" என வியேந்தம்மான் புறுபுறுத்துக்கொண்டு தன் கோவணத்தைச் சரிசெய்தபடி போனார்.

பாரிசில் இயக்கத்தைக் கட்டியெழுப்ப வேணும் என்று நண்பர்கள் முயன்றபோதுதான் ரட்டினம் அறிமுகமானார். எங்களில் மார்க்சிய தத்துவத்தை ஓரளவு அறிந்தவர் அவர்தான். ஊரில் இருந்தபோது ஒரு செயற்பாட்டாளர். கதைக்கவேமாட்டார். மௌனம்தான் அவருடைய மொழி. ஒரு சொல்லு சொல்லுவதற்கு ஐந்து நிமிடம் யோசிப்பார். கூட்டங்களில் கருத்துச் சொல்ல முயற்சி செய்வார். அவர் வாயைத் திறப்பதற்கிடையில் பத்துப் பேர் கருத்துச் சொல்லிவிடுவார்கள். இரண்டு பேர் உரக்கக் கதைத்தால் அந்த இடத்தில் நிற்கமாட்டார். ஆனால் குடித்தார் என்றால் அவரைத் தவிர வேறு யாரும் பேசமுடியாது. அனுபவங்கள், படிப்பினைகள், வேதனைகள் கொட்டிக்கொண்டேயிருக்கும். இதுவும் இரண்டு கிளாஸ் வரையில்தான். அதற்கு மேல் என்றால் "உவனுக்கு அடிச்சு முகத்தை உடைக்கட்டோ! இவனுக்கு அடிக்கட்டோ! உவன்ர முதுகை முறிக்கட்டோ" என வன்முறையில் கொந்தளிப்பார். ஒருத்தரும் கிடைக்காட்டால் "உன்ரை முகத்திலை குத்தட்டோ" என்பார். பேச்சு மட்டும்தான், செயலில் இறங்கியதாக வரலாறில்லை. கதைச்சுக் கதைச்சு அப்படியே நித்திரையாய்ப் போய்விடுவார். எழுப்பிக் கொண்டு வீட்டை விடுவது பெரிய சிரமமாயிருக்கும்.

அமுதன் என்ற நண்பர் மலையகத்தைச் சேர்ந்தவர். ஒரு வெள்ளியிரவு அறைக்குக் குடிக்கவந்தார். விடியவிடியப் பாட்டும் டான்சும். அவருக்கு நல்ல வெறி. விடிய ஒரு மூன்று மணிபோல "என்ரை அறையில் போய்ப் படுத்தால்தான் நித்திரை வரும். நான் போகப்போறன்" என்றார். "இப்படி வெறியிலை

எப்படிப் போகப்போறீங்கள், விடியப் போகலாம்" என்று மறித்தோம். கொஞ்ச நேரத்திலை அவரைக் காணவில்லை. தொடர்ந்த பார்ட்டியில் நாங்கள் அவரை மறந்துபோனோம். அவர் எங்களுக்குத் தெரியாமல் போய்விட்டார். காலை ஐந்து மணியாச்சு, குடித்துக்கொண்டு இருந்தவர்கள் அந்தந்த இடங்களில் சரிந்துவிட்டார்கள்.

யாரோ கதவைப் பலமாகத் தட்டிக்கேட்டது. யாரெண்டு பார்த்தால் அமுதனும் ஓர் அந்நியனும் நிற்கிறார்கள். என்ன நடந்தது என்று கேட்டோம். அவர் வீட்டுக்குப் போறதிற்கு ரக்சி ஒன்றைப் பிடித்திருக்கிறார். எங்கை போக வேண்டும் என்று ரக்சிக்காரன் கேட்க ஒரு குறிப்பிட்ட இடத்தைச் சொல்லி, "அங்கு போ. அதுக்குப் பிறகு இடத்தைச் சொல்லுறன்" என்று சொல்லிவிட்டு அப்படியே நித்திரையாய்ப் போய்விட்டாராம். ரக்சிக்காரன் அவரை எழுப்பிப் பார்த்திருக்கிறான். அவர் எழும்புவதாயில்லை. அவன் இவருடைய ஜக்கற் பொக்கற்றில் இருந்த விசா பேப்பரைப் பார்த்து, அதிலிருந்த, பாரிசுக்கு வெளியே இருக்கும் அந்த விலாசத்திற்குக் கொண்டுபோய் அங்கு வைத்து அவரை எழுப்பியிருக்கிறான்.

அப்போது பாரிசில் வாழ்ந்தவர்களுக்குத் தெரியும் இருக்கிற இடம் வேறு, குடிவரவு பொலிசுக்குக் குடுக்கிற விலாசம் வேறு என்று. ஒரு அறையில் பத்துப் பேர் இருப்போம். ஆனால் சட்டப்படி மூன்று பேர்தான் இருக்கலாம். ஆகவே அரசுக்கு ஏதாவது ஒரு விலாசத்தைக் கொடுப்பது வழமை. அது சிலவேளைகளில் பாரிசுக்கு வெளியே மிகத்தொலைவில் இருக்கும். அவருடைய விசா பேப்பரிலிருந்த விலாசம், எப்பவோ ஒரு நண்பர் அவர் விசா போடுவதற்கு விலாசம் இல்லாமல் தவித்தபோது கொடுத்த விலாசம். அந்த வீட்டைப் பார்த்தவுடன் அவருக்கு ஒன்றும் விளங்கவில்லை. நிலைமை விளங்கேக்க அவருடைய வெறி முறிஞ்சு போச்சு. ரக்சிக்காரன் குழம்பிக் கொண்டு நிண்டிருக்கிறான். அவர் சொல்லியிருக்கிறார் "ஏத்தின இடத்திற்கே திரும்பப் போ" என்று. ரக்சிக்காரன் திருப்பியும் இஞ்சை கொண்டந்து விட்டிட்டு 200 பிராங்க் கேட்கிறான். அவர் ஒண்டும் விளங்காமல் தவிச்சுக்கொண்டு நின்றார். அவரிட்டை அஞ்சு சதக் காசும் இல்லை. ரூமில் நித்திரையாகிக்கொண்டிருந்த ஒவ்வொருத்தரும் காசு போட்டு 200 பிராங்க் ரக்சிக்காரனுக்குக் கொடுத்தபோது எங்கடை வெறியும் முறிஞ்சுது.

அமுதனைப் பற்றிப் பக்கம் பக்கமாய் எழுதலாம். ஒருமுறை அவர் றூமில் குடித்துக்கொண்டிருந்தபோது எனக்குத் தெரியாத, சற்று வயது கூடிய ஒருவரும் இருந்தார். யாரோடை வந்தவர் என்று தெரியவில்லை. அரசியல் கதைத்துக்கொண்டிருந்தார்.

குடிக்கு சைட் டிஷ்சாய் நாட்டுப் பிரச்சினை கதைக்கிற காலம் வந்துவிட்டது. அமுதன் "தமிழரின் அடிமைத்தனம் நீங்க வேணும் என்றால் முஸ்லீம் தமிழர், மலையகத் தமிழர் என்ற பிரிவினை நீங்க வேண்டும். அதைவிட யாழ்ப்பாணச் சாதி அடக்குமுறை இல்லாமல் போகவேணும்" என்றார்.

சாப்பிட்டுக்கொண்டிருந்த அந்தச் சற்று வயது கூடியவர் "பாரிசிலை ஆர் சாதி பார்க்கினம். அதெல்லாம் ஊரிலைதான். ஒரு உதாரணத்திற்கு நான் உங்களோடை இருந்து சாப்பிட்டுக் கொண்டிருக்கிறன்தானே. ஊரிலை எவ்வளவு பெரிய ஆசாரக் குடும்பத்தைச் சேர்ந்தவன் நான்" என்றார்.

அமுதன் திடீரென அவர் சாப்பிட்டுக்கொண்டிருந்த பீங்கானை வேண்டினார். நாங்கள் நினைச்சோம் ஏதோ கறி போடப் போறார் என்று. அமுதன் "அண்ணே, வெளியே போங்கோ" எனக் கோபமாய்ச் சொன்னார். நாங்கள் "வேண்டாம். அந்தாள் வெறியிலை ஏதோ சொல்லுது. அவரை விடுங்கோ" என்று சொல்லச்சொல்ல அமுதன் தன் முடிவில் உறுதியாய் இருந்தார்.

மலையகத் தமிழர்களைக் கேவலமாகச் சொல்லும் ஒரு சொல்லைச் சொல்லிக்கொண்டு வயது கூடியவர் வெளியேறினார்.

ஒருநாள் றூமிலிருந்த நண்பருடன் வெளியே போனேன். ஒரு பாரில் குடித்து இரண்டு பேருக்கும் நல்லவெறி. வாற வழியில் 'லைவ் ஷோ' பார்க்கப் போறேன் என நண்பர் அடம்பிடித்தார். எனக்குப் பணம் கொடுத்து இப்படியான இடங்களுக்குப் போறது கொஞ்சமும் விருப்பம் இல்லாத விடயம். நண்பர் தனக்குத் தனியே போய்ப் பார்க்கப் பயமாய் இருக்கு எனச் சொல்லி என்னை வற்புறுத்தி அழைத்துச்சென்றார். வாசலில் வைத்து ஒரு ஆளுக்கு பத்து பிராங்க் என்று சொன்னார்கள். சரி போவோம் என்று உள்ளே போனவுடன் இரண்டு பெண்கள் வந்து எங்களை அணைத்துக்கொண்டு ஓர் அரையிருட்டு அறைக்குச் சென்றார்கள். அவர்கள் பிறந்து வளர்ந்த பெண்களாய்த் தெரியவில்லை. சொல்லிச் செய்வித்த அழகுச் சிலைகள் மாதிரி இருந்தார்கள். அவளவை ஏதோ கேட்டாளுகள். என் நண்பரும் 'வீ! வீ!'யென்று சொல்லி வாயிலை வந்த பிரெஞ்செல்லாம் கதைத்தார். அவர்கள் அரை நிர்வாணமாகி எங்கள் மடிமேல் வந்து இருந்துகொண்டு ஏதோ குடிக்க ஓடர் பண்ணினார்கள். நான் மனதைக் கட்டுப்படுத்தினது மாத்திரம் அல்ல, கையை இறுக்கிக் கட்டிக்கொண்டிருந்தேன். அந்த அறையில் வெப்பம் கூடியதுபோல் இருந்தது. நண்பர் பயத்திலை தன்ர மடியில் இருந்த பெண்ணை விட்டுவிட்டு என்ரை மடியில் இருந்த பெண்ணின் உடலில் கை வைத்தார். நான்

மௌனமாக என்ன நடக்குது என்று பார்த்துக்கொண்டிருந்தேன். ஏதோ கேட்டார்கள். நாங்கள் பேசாமல் இருந்தோம்!

கொஞ்ச நேரம் அமைதியாய் இருந்தது. அவளுகள் எங்களைப் பார்த்துச் சிரிச்சாள்கள். பிறகுதான் முன்னூறு பிராங்குக்குப் பில் வந்தது. இரண்டு பேரிடமிருந்த காசைச் சேர்த்தாலும் 100 பிராங்கும் வராது. நாங்கள் பணம் இல்லையென்றோம். உடனே வொலற்றைப் பறிக்க முயற்சி செய்தார்கள். வொலற்றை எடுக்கிறாள் என்று குளறிக்கொண்டு அவளவையைத் தள்ளினோம். இரண்டு மூன்று தடியன்கள் ஓடிவந்தாங்கள். அவ்வளவுதான். உள்ள காசையெல்லாம் குடுத்துவிட்டுத் தேக நோவோடு வீடு வந்துசேர்ந்தோம்.

எங்கடை எந்தப் பார்ட்டியிலும் ஓரளவு வெறி வந்தவுடன் 'அன்னையைப் போல் ஒரு தெய்வம் உண்டோ...' என்ற பாட்டைத் தானே பாடி அழுது ஆர்ப்பாட்டம் செய்யும் தாசனை ஆறுதல்படுத்த நாங்கள் படும் பாடு பெரும்பாடு.

அதைவிட ஒவ்வொரு தடவையும் "இந்த மார்கழி ஊருக்குப் போறன், மல்லிகாவை ஒரு வார்த்தைக் கேட்கிறன். சரிவந்தால் சரி. இல்லாவிட்டால் இயக்கத்திலைக் குதிக்கிறன்" எனச் சொல்லும் கொய்யாத் தோட்ட சந்திரன் இன்றுவரை ஊருக்குப் போகவில்லையாம். இவற்றையெல்லாம் எப்படி மறக்கமுடியும்!

ஒருமுறை வேலை செய்த இடத்தில் ஒரு பார்ட்டி நடந்தது. இரண்டு ஈழத்தமிழர்கள் குடிகுடியெனக் குடித்துப் போட்டு வாக்குவாதப்பட்டு அடிபட்டுக் கட்டிப்பிடித்து உருண்டார்கள். அதை விலக்குப்பிடித்த ஒரு பிரெஞ்சுக்காரர் சொன்னார் "இந்தத் தமிழர்களுக்கு வடிவாய்க் கதைக்க மொழியும் தெரியாது. சந்தோசமாய்க் குடித்து மகிழவும் தெரியாது."

பட்டினப்பாலையிலேயே எப்படிக் குடிக்க வேண்டும் என்று எழுதிவைத்த பரம்பரையில் வந்தவர்களன்றோ.

> துணைப் புணர்ந்த மட மங்கையர்
> பட்டு நீக்கித் துகில் உடுத்தும்
> மட்டு நீக்கி மது மகிழ்ந்தும்
> மைந்தர் கண்ணி மகளிர் சூடவும்
> மகளிர் கோதை மைந்தர் மலையவும்...

❖

செல்வம் அருளானந்தம்

பாரிஸ் நகரத்துக் காட்சிப் படலம்

விமான நிலையத்தில் வேலை செய்து கொண்டிருந்தபோது தற்செயலாகச் சந்தித்த ஒரு தமிழர்தான் சொன்னார். "போராளிகளான குட்டிமணி, தங்கத்துரைக்கு விதித்த தூக்குத் தண்டனையை எதிர்த்து நாளைக்குப் பாரிசில் உள்ள சிறீலங்கா தூதரகத்துக்கு முன்னால் தமிழர்கள்

எல்லாம் ஒன்றுகூடி ஆர்ப்பாட்டம் செய்கிறாங்கள். நீங்களும் வரவேணும்" என்று.

இப்படி வெளிநாட்டில் நானே உணராமல் எனது அரசியல் பிரவேசம் ஆரம்பமானது. எழுபத்தேழு கலவரத்திற்குப் பிறகு, யாழ்ப்பாண நூலகம் எரித்த பிறகு, கூட்டங்களாலும் ஊர்வலங்களாலும் எதுவும் சாத்தியப்படுமா? ஜனநாயக வழிமுறைகள் சரிவருமா? என்ற எண்ணம் எனக்கு இருந்தது.

ஆர்ப்பாட்டத்திற்குப் போகப்போறேன் என்றவுடன் றூமில் இருந்த ஒருவர் "உந்தக் கண்டறியாத போராட்டங்களை இஞ்சையும் துவங்கி விட்டாங்களோ" எனப் புறுபுறுத்தார்.

"எங்களுக்கும் மண் கடமையிருக்கல்லோ! நீங்கள் வராவிட்டாலும் நான் போகப்போறன்" என்றேன். அப்படிப் போவதற்கு எனக்கு இன்னொரு காரணமும் இருந்தது. அது நடா அண்ணன். அவர் பிரான்ஸ் வந்துசேர்ந்துவிட்டதாகக் கேள்விப்பட்டேன். அவர் வந்திருந்தால் கட்டாயம் ஊர்வலத்துக்கு வருவார் என்ற நம்பிக்கையிருந்தது.

ஊர்வலத்துக்குப் போனபோது நான் எதிர்பார்த்ததைவிட சனம். முன்னூறு பேருக்கு மேல் தமிழர்கள் வந்திருந்தார்கள். இன்னும் ஆறு ஏழு இயக்கங்களாய் அவர்கள் பிரியவில்லை. அப்போ தமிழர்கள் என்ற ஒரு அடையாளம்தான் இருந்தது. ஊர்வலத்துக்குத் தலைமை வகித்தவர்களில் ஒருவரைக் கண்டபோது எனக்கு அரியண்டமாயிருந்தது. அவரை யாழ்ப்பாணத்திலேயே எனக்குத் தெரியும். எழுபத்தியேழு தேர்தலில் அரசுத் தரப்பில் நின்றவர்களோடு திரிந்தவர். அதைவிட யாழ்நகர் பஸ்நிலையப் பகுதியில் ஒரு சின்னச் சண்டியன். ரவுணுக்கை அப்பிடி இப்படித் திரியிறது என்றால் ஒன்றில் எஸ்.பி.யைத் தெரிய வேணும், அல்லாவிட்டால் சின்ராசா அண்ணையைத் தெரிய வேணும். ஒரு பிரச்சினையில் இதை ஒரு பொன்மொழிபோல் சொன்னவர். அவர் என்னைப் பார்த்துத் தலையாட்டிய பொழுது "என்ன நீங்கள் இங்க நிக்கிறீங்கள்?" என நக்கலாய் கேட்டேன். "நாங்கள் இதுகளைச் செய்யாமல் யார் செய்கிறது?" என்றார். காற்றின் திசையை அவர் அறிந்துவிட்டார். ஏதோ தூற்றிக் கொள்ளட்டும் என்று நினைத்து அவரை விட்டு விலகியபோதுதான் கூட்டத்தின் மத்தியில் நடா அண்ணனைக் கண்டேன். வாழ்க்கையில் மகிழ்ந்த கணங்களில் அதுவும் ஒன்று. நடா அண்ணன் ஓடிவந்து என்னைக் கட்டிப்பிடித்தார்.

நடா அண்ணன் யாழ்நகரில் வானொலிப் பெட்டிகள் திருத்தும் ஒரு சிறிய கடை வைத்திருந்தவர். என் வானொலிப் பெட்டியில் ஒரு சின்னப் பிரச்சினை. அதைத் திருத்துவதற்காகக்

கடைக்குச் சென்றபோதுதான் நடா அண்ணன் அறிமுகமானார். "அண்ணை, இந்த ரேடியோவில் வெரித்தாஸ் வானொலி கேட்கிறமாதிரிச் செய்து தாருங்கோ" என்றேன். அவர் ஏதோ செய்து தந்தபோது வழமையாக இழுத்த மண்டைதீவு ஒலிபரப்பைக் கூடக் கேட்கமுடியவில்லை. அவர் திருத்தியதிலிருந்து வானொலியோடு திரும்பத்திரும்ப அவரிடம் போக வேண்டி வந்தது. அப்படிப் போனதில் ஒரு அற்புதமான மனிதனைக் கண்டடைந்தேன்.

ஆரம்பத்தில் உறவு நல்லாய்த் தொடங்கவில்லை. நான் தமிழரசுக்கட்சி அனுதாபி. அவர் கொம்யூனிஸ்ட் கட்சி ஆதரவாளர். ஆனால் வஞ்சகம் இல்லாமல் எல்லாக் கூட்டங்களுக்கும் போவார். தமிழர்கள் அடக்கப்படுகிறார்கள் என்று உணர்ந்திருந்தாலும் தனிச்சொத்து இல்லாமல் போகேக்கை அடக்கப்படும் தமிழர்கள் மாத்திரம் அல்ல, தமிழர்களை அடக்கும் தமிழர்களும் விடுதலையடைவார்கள் என்றும், புரட்சி வந்து வாசல்படியில் நிற்கின்றது என்றும் நம்புகின்றவர்.

"உங்கடை ஆக்களுக்குச் சேட்டை கூடிவிட்டது. மாவோவை விடக் காசி ஆனந்தன் பெரிய கவிஞன் என்று கூட்டங்களில் பேசுகிறாங்கள். கேக்க எவ்வளவு கவலையாய் இருக்கு. மாவோ எவ்வளவு பெரிய மகத்தான தலைவன். யாரை யாரோடு ஒப்பிடுறது என்ற விவஸ்தையில்லையோ? ஒன்று சொல்லுறன், யாழ்ப்பாணத்திலும் மட்டக்களப்பிலும்தான் உங்கடை சேட்டை. நாங்கள் யாழ்ப்பாணத்திலையும் அடிப்போம், கொழும்பிலையும் உதைப்போம், ஏன் சென்னையிலையும் விடமாட்டோம், லண்டனிலை வைச்சும் தருவோம். ஒரு சர்வதேசக் கட்சியோடை சேட்டைக்கு வராதேயுங்கோ!"

அவர் எப்படிப் பேசினாலும் அவர்மீது எனக்கு மதிப்பு. தான் நம்பிறதுக்கு வேலை செய்யக் கூடியவர். நேர்மையாக வாழ முயல்கிறவர். பண்டித்தலைச்சி அம்மன் கோவிலிலைச் சாதி ஆதிக்கத்துக்கு எதிராகக் குண்டெறிந்து அடிபட்டவர். அதைவிட அவர் ஒரு அரசு எதிர்ப்பாளர். எல்லாவற்றையும்விட எனக்குப் பிடித்தது அவருடைய நகைச்சுவையான பேச்சு. அன்பைக் காட்டுவதைவிட வேறு ஒன்றும் தெரியாதவர். அற்புதமான மனிதர்.

ஒருநாள் அவர் கடையில் கதைத்துக்கொண்டிருந்தபோது "அண்ணை, எனக்குப் பாரிசுக்குப் போற திட்டம் இருக்கு" என்று சொன்னேன். "எப்ப மட்டிலை?" என்று கேட்டார். "எல்லாம் சரிவந்தால் அடுத்த மாதம்" என்றேன். "அப்ப நானும் வாறேன்" என்றார். எனக்குச் சிரிப்பு வந்துவிட்டது.

ஒருமுறை அவர் கடைக்குப் பின்னால் சைக்கிளை விட்டுவிட்டு "அண்ணை சைக்கிள் நிக்கட்டும். நாளைக்கு வந்து

எடுக்கிறேன்" என்றேன். "எங்கை போறாய்?" என்றார். "இரண்டு மூண்டு நண்பர்களோட கச்சத்தீவுக்குப் போறன்" என்றேன். "நானும் வாறன்" என்றார். "வீட்டைச் சொல்ல வேண்டாமோ? தேடமாட்டினமோ?" என்றேன். "ரெண்டு நாளுக்குப் பிரச்சினை இல்லை. மூண்டாம் நாளும் வீட்டுக்குப் போகாட்டால்தான் தேடுவினம். நானும் உன்னோட வாறன்" என இரண்டு மூன்று எண்ணைப் போத்தில்களும் வேண்டிக்கொண்டு என்னுடன் கச்சத்தீவுக்கு வந்துவிட்டார். அப்படித்தான் பிரான்சுக்குப் போறதையும் நினைக்கின்றார் என நினைத்தேன்.

"அண்ணன், உங்களுக்குக் குடும்பம் இருக்கு. பிரான்சுக்கு விசா எடுத்து நேரே போற அலுவல் இல்லை. பல கஸ்ரங்கள் வரலாம். சிலவேளை இடையிலை திருப்பியும் அனுப்புவாங்கள்" என்றேன்.

"குடும்பத்துக்காகத்தான் வெளியிலை போகலாம் எண்டு நினைக்கிறன். போன தடவை என்ரை கடை எரியாமல் தப்பினது அதிஸ்ரம். நெடுகிலும் அதிஸ்ரம் இருக்குமோ? இங்க நிலமை இன்னும் மோசமாகத்தான் போகும்போல இருக்கு. அதைவிட நண்பர்கள் நீங்கள் ஒவ்வொருத்தராய் வெளியிலை போனால் நான் இங்கிருந்து பழுதான ரேடியோக்களை மேலும் பழுதாக்கிக் கொண்டிருக்கவோ? நான் எங்கினேயும் வெளியிலை போய் உழைச்சால்தான் தம்பிமாருக்கு ஏதும் வழி பண்ணலாம். எவ்வளவு பணம் வேணும் எண்டு நினைக்கிறாய்?" என்று கேட்டார்.

தொகையைச் சொன்னபோது திகைத்துவிட்டார் "அதைவிட பாரிசில் உங்களுக்கு ஆக்களும் வேணும்" என்றேன்.

"எனக்கு நிறையச் சொந்தக்காரர் இருக்கினம். கமல் எண்டு என் மருமகன் முறையானவன் அங்கு போடர் செய்றான். மூண்டு கிழமைக்குள்ள பிரான்ஸ் போறதுக்குரிய ஒழுங்குகளைச் செய்துவிடுவான்" என்றார்.

நான் கொழும்புக்குப் போறதுக்கு முதல் நடா அண்ணன் கொழும்பு போய்விட்டார். அதற்குப் பிறகு இப்போதுதான் பார்க்கின்றேன்.

"எப்ப பாரிசுக்கு வந்தனி?" என்றார். "நான் வந்து மூண்டு மாதம் ஆயிற்று" என்றேன். தான் வந்து இரண்டு மாதம்தான் என்றார். "ஏன் அண்ணை எனக்கு முதலெல்லோ வெளிக்கிட்டினீங்கள்" என்றேன். "நான் என்ர மருமகனின் சொல்லைக் கேட்டு ஆறு ஏழு பேரோடை செக்கோசுலவாக்கியா தலைநகர் பிராக்கு வந்தேன். அங்க விமான நிலையத்திலே கிட்டத்தட்ட மூண்டு கிழமை நிண்டம். வந்த நாடு ஒரு கொம்யூனிஸ நாடு எண்டு

எனக்குப் பெரிய சந்தோசம். ஆனால் அந்தச் சந்தோசம் கன நாள்கள் நீடிக்கல்லை. 'பகல் வேளையில விமான நிலையத்தில நிக்காமல் நகரத்துக்குப் போய்வருவோம்' எண்டு நான்தான் என்னோடை வந்தவங்களுக்குச் சொன்னன். அவங்கள் பயணப் பைகளை விட்டுப்போட்டு வரமாட்டம் எண்டாங்கள். நான்தான் 'டேய் இது என்ன கொழும்பு யாழ்ப்பாணமோ? சோசலிச நாடடா, உங்கடை சொத்து இங்க யாருக்குத் தேவை?' என்றேன். முதல் நாள் தயங்கித்தயங்கி வந்தவங்கள் தங்களுடைய பயணப் பைகள் வைத்த இடத்தில் வைத்தபடியே இருக்கிறதைக் கண்டு சந்தோசப்பட்டாங்கள்.

ஒவ்வொரு நாளும் போய்வரத் தொடங்கிட்டம், இரண்டு கிழமையாச்சு. ஏஜென்சியோ கமலோ வந்து எங்களைக் கூட்டிக்கொண்டு போறமாதிரியில்லை. இப்படித்தான் ஒருநாள் நகரத்திற்குப் போய்வந்து பயணப்பைகளைப் பார்த்தபோது இடம் வெறுமையாயிருந்தது. யாரட்டைக் கேக்கிறது? பொலிசுக்கோ விமான நிலைய அதிகாரிகளுக்கோ சொன்னால் அது வேறு பிரச்சினையாகி ஊருக்குத் திரும்புறமாதிரி போயிடும். இப்போ மாற்றிப்போட உடுப்புக்கூட இல்லாமல் வெறும் கையாய் நிண்டம்.

"கூட்டிக்கொண்டு போறன் என்று சொன்ன கமலும் இல்லை. கொண்டுவந்த உமலும் இல்லை. கமல் கூட்டிக்கொண்டு போறதிற்கு இன்னும் சில நாள்கள் கடத்தினான். வெளிக்கிட்டு இரண்டு மாதத்திற்குப் பிறகுதான் வந்துசேர்ந்தம்" என்றார்.

நடாவோடை பேசிக்கொண்டிருப்பதே பெரிய சந்தோசம். "எப்படியண்ணன் பாரிஸ் இருக்கு?" என்று கேட்டபோது அவர் ஒரு கதை சொல்லத் தொடங்கினார். தான் பருத்தித்துறையில் ஒரு கிராமத்தில் இருந்தபோது யாரையாவது காதலிக்கலாம் என்று முயற்சி செய்தாராம். அது இஞ்சை பருத்தித்துறையில் சரிவராது, யாழ்ப்பாண ரவுண் பக்கம் போனால்தான் ஏதும் சரிவரும் என்று சொன்னாங்களாம். பின்னே யாழ்ப்பாணம் வந்தபோது யாழ்ப்பாணத்திலை உதெல்லாம் நடவாது, உது கொழும்பிலைதான் என்றாங்களாம். கொழும்பிலை நிண்டபோது கொழும்பு என்ன வெளிநாடே? உது வெளிநாட்டிலைதான் சரிவரும் எண்டாங்களாம். இப்போ உலகிலேயே பெரிய நாகரிகப் பட்டணமான பாரிசில் நிக்கிறம், ஏதாவது கிடைக்கும் எண்டால் பருத்தித்துறையிலேயே கிடைச்சிருக்கும்! அது சரி உன்ரை பாட்டைச் சொல்லேன்" என்றார்.

எனக்கு வேலை கிடைத்த விடயத்தைச் சொன்னேன். ஆச்சரியப்பட்டார். மகிழ்ச்சியோடு அடுத்தநாள் பீகால் மெத்ரோ நிலையத்தில் சந்திப்பதாக முடிவு செய்தோம்.

அடுத்தநாள் பின்னேரம் பீகால் மெத்ரோ நிலையத்தில் சந்தித்து றோட்டு நீளத்திற்குப் பேசிக்கொண்டு திரிந்தோம். எப்பவும் சிரிச்சுக்கொண்டு நிற்கிற மனுசன் மிகச் சோர்வாக இருந்தார். தன்னுடைய கடைசித் தம்பியார் ஏதோ ஒரு இயக்கத்தில் சேர்ந்து வன்னிப் பக்கமாய்ச் சென்றுவிட்டார் என்று சொல்லும்போது கண்கலங்கியிருந்தார். தான் வெளிநாட்டிற்கு வந்திருக்கப்படாது, ஒரே வீட்டு யோசனையாயிருக்கு என்றார்.

"தம்பியைப் பற்றிக் கவலைப்படுகிறீங்களோ" என்றேன்.

"ஏதோ தனக்குச் சரியெனப்பட்டதைச் செய்யட்டும். சின்னப் பெடியன். எதிரிகளின் வலு அறியாத பருவம்" என்றார்.

"கொஞ்சப் பெடியன்கள் சைக்கிள்களிலே ஓடித்திரிந்து இரண்டு மூண்டு பொலிஸ்காறரைச் சுட்டு, வங்கிகளைக் கொள்ளையடித்தால் நாட்டைப் பிரித்துக் கொடுத்து விடுவாங்களோ!" என்று என்னை நக்கல் அடிக்கிறதை நான் நினைவு கூர்ந்தாலும் இந்த நேரத்தில் அவருடன் அப்படிக் கதைக்க விரும்பவில்லை.

பீகால் றோட்டு நீளத்திற்குக் காணிவல் நடந்துகொண்டிருந்தது. துப்பாக்கிச் சுடுதல், வளையம் எறிதல் இப்படிக் காசு கொடுத்து விளையாடும் பொழுதுபோக்குகள் ஏராளம். நடந்து போய்க்கொண்டிருந்தபோது 'அழகிகள் நடனம்: மூன்று பிராங்க்' என்ற அறிவித்தலைப் பார்த்தேன். சரி நடா அண்ணனைச் சந்தோசப்படுத்துவோம் என்று நினைத்து "இதைப் பார்ப்பம் அண்ணை" என்றேன்.

"இப்பிடியானதுகளைப் பார்க்கப்போய் எங்கடை பொடியள் அடி வேண்டிக்கொண்டு வாறவங்களாம். இது எங்களுக்கு இப்ப தேவையோ?" என்றார்.

"அவங்கள் போறது ரூறிஸ்ட்டுகள் போற இடங்கள் அண்ணை. இது காணிவல், எங்களைப்போல் பரதேசிகளுக்காக" என்றேன். "சரி பார்ப்போம்" என்றார்.

உள்ளுக்கை போனால் ஒரு நாலைந்து பேர் வரிசையில் நின்றார்கள். ஆளுக்கு மூன்று பிராங்க் கொடுத்து உள்ளே சென்று அங்கேயிருந்த கண்ணாடிக் கூண்டுக்கு முன் இருந்து யாழ்ப்பாணக் கதைகளைப் பேசிக்கொண்டிருந்தோம். பார்வையாளர்கள் சேரும்வரை காத்திருப்பார்கள்போல் இருந்தது. நேரமாகிக்கொண்டிருந்தது. காசை வேண்டிக்கொண்டு திரும்புவோம் என்று நினைத்தபோது திரை அகன்றது. விளக்குகள் அணைந்தன. நடனத்துக்கான இசையொன்று ஒலிக்கத் துவங்கியது.

கண்ணாடிக் கூண்டுக்குள் ஆறு அழகிகள் தோன்றினார்கள். அங்கிருந்த ஐந்தாறு பேருக்காக ஆறு அழகிகளும் ஆடத் தொடங்கினார்கள். நடனம் தொடங்கியதிலிருந்து ஒவ்வொரு ஆடையாகக் கழற்றத் தொடங்கினார்கள். இப்போ ஓர் ஆப்பிரிக்க இசைக்கு ஆடிக்கொண்டிருந்தார்கள். கடைசி ஆடையும் கழன்றுவிழ நிர்வாணமானார்கள். ஆடியபடியே கண்ணாடிக் கூண்டைவிட்டு வெளியே வந்தார்கள். எங்களுக்கு மிக நெருக்கமாக வந்து ஆடினார்கள். எல்லாம் பிரம்மாண்டமாய்த் தெரிந்தன. தொடர்ந்து ஆடினார்கள். சிறிது நேரத்தில் உள்ளே சென்று காட்சி முடிவடைந்தது என்று அறிவித்தார்கள்.

வெளியில் வரும்போது நடா அண்ணன் ஒரு கணக்குப் பார்த்தார். "ஆறு பெண்கள் ஆடினார்கள். நாங்கள் கொடுத்தது மூன்று பிராங்க். ஒரு ஆளுக்கு 50 சென்ஸ்கூட முடியவில்லை. இதைப் பார்க்க யாழ்ப்பாணத்திலை நாங்கள் பட்ட பாடு." வீடுவரை சிரித்துக்கொண்டே வந்தேன்.

83 கலவரம் கொழும்பில் நடைபெற்றபோது ஒரு பின்னேரம் அவர் றூமில் இருந்து மிகக் கவலையோடு பேசிக்கொண்டிருந்தோம். அப்ப ஒரு தொலைபேசி அழைப்பு வந்தது. பக்கத்திலை எங்கையோ ஒரு சிங்களப் பெடியன் தன் தமிழ் நண்பர்களைத் தேடிவந்தபோது ஒளிச்சு நின்று யாரோ ஒரு தமிழ்ப் பெடியன் அவனைக் குத்திப்போட்டான் என்று.

நடா அண்ணைக்கு ஆட்களைத் தெரியும். நாங்கள் அந்த இடத்தைத் தேடிப்போனோம். அம்புலன்ஸ் அப்போதுதான் போயிருந்தது. நடா அண்ணன் திடீரென்று சேட்டைக் கழட்டிப் போட்டு "என்னை யாராவது குத்துங்கோடா குத்துங்கோடா" என்று றோட்டாலை ஓடத் தொடங்கிவிட்டார். "எனக்குக் கொம்யூனிசமும் வேண்டாம். தமிழீழமும் வேண்டாம். மிருகக் குணமில்லா மனுசத்தனம் வேணுமடா." குளறி அழ வெளிக்கிட்டார். அவரை அமைதியாக்குவது பெரிய கஸ்ரமாயிருந்தது.

பாரிஸின் பொருள்விழையும் ஆய்தொடியார்

அங்கிளுக்கும் எனக்குமான முதல் சந்திப்பு
களில் எங்கள் உறவு நல்லாய் அமையவில்லை.

அவர் ஒரு பேய்த்தனமான எம்ஜிஆர் பக்தர். நானோ சிவாஜி ரசிகன். அதையும் தாண்டி பாரதிராஜா, பாலுமகேந்திரா போன்ற இயக்குநர்களையும் ரசிக்கத் தொடங்கிய காலம். அங்கிள் எம்ஜிஆர் புகழ் பாடத் தொடங்கினால் எனக்குத் தலை வெடிக்கும். "எம்.ஆர். ராதா எம்ஜிஆருக்குத் தொண்டையிலை சுடாமல் கையிலைச் சுட்டிருந்தால் தமிழருக்கு எம்ஜிஆரின்ர படங்களைப் பார்க்கிற கஸ்ரம் இல்லாமல் போயிருக்கும். ஏனெண்டால் எம்ஜிஆரின் முகமும் நடிக்காது, உடலும் நடிக்காது. கை மட்டும்தானே நடிக்கும்" என்றேன். அங்கிள் தூசணத்தாலைப் பேசிப்போட்டு அறையை விட்டுப் போய்விட்டார். இரண்டு மூன்று நாளாய் அறைப்பக்கம் வரவேயில்லை .

இதையறிந்த மச்சான்தான் என்னைக் கோபித்தார். "அவர் வாழ்ந்த சூழல், அவருடைய படிப்பு இதுகளை கருத்திலை கொள்ளாமல் ஏன் அவருடன் விவாதம் பண்ணப் போனனி? அதைவிட எம்ஜிஆர் அங்கிளுக்கு நடிகன் மாத்திரமில்லை, தலைவன். இதை உன்னாலை விளங்கிக் கொள்ளேலாதே? அங்கிள் எவ்வளவு நல்ல மனுசன். நீ அவற்றை றூமுக்குப் போய் அவரைக் கூட்டிக்கொண்டு வா" என்றார். நானும் அவருடைய றூமுக்குப் போய் அவரை எங்களுடைய றூமுக்கு வருமாறு அழைத்தேன். அவரும் சிரித்துக்கொண்டே என்னுடன் வந்தார்.

மெத்ரோவில் திரும்பவும் எம்ஜிஆர் – சிவாஜி பிரச்சினையைத் தொடக்கினார். நான் மௌனமாக இருந்தேன்.

"நீ சிவாஜிக்காரன் தானே. 'பைலட் பிரேம்நாத்' படம் கட்டாயம் பார்த்திருப்பாய் எல்லோ?"

"ஓம்"

"சிவாஜிக்குப் பெண்சாதியாய் ஒரு சிங்களப் பெட்டை நடிக்கிறாளெல்லோ..."

"ஓமோம். அது மாலினி பொன்சேகா. நல்ல திறமான நடிகை."

"அவ சரோஜாதேவி, ஜெயலலிதாவைவிடத் திறமான நடிகையில்லை. அதில்லை பிரச்சனை. அந்தப் பெட்டை அறைக்குள்ள நெருப்புப் பிடிச்சு எரிஞ்சு சாகிறாள். உவன் சிவாஜி அறைக்கு வெளியே நிண்டு கண்ணாடிக்காலைப் பார்த்துக் கத்திக்கத்தி அழுகிறானாம். நடிப்பாம். சொந்தப் பெண்டில் நெருப்பிலை எரியிறாள். இவர் கத்துறாராம். இந்த இடத்திலை என்ர தலைவன் எம்ஜிஆர் நிண்டிருந்தால் அந்தக் கண்ணாடி சிதறியிருக்கும். அது பெண்சாதியாய் இல்லாட்டியும்கூட"

இந்த விமர்சனத்தைக் கேட்டபின் இப்படிக் கதைக்கிற அங்கிளுடன் இனியும் விவாதத்திற்குப் போனால் அது மடமை

என்பதை உணர்ந்தேன். அதன்பிறகு அங்கிளுடன் 'எம்ஜிஆர்' என்ற வார்த்தையையே நான் பாவிப்பது இல்லை.

பின்வந்த நாட்களில் அங்கிளுடன் என் அன்பும் நட்பும் இறுகியது. அவருடைய பாசத்திற்கும் நம்பிக்கைக்கும் உரியவனானேன். நான் அவருடைய அறையில் போய் மீன் குழம்புடன் சோறு சாப்பிடுவதும் அவர் பல இரவுகளில் எங்கள் அறையில் வந்து தண்ணீர் அருந்திச் சந்தோசம் கொள்வதும் வழமையாயிற்று.

ஒருநாள் பின்னேரம் அங்கிளும் நானும் தனியே இருக்கும் போது திடீரென்று அங்கிள் இரகசியமாகக் கேட்டார் "எடேய் இஞ்சை ஒரு தெரு இருக்காம். பெண்கள் நின்று 'வா ! வா !' என்று அழைப்பாங்களாம். உனக்குத் தெரிஞ்சிருக்கும்தானே ?"

"அடுத்த மாத சமறிக் காசு எப்படிக் கொடுப்பது ... அம்மாவுக்குப் பணம் எப்படி அனுப்புவது ... வந்த கடனை எப்பிடிக் கொடுப்பது ... ஊரிலை எப்படி வீடு கட்டுவது ... என்ற யோசனையில இருக்கிறன். இப்ப இது தேவையோ ?" எனச் சினந்தேன்.

"எடேயப்பா ! ஏன்ரா சீறுறாய்? தெரியுமா எண்டுதானே கேக்கிறன். தெரியாட்டால் தெரியாதெண்டு சொல்லு" என்று கனிவாகச் சொல்லிப்போட்டு, "நீ எப்பிடியும் என்னண்டு பாராமல் விட்டிருக்கமாட்டாய்" என்றார்.

இந்தாளுக்கு ஏன் பொய் சொல்லுவான் என்று நினைத்துக் கொண்டு "ஒரு வீதியென்ன பல வீதிகள் இருக்காம். ஒரு வீதியை தட்சூண் கூட்டிக்கொண்டுபோய்க் காட்டினவர்" என்றேன்.

அங்கிள் தனக்கும் கூட்டிக்கொண்டுபோய்க் காட்டு என்று பிடிவாதம் பிடித்தார். நான், "மனம் சரியில்லை வரவில்லை" என்றேன். அங்கிளோ, "உன்னைவிட்டால் யார் எனக்கு இருக்கினம்? என்ரை றூமிலை இருக்கிற என்ரை ஊரவனட்டையோ இதுகளை நான் கேக்கிறது?" என்று அடம் பிடித்தார். இதற்குமேல் விட்டால் அழுதுவிடுவார் போலிருந்தது.

எனக்கு அந்த அழகிகளின் தெருவுக்குப் போவதற்கான மெத்ரோவின் பெயர் மட்டும் ஞாபகம் இருந்தது. 'ஸ்ராஸ்பேக் செந்தெனி.'

ஆனால் அந்த வீதியின் பெயரை மறந்துவிட்டேன். அங்கிள் "அந்த மெத்ரோவுக்குப் போய் வெளியில் வந்தால் உனக்கு ஞாபகம் வரும்" என்றார்.

இறுதியில் இருவரும் போவதாகத் தீர்மானமானது.

அங்கிளோடு போய் ஸ்ராஸ்பேக் செந்தெனி மெத்ரோவில் இறங்கி மேலே வந்து வீதியைத் தேடினால் எல்லா வீதியும் ஒரே மாதிரியாய் இருக்கு. அங்கு எந்தப் பெண்டுகளையும் காணவில்லை.

வீதியோரத்தில் நின்று 'வா வா' என்றழைக்கும் பெண்கள் எங்கிருக்கிறார்கள் என்பதை எந்த மொழியில் விசாரிப்பது என்று புரியவில்லை. "யாரையும் கேளேன்" என அங்கிள் ஆக்கினைப்படுத்தினார்.

நான் இரண்டு மூன்று பேரிடம் 'ரெட் லயிற்' ஏரியா எது எனக் கேட்டுப்பார்த்தேன். அவர்கள் சிக்னல் லைற்றைக் காட்டினார்கள். அவர்களுக்குப் புரியவில்லை.

அங்கிள் ஒரு தமிழ்ப் பெடியனைக் கண்டுவிட்டார். நான் மறிக்க மறிக்க ஓடிப்போய் அவனிட்டை "இங்கினக்கை பொம்பிளையள் நிற்கிறவளையா? எங்கினேக்கை?" எனக் கேட்டார்.

அவன் எங்களை மேலும் கீழும் விநோதமாய்ச் செவ்வாய்க் கிரக உயிரினங்களைப் பார்ப்பதுபோல் பார்த்துவிட்டு "நீங்கள் வேறுநாட்டிலை இருந்து வந்த ரூறிஸ்டோ?" எனக் கேட்டான்.

"இல்லை . . . கொஞ்ச நாட்களுக்கு முதல் வந்த இலங்கை அகதிக் கோரிக்கையாளர்கள்."

இப்போ எங்களை நாறல் மீனைப் பூனை பார்ப்பது போலப் பார்த்தான்.

"நாங்கள் ஒண்டும் பெண்டுகளோடு போறதுக்கில்லை. எல்லாம் தெரிஞ்சிருக்கத்தானே வேணும். சும்மா இடத்தைப் பார்க்க" என்றார் அங்கிள்.

"ஓமோம். உப்பிடித்தான் எல்லோரும் சொல்லுறவை. உதாலை வடக்காலை போய் மூண்டாவதோ நாலாவதோ றோட்டிலை கிழக்காலை திரும்பினீங்கள் எண்டால் நிப்பாளவை" எனச் சொல்லிப்போட்டு "அண்ணைமாரே, காசு இருந்தால் ஊருக்கு அனுப்புங்கோ. ஊரிலை பெடியள் காசு இல்லாமல் எவ்வளவு கஸ்ரப்படுறாங்கள். ஆத்தை படுகிற பாட்டிலைக் குத்தியன் என்னத்துக்கோ அழுகிறானாம்" என்ற பழமொழியைச் சொல்லிக்கொண்டே போனான். அங்காலை போன உடன தூசணத்தாலைத் திட்டியிருப்பான்போலக் கிடந்தது.

எனக்குச் சரியான வெட்கமும் கோபமும் வந்தது. "ஏன் அங்கிள் ஒரு தமிழனட்டைப் போய்க் கேட்டனீங்கள்" என்று பேசினேன்.

"அப்ப என்ன சிங்களவனட்டையோ கேக்கிறது? எப்படியெண்டாலும் தமிழனுக்குத் தமிழன்தான் உதவி. உன்னை நம்பியிருந்தால் நாள் முழுக்க சில் வோ பிளே, சில் வோ பிளே எண்டு ஆட்களைக் கேட்டுக்கொண்டேயிருப்பாய்" என்று சொல்லிப்போட்டு அவன் காட்டிய திசையில் விறுவிறுவென நடக்கத் தொடங்கினார். நான் அவரைப் பின்தொடர்ந்தேன்.

அடுத்த திருப்பத்தில் ஏராளமான பெண்களுடன் ஒரு தெரு விரிந்தது. அங்கிள் இடத்தைக் கண்டுபிடித்துவிட்டார்.

வரிசையில் நின்ற பெண்களைப் பார்க்க எங்களுக்குச் சிரிப்பு வந்தது.

அந்த வீதியில் நின்ற பெண்கள் முழுமையான ஆடை அணிவதற்கு யாரோ தடை விதித்திருந்தார்கள். எல்லாப் பெண்களும் அரைவாசி உடுப்புடன் முகமெல்லாம் வர்ணங் களுடன் வினோத உடைப் போட்டிக்கு வந்தவர்கள் போல் இருந்தார்கள். சுவர்களோடும் லயிற் போஸ்டுகளுடனும் சாய்ந்தவண்ணம் சஞ்சிகைகளில் போஸ் கொடுப்பவர்களைப்போல் நின்றுகொண்டிருந்தார்கள். அங்கிள் ஒருவிதமான சலிப்புடன், "சரி தாய்மார் நிக்கினம், பிள்ளையள் எங்கை?" என்று என்னைக் கேட்டார்.

"ஏன் அங்கிள்?"

"எல்லாம் வயசு போனதுகள்!"

எனக்குக் கோவம் வந்துது.

"நீங்கள் என்ன பள்ளிக்கூடப் பெட்டையள்போலத் தோற்றத்தோடையோ எதிர்பார்த்தனீங்கள்?"

"இல்லையடா! வயதுபோன தோற்றம் மாத்திரமில்லை. பொக்சிங்குக்கு வந்துநிக்கிற மாதிரியல்லோ நிக்கிறாளவை, இந்தப் பொம்பிளையளைப் பார்த்தால் பயமெல்லே வருகுது. அந்த நினைப்பே இல்லாமல் போகுது. எப்படி ஒருத்தன் விலைபேசிக் காசைக் கொடுத்து... இப்படியும் ஒரு சீவியமோ..."

"இந்தத் தொழிலுக்கு இப்படித்தான் இவையள் இருக்க வேணும்."

"இவையளைப் பார்க்கச் செய்துவிட்ட பெண்பிள்ளையள் போல் அல்லோ இருக்கிறாங்கள்."

"இப்ப அங்கங்கள் எல்லாம் செயற்கையாய் செய்றாங்களாம்."

இதைக் கேட்டவுடன் பெண்களையே உற்றுப் பார்த்துக் கொண்டிருந்த அங்கிள் திடுக்கிட்டுப்போனார். "என்ன என்னைப் பேய்க் காட்டிறியோ! இருக்கிறதை அறுத்துப்போட்டு

வேண்டி வைக்கிறதோ! உன்ரை கதையைப் பார்த்தால் ஊரிலை கூத்துகளில பொம்பிளையளாய் நடிக்கிறவைக்குச் சிரட்டை வைச்சு மேக்கப் பண்ணுவாங்கள். அப்படியோ" என்றார்.

பிறகு கொஞ்சம் அமைதியாகி "ஆக ஒரு கெட்ட ஊராய்க் கிடக்கு. பெண்களை இப்படித் தெருவில விடுறதோ! எங்கடை ஊர் வறுமையிலை இருந்தாலும் பண்பாடு இருக்கல்லோ" என்றார்.

நான் "யாழ்ப்பாணம் என்ன திறமோ, எவ்வளவு ஒழுங்கீனங்கள் நடக்குது! உங்களுக்குத் தெரியாதோ!" என்றேன்.

"என்ன யாழ்ப்பாணத்திலை முனியப்பர் கோவில் வீதியிலை நிண்டு பெம்பிளையள் ஆம்பிளையளைக் கூப்பிட்டுக் கொண்டோ நிற்கிறாளவை? அதுசரி இந்தப் பெண்டுகளுக்கும் தாய், தகப்பன், சகோதரர்கள் இருப்பாங்கள்தானே? தற்செயலா இப்படி ஆண்களை அழைக்கிற கோலத்திலை இவங்களைக் கண்டால் அவங்கள் மனம் என்ன பாடு படும்!"

நான் முனியப்பர் கோவில் வீதியில் பெண்கள் நின்று அழைப்பதைக் கற்பனை செய்துபார்த்தேன். 'தமிழில் என்ன சொல்லி அழைப்பார்கள்' என்று நினைக்கச் சிரிப்பு வந்தது.

அதற்கு மேல் அங்கிளுடன் வாதாடவில்லை. அங்கிள் பெரிதாக உலகம் தெரியாத நல்ல மனிதர். அவரின் இன்றைய உண்மையான மனநிலை தெரியவில்லை. இப்ப அவருக்குப் பணத் தட்டுப்பாடு, அவருக்கு வேலை கிடைத்துப் பணம் புழங்கினால் இப்படியான இடங்களுக்கு வரத் தொடங்கி விடுவாரோ எனப் பயந்தேன். "இப்படியான இடங்களுக்கு ஆகமோசமான ஆக்கள்தான் வருவாங்கள். நீங்கள் இஞ்சால பக்கம் வந்து விடாதையுங்கோ. நீங்கள் கலியாணம் முடித்த ஆள். அதைவிட என்னைப்போல நீங்களும் வேதக்காரன். இது சாவான பாவம் எல்லோ" என்றேன்.

அங்கிள் என்னை முறைத்த வண்ணம் விறுவிறு என்று நடக்கத் தொடங்கினார். மெத்ரோவில் ஏறினதும் "என்னைப் பற்றி என்ன நினைக்கிறாய்? என்னை ஒரு ஊத்தையன் என நினைக்கிறாயோ? எனக்கு எப்படிக் கல்யாணம் நடந்தது எண்டு சொல்லுறன் கேள்" என்றார்.

"சின்னக்காலம் தொடக்கமே என்ரை மாமா தன்ரை மகளை நான்தான் கல்யாணம் முடிக்கவேணும் எண்டு சொல்லி வந்தவர். எனக்கு விருப்பம் இல்லை. எங்களிட்ட கொஞ்சம் சொத்து இருந்தது. மாமாவும் இரண்டு மூன்று வள்ளங்கள் உள்ள ஆள். ஐயாவுக்குச் சொத்தோடு சொத்துச் சேரட்டும் எண்டு சாடையான விருப்பம். எனக்குக் கலியாணம் முடிக்கிற வயசும்

வந்திட்டது. மாமாவும் மாமியும் 'கலியாணத்தை இந்த மாதம் வைப்போமா அடுத்த மாதம் வைப்போமா' எண்டு கேட்டுக் கொண்டே இருந்தாங்கள். நான் உச்சிக்கொண்டே இருந்தேன்.

"ஒருநாள் மாமா இரண்டு மூண்டு தொழிலாளர்களை வைத்து என்னைக் கடத்திக்கொண்டுபோய் வேறையொரு வீட்டிலை அடைச்சுவிட்டார். கொஞ்ச நேரத்தில மச்சாளையும் கொண்டுவந்து, நான் குழறக்குழற இரண்டு பேரையும் ஒரு அறையிலை வைத்துப் பூட்டிவிட்டாங்கள்.

"மாமாவை எப்படி அடிப்பது அல்லது தள்ளுவது எண்டு யோசித்தேன். தொழிலாளர்களை வாயாலை வெருட்டலாம். அவங்களுக்கு அடிச்சால் அவ்வளவுதான். பெரிய பிரச்சனையாப் போயிடும்; என்னதான் நடக்குது பார்ப்பம் எண்டு இருந்தன்.

"எப்படியும் அம்மாவுக்குக் கதை போகாமல் போகாது. அம்மா எப்படியும் என்னை மீட்பா எண்டு இருந்தன்.

"நேரமும் இரவாயிற்று. என்ரை மச்சாள், 'அத்தான் என்னைப் பிடிக்கேல்லையோ, என்னைப் பிடிக்கேல்லையோ' எண்டு அழுதுகொண்டிருந்தாள். 'எல்லோரும் பொம்பிளையைத்தான் கடத்துவாங்கள். உன்ரை கொப்பன் ஆம்பிளையைக் கடத்தியிருக்கிறான். உங்களுக்கு வெட்கம் மானம் ரோசமெண்டு எதுவும் இல்லையோ' எண்டு பேசினேன். அவள் அழுது கொண்டேயிருந்தாள். 'எனக்கும் இப்படிச் செய்ய விருப்பம் இல்லை' எண்டாள்.

"இப்ப சத்தம்சாவடி இல்லை. அவளும் நானும் தனியே இருந்தோம். நான் என்ன செய்துபோட்டும் இல்லை என்று சொல்லலாம். மச்சாளையும் வெருட்டலாம். இரவு முழுக்க அவளைத் தொடாமலே இருந்தேன். மச்சாள் வந்து தன்னைக் கல்யாணம் முடிக்கும்படிக் கெஞ்சிப் பார்த்தாள். கொஞ்சிப் பார்த்தாள்! கொஞ்சம் கவர்ச்சியாவும் இருந்தாள். நான் உறுதியாய் இருந்தன்.

"அம்மா கேள்விப்பட்டு வர விடிஞ்சு போச்சுது. அம்மா வைச்ச சத்தத்திலை ஊர் கூடிட்டுது. மாமா ஒருக்கா அம்மாவுக்கு அடிச்சார். அம்மா கிறுங்கல்லை. என்னை மீட்டுக்கொண்டு போய் ஒரு கிழமைக்குள்ள வெளியூரிலை பெண் எடுத்து எனக்குக் கல்யாணம் முடிச்சு வைச்சா!

"அப்படியான நான் இங்கை காசு கொடுத்துப் பெம்பிளையளட்டைப் போவேன் எண்டு நினைக்கிறாயோ."

✦

ஆசைத்துரை:
நூறில் ஒருவன்

நான் ஆசைத்துரையைச் சந்திப்பதற்காக அங்கிளின் அறைக்குப் போனபோது இரவு எட்டு மணிக்கு மேலாகியிருந்தது. ஆசைத்துரையைப்

பார்த்தால் இலங்கைத் தமிழன் என்று சொல்லக்கூடிய எந்த அறிகுறியும் இல்லை . அவர் உள்ளங்கியை விடக் கொஞ்சம் பெரிய களிசானும் வலைபோன்ற பெனியனும் அணிந்திருந்தார். கழுத்தில் நாயைக் கட்டுவது போன்ற பெரிய சங்கிலிகளும் கையில் காப்புகள், கயிறுகள் போன்ற பலவர்ண சாதனங்களும் தொங்கின. கன்னத்தில் ஒரு வெட்டுக்காயம் நாவுறு படாமல் இருக்கக் கோடு கீறியது போல் இருந்தது. தமிழ் சினிமாக்களில் வரும் அடியாள் போன்ற தோற்றத்துடன் ஆசைத்துரை இருந்தார்.

அங்கிளுடைய றூம்காரருடைய கதைகளில் இடைக்கிடை ஆசைத்துரை வந்துபோவார். ஆனால் நான் ஒருநாளும் கண்டதில்லை. ஒருநாள் ஜெர்மனியில் இருந்து ஆசைத்துரை வந்திருப்பதாகவும் எனக்கு அவனைக் கட்டாயம் பிடிக்கும் என்றும் தங்கடை றூமுக்கு வரும்படியும் அங்கிள் அழைத்தார். நான் போனபோது அறை பார்ட்டிக்குரிய தயாரிப்புடன் இருந்தது. விலைகூடிய மதுப் போத்தில்கள் இருந்தன. ஆசைத்துரைக்கு அங்கிள் என்னை அறிமுகம் செய்துவைத்தார்.

சமைக்கிறவை சமைக்க, கதைக்கிறவை கதைக்க றூம் அமளியாய்க் கிடந்தது. நான் ஒரு மூலையில் போய் அமைதியாக இருந்தேன். அங்கிள் பக்கத்தில் வந்தார். "என்ன சத்தம் வையாமல் இருக்கிறாய். நீ வழமையாய் எடுக்கிற இரண்டு சொட்டை எடன்" என்றார்.

"யார் இந்த ஆசைத்துரை ?" எனக் கேட்டேன்

"இந்த றூமிலை முந்தியிருந்தவன். உனக்குத் தெரியாது. இவன்தான் வெண்சிலாஸ் முதலாளியின்ரை மகன்."

"ஓ அவங்கள் பெரிய கையள் எல்லோ. நீங்கள் சொன்னீங்கள் ஜெர்மனியில் இருந்து வந்திருக்கிறார் எண்டு..." என இழுத்தேன்.

அங்கிள் எனக்குக் கிட்ட நெருக்கமாக வந்து இரகசியம் பேசத் தொடங்கினார். "ஓம் தகப்பனோடை சண்டை போட்டுக் கொண்டு கனகாலத்துக்கு முதலே இஞ்சை வந்திட்டான். பாரிசிலை நூறு தமிழர் இருக்கிற காலத்திலை இவனும் ஒருவனாம். இப்ப இவன் தொழில் ஒவ்வொரு சிற்றியாப் போய் அகதிக் காசு எடுக்கிறது. ஒரு கிழமை பாரிசிலை நிண்டு காசு மாத்திக்கொண்டு அடுத்த கிழமை 'மார்சல்' சிற்றிக்குப் போவான். அங்குள்ள ஒரு அல்ஜீரியன் நண்பியுடன் நிண்டு அங்கத்தைக் காசை எடுத்துக்கொண்டு அப்பிடியே ஜெர்மனிக்குப் போவான். அங்கை இரண்டு சிற்றியாம். அங்கேயும் அவனுக்கு நண்பிகள் இருக்கிறாங்கள். வேற இடங்களிலையும் எடுக்கிறவன் எண்டு

கதைக்கினம். இந்த ரவுண்ட் முடியவும் ஒரு மாதம் முடியவும் சரியாய் இருக்கும்.”

“என்ன அங்கிள் எங்களுக்கு ஒரு சோசல் காசு எடுக்கவே எவ்வளவு கேள்விகள்? எப்படி அங்கிள் இவனாலை முடியுது?”

“எங்களுக்கு ஏன் இந்த விண்ணாணங்கள்! ஊரிலை யெண்டால் உவன்ரை தாய் தகப்பனுக்கு எவ்வளவு செருக்கு. இவன் தங்கமான பெடியன். இஞ்சை வந்தானெண்டால் நல்லாச் செலவழிப்பான். விலைகூடின போத்தில்தான் வாங்குவான். காசு ஏதும் தேவையெண்டு கேட்டாலும் தருவான். அதைவிட இப்பப் பாரன்... பாடப் போறான். எம்ஜிஆரின்ரை பாட்டுகள் அந்த மாதிரியிருக்கும்.”

றூமில் கதைகள் தமிழ் சினிமா பற்றியதாக இருந்தது.

எனக்கும் அங்கிளுக்கும் இடையில் ஆசைத்துரை வந்தமர்ந்தார். என்னை வடிவாப் பார்த்தார். எந்த ஊர் என்று விசாரித்தார். அங்கிள் என்ரை ஊரைச் சொல்ல மினி வான் கொண்டக்ரர் கூவுவதுபோல் “மாதகல், பண்டத்தரிப்பு, சில்லாலை... ஓ! அந்த இடமா?” எனச் சிரித்தார். தான் சொன்னது பகிடி என எனக்கு விளங்கப்படுத்தினார். தன்ரை மாமியொருவர் எங்கடை ஊரிலைதான் கட்டினவ எனச் சொல்லி உறவு கொண்டாடத் தொடங்கினார்.

கதைகள் சினிமாவைப் பற்றியிருந்ததாலும் அவர் பாரிசின் ஆதித்தமிழ்க் குடிமகன் என்றபடியாலும் “பாரிசிலை தமிழ்ப் படங்கள் தியேட்டரிலை ஓடினது எண்டு ஊரிலை இருக்கேக்கை கேள்விப்பட்டனான். ஏன் இப்ப இஞ்சை தியேட்டரிலை தமிழ்படம் ஓடுறது இல்லை?” என்று கேட்டேன்.

“ஓம் ஓம்! தமிழர்கள் இரு நூறு முன்னூறு பேர் இருக்கேக்கையே பாண்டிச்சேரி தமிழர்களும் நாங்களும் சேர்ந்து ஒரு தியேட்டரை வாடைகைக்குப் பிடிச்சுப் படம் ஓடுவோம். அது தமிழர்கள் ஒன்றுகூடும் ஒரு இடமா இருந்தது. பழைய நண்பர்களைத் தேடுவதும் புதிய நண்பர்களைப் பிடிப்பதும் இப்பிடியான தியேட்டர்களிலைதான். நான்கூட பத்துப் பதினைந்து பேப்பர் துண்டுகளிலை என்ரை ரெலிபோன் நம்பரை எழுதிக்கொண்டு போவேன். சந்திக்கிற ஆக்களுக்குக் கொடுக்கிறதுக்காக.

“ஒரு கட்டத்துக்குப் பிறகு ஒவ்வொரு படம் முடியவும் சண்டைகள் வரத்தொடங்கிற்று. பழைய கணக்குகளை முடிக்கிற இடமாயும் வட்டிக்காசு கேக்கிற இடமாயும் சீட்டுக்காசுப்

பிரச்சினைகளை கேக்கிற இடமாயும் அது மாறிப்போச்சு. கடைசியிலை படம் ஓடிக்கொண்டிருக்கேக்கையே யாரோ ஒருவனுக்குக் குத்திப் போட்டாங்கள். இரண்டு வருசத்துக்கு முதல் யாழ்ப்பாணம் ஸ்ரீதர் தியேட்டரிலை அடிச்சதுக்குப் பழிதீர்க்கத்தான் குத்தினதாம். அத்தோட தமிழ்ப்படம் ஓடும் சகாப்தம் முடிவுக்கு வந்தது.

"இப்ப ஆயிரம் பேருக்கு மேல் இருக்கிறியள். படம் எடுத்து ஓடலாம். ஆனால் சனம் வராது."

"நீங்கள் எப்படி பாரிசுக்கு வந்தனீங்கள்? எவ்வளவு காலத்து முதல் வந்தனீங்கள்? ஏன் பாரிசுக்கு வந்தனீங்கள்?" என்று கேள்விகளை அடுக்கினேன்.

"உனக்கு 'இந்தியா பிசினஸ்' தெரியுமோ? அது ஒரு காலத்திலை பெரிய பேமஸ்."

". . ."

"அப்பாவேடை சண்டை பிடிச்சுக்கொண்டு 'இந்தியா பிசினஸ்' செய்யவெண்டு வெளிக்கிட்டன். இலங்கையில இருந்து சாமான்களைக் கட்டிக்கொண்டு வள்ளத்திலை இந்தியாவுக்குப் போவன். அங்கை அதுகளை வித்துப்போட்டு ஐந்தாறு படம் பார்ப்பன். இரண்டு மூண்டு உப நடிகைகளைச் சந்திப்பேன். காசு கனக்கக் கிடைச்சால் பெரிய நடிகைகளாகவும் பார்ப்பேன். அங்கை கொஞ்சச் சாமான்களை வாங்கிக்கொண்டு திரும்ப ஊருக்கு வந்து அதுகளை விற்பேன். அதுதான் இந்தியா பிசினஸ்.

"இப்படியே வாழ்க்கை போகேக்கை சென்னையில் ஒரு தமிழ் வியாபாரியைக் கண்டன். அவன் கொஞ்சம் வசதியா இருந்தான். அவன் 'வெத்திலை கொண்டுபோனால் பாகிஸ்தானில் நல்ல விலைக்கு விக்கலாம்' எண்டு சொன்னான். அதன்படியே பாகிஸ்தானுக்குப்போய் வெத்திலையை வித்துப் போட்டு அங்கை கொஞ்சச் சாமான்களை வேண்டிக்கொண்டு ஈரானுக்குப் போனேன். அங்கையிருந்து துருக்கிக்குப் போய் ஜெர்மனிக்கு வந்து பாரிஸ் வந்தேன். நீங்கள் எல்லாம் வரேக்கை உங்களுக்கு ஆக்கள் இருந்தவை. எனக்கு ஒருத்தரும் இல்லை. இரண்டு மூண்டு நாள் தெருவிலையே திரிஞ்சன்.

"ஒரு பாண்டிச்சேரிக்காரன் நான் தமிழன் என்று அறிஞ்சதும் அன்பாய்க் கதைத்துத் தன்ரை வீட்டுக்குக் கூட்டிக் கொண்டு போனான். அவன்ரை வீட்டுக்குள்ள போன உடன எத்தனையோ நாளுக்கு முதல் போட்ட லோங்சைக் கழட்டிப் போட்டுச் சாறத்தைக் கட்டினன். அவன் சுடச்சுடச் சோறும் கறியும்

106 செல்வம் அருளானந்தம்

பரிமாறினான். சோத்திலை கைவைச்சுச் சாப்பிட வெளிக்கிட அவன்ரை மனுசி வீட்டுக்குள்ளை வந்தாள். புருசனைப் பார்த்துப் பிரஞ்சிலை கத்துக்கத்தெண்டு கத்தினாள். நான் உடுத்த சாறத்தோடை திரும்பவும் தெருவுக்கே வந்தன்.

"அது எல்லாம் பெரிய கதை. பிறகு ஒருமாதிரி பாரிசிலை செற்றிலானன். இஞ்சை கொஞ்சம் போர் அடிக்க ஜெர்மனிக்குப் போய் விசா போட்டன். அங்கையும் இங்கையுமாய் மாறிமாறித் திரியிறன். ஊரை விட்டு வெளிக்கிட்டு ஆறேழு வருசமாச்சுது."

"இது எல்லாம் எப்படிச் சாத்தியமாகுது?"

"அதெல்லாம் தொழில் ரகசியம். அதை விடு, ஆனால் இது எல்லாம் இலகுவானதல்ல. துருக்கியிலை ஒரு பொலிஸ் ஸ்ரேசனிலை என்னை மூண்டு நாளாய் வைச்சு அடிச்சாங்கள். ஈரானிலை ஒரு பொலிஸ்காறன் முகத்திலை காறித் துப்பிப் போட்டு என்னையும் பாஸ்போட்டையும் பொலிஸ் ஸ்ரேசனுக்கு வெளியிலை தூக்கியெறிஞ்சான். முகத்திலை இருக்கிற இந்தக் காயம் லாகூரிலை அடிபட்டது."

"ஒருக்கால் பிரெஞ்சுப் பொலிஸ்காறன் என்னைப் பிடிச்சுக் கனநேரமாய் விசாரித்தான். அந்த விசாரிப்பு முடிவிலை அவன் 'இந்தச் சிறீலங்கன்கள் பற்றி எனக்கொண்டுமே விளங்கல்லை. இந்தச் சிறிலங்கன்கள் ஜெர்மனியில் இருந்து பிரான்சுக்குப் போறாங்கள், பேந்து பிரான்சிலையிருந்து ஜெர்மனிக்குப் போறாங்கள், பிறகு ஜெர்மனியிலை இருந்து ஹொலண்டுக்குப் போறாங்கள். என்ன பிரச்சினை எண்டு விளங்கல்லை. இனிமேல் பிரான்சுக்கும் ஜெர்மனிக்கும் ஒரு யுத்தம் வரும் எண்டால் அது உங்களாலைதான்' எண்டு சொன்னான். அவன் இன்னும் ஒண்டையும் சொன்னான். 'உங்கடை ஆக்கள் அங்காலும் இஞ்சாலும் கண்டபடி துணிவாய் போடர் பாஞ்சு திரிவாங்கள்... ஆள் கடத்துவாங்கள்...தூள் கடத்துவாங்கள். ஆனால் பிடிபட்டால் 'செப்பா பிரான்சே' என்டுறாங்கள். அது மாத்திரமில்லை, வேறு எந்த மொழியும் தெரியாது எண்டு அடம்பிடிப்பாங்கள்" இதைச் சொல்லி ஆசைத்துரை சிரித்தார்.

தான் விரைவில் ஊருக்குப் போய்வர வேண்டும் என்றார். "இஞ்சை நல்ல வசதியாய்த்தானே இருக்கிறீங்கள். இப்ப அங்கை என்னத்துக்கு...?" என்றேன்.

"எப்படியெண்டாலும் ஊரைப் பார்த்துக் கனகாலம் ஆச்செல்லோ! மாடு கத்திக் கேட்டு, அணில் ஓடுறதைப் பார்த்து... அதைவிடக் கோழிப்பீ பார்த்து எவ்வளவு காலமாச்சு? அதைவிட மச்சாள்மாரைப் பார்த்து வருசக் கணக்காயிற்று."

மச்சாள்மார் என்று சொல்லும்போது அவர் முகத்தில் ஒரு தேடல் இருந்தது.

அங்கிளிடம் ஆசைத்துரை, நான் பெல்ஜியம் றூட்டால் வந்ததைத் தெரிந்துகொண்டார். "அது இப்ப நாறிப்போச்சு. திரும்பவும் பெர்லின்தான் ஓடுது. பெர்லின் ஓடத்தொடங்க கொழும்பிலை சனம் குவியுதாம். கெதியில எக்கச்சக்கமான தமிழ்ச்சனம் ஐரோப்பாவுக்கு வரப்போகுது. இனியாவது கொண்டாறவங்கள் பெண்டுகளைக் கொண்டரட்டும்" என்றார்.

"நீங்கள் வசதியான ஆட்கள் எல்லோ? ஏன் ஊரை விட்டு வெளிக்கிட்டனீங்கள்?" என்று கேட்டேன்.

"வசதியாத்தான் இருந்தனான். அப்பரோடை சரிவரயில்லை. படிப்பும் சரிவரயில்லை, நீயும் வேண்டாம் உன்ரை சொத்தும் வேண்டாம் எண்டுபோட்டு வெளிக்கிட்டுட்டன். அதைவிட ஊரிலை வாழ எனக்குப் பிடிக்கேல்லை. யாழ்ப்பாணத் தான்ரை அகங்காரம், சிங்களவன்ரை துவேசம், ஊரின்ரை போலித்தனம்..." ஆசைத்துரைக்கு இப்பக் கொஞ்சம் வெறியேறி யிருந்தது.

"இப்ப பாருங்கோ இஞ்சை எனக்கு ஒரு பெண்ணைப் பிடிக்குது எண்டு வையுங்கோ, அவளுக்கும் பிடிக்குது எண்டால் டப்பெண்டு கிஸ் பண்ணுறோம். கொஞ்ச நாளைக்கெண்டாலும் ஒண்டாய் வாழுறம், பிடிக்கேல்லையெண்டால் பிரிந்துபோய் விடுகிறம். எங்கடை ஊரிலை இதெல்லாம் நடக்குமோ? எனக்கு இஞ்சை இரண்டும் மார்சலிலை ஒண்டும் ஜெர்மனியில் இரண்டுமாய் ஐஞ்சாறு பெண் நண்பிகள் இருக்கிறாங்கள். உல்லாசமாய் இருக்கிறன்."

எனக்குச் சாடையாய் வேர்த்துக்கொண்டு வந்தது. ஆசைத்துரை பிரஞ்சுக் கலாச்சாரத்தில் வாழுகிறார்போல இருந்தது.

அவர் இப்படிக் கதைத்துக்கொண்டு இருக்கும்போது அவரைப் பாடும்படி வற்புறுத்தினார்கள்.

> "காற்று நம்மை அடிமை என்று சொல்லவில்லையே
> கடல் நீரும் அடிமை என்று சொல்லவில்லையே
> காலம் நம்மை விட்டு விட்டு நடப்பதில்லையே"

எனப் பாடிக்கொண்டு எழும்பினார். அந்தக் காட்சி 'ஆயிரத்தில் ஒருவன்' படத்தில் எம்ஜிஆர் பாடுவதைவிட அழகாக இருந்தது. விடிய இரண்டு மணி வரை பல்வேறு பாடல்களைப் பாடினார். என் விருப்பத்திற்கேற்ப, "நான் உங்களைக் கேட்கின்றேன். ஏழை

உரிமையைக் காக்க வறுமையைப் போக்கக் கற்றவர் சொல்லும் பதில் என்ன?" என்ற பாடலையும் பாடினார்.

ஊரிலை இருந்து வந்தபின் மிகவும் சந்தோசமாய் இருந்தது அந்த இரவு.

வெளிக்கிடும்போது "நான் படம் பார்த்து நாலஞ்சு மாசமாப் போச்சு. படம் பார்க்க ஆசையாய் இருக்கு" என்று அவருக்குச் சொன்னேன். தான் அடுத்தமுறை வரேக்கை மெனிவிக் கடையிலை ரி.வி., டெக் எல்லாம் வாடகைக்கு எடுத்துப் படம் பார்ப்போம் என்றார். மெனிவிக் தன்னுடைய நண்பன் என்றார். மெனிவிக்கை எங்களுக்குப் பிடிப்பதில்லை. மெனிவிக் வியட்னாமில் இருந்துவந்த ஒரு பாண்டிச்சேரித் தமிழன். இங்கு ஒரு தமிழ்க்கடை வைத்திருந்தான்.

"மெனிவிக்குக்கு எங்களைப் பிடிக்காதே" என்றேன்.

"ஓம் ஓம். அவனுக்கொருக்கா நாங்கள் சாத்தினதுக்குப் பிறகுதான் நட்பானவன். நாங்கள் வந்த காலத்தில கடைக்குப் போனால், நக்கலாய்த்தான் கதைப்பான். ஜக்கற்றிலை கறி மணக்குது என்பான். ஒருநாள் 'ஏன்ரா பிழைக்கப்போன நாட்டிலை நாடு பிரிச்சுக் கேக்கிறியள்' எண்டு நக்கலடிச்சான். எங்கடையொண்டு பாய்ஞ்சுபோய் ஈழத்தமிழன்ரை சரித்திரம் தெரியாவிட்டா தரித்திரமாய் கதைக்காதை" எண்டு முதுகிலை சாத்தினான்.

"அதன் பிறகு இலங்கைத் தமிழர்கள் சோலி பிடிச்சவங்கள் எண்டு சொல்லி மரியாதையாய் நடக்கத் தொடங்கினான். எதுக்கும் அடுத்த முறை வரேக்கை என்னை வந்து சந்தியுங்கோ! மூண்டு நாலு நாளைக்கு நாங்கள் தொடர்ந்து படம் பார்ப்போம்" என்றார்.

கைகுலுக்கிக் கட்டியணைத்து விடை பெற்றேன்.

அடுத்த மாதம் ஆசைத்துரை எப்ப வாறார் என்று அங்கிளைக் கேட்டேன். "யாருக்குத் தெரியும், அவன் வரேக்கை காணவேண்டியதுதான்" என்றார்.

கொஞ்சநாள் கழித்து அங்கிளைத் திரும்பவும் கேட்டேன். அவருக்கு எதுவும் தெரியவில்லை.

ஒருவருடத்துக்குப் பிறகு எங்கையோ மறியலில் இருக்கிறாராம் என்று தகவல் வந்தது. மறியலிலும் ஆசைத்துரைக்கு ஒரு நண்பி இருக்கலாம் என்று எண்ணிக்கொண்டேன். அதன்பின் ஆசைத்துரையை நானும் மறந்துவிட்டேன்.

இரண்டு வருடங்களுக்கு முதல் மொன்றியல் மலைக்கோவில் அடிவாரத்தில் இரண்டு இளம் பெண்கள் "அப்பா... அப்பா..." என்று அழைக்க முழங்கால்களால் மலைப்படிகளில் ஒருவர் ஏறிக்கொண்டிருந்தார். கையில் செபமாலை இருந்தது. வாய் ஒரு பிரார்த்தனையை முணுமுணுத்தபடி இருந்தது. ஒருதடவை திரும்பிப்பார்த்து "கெதியாய் வாருங்கோ பிள்ளையள்" என்று அழைத்தார். முகத்தைப் பார்த்தபோது ஆசைத்துரையின் தந்தையார் போன்ற தோற்றத்தில் இருந்தார். அவர் என்னை அறிந்த மாதிரிப் பார்க்கவில்லை. திரும்பவும் பார்த்தேன். நடக்க முடியாத மனைவியின் கையைப் பிடித்து "கவனமா ஏறுங்கோம்மா" என்றவாறு படியேற்றிக்கொண்டிருந்தார்.

உற்றுப் பார்த்தேன். முகத்தில் கோடு கீறியது போன்ற தழும்பு இருந்தது.

✤

வில்விறட்டனும் விமலதாசும்

1983 ஆடிமாதம் 24ஆம் திகதி தமிழ் சிங்களக் கலவரம் நடக்கத் தொடங்கிவிட்டது. எனக்கு வெளியிலை போகப் பயமாய் இருந்தது. இது இலங்கையில் என்று நினைக்க வேண்டாம், பாரிசில். அன்று மத்தியானம் தொடக்கம் வீட்டிற்குத்

தொடர்ந்து தொலைபேசி அழைப்புகள் வந்த வண்ணம் இருந்தன. சமைக்கக்கூட மனம் வரவில்லை. அடிக்கடி ஆங்கில பிபிசி செய்தி கேட்டு, எங்களுக்குச் செய்திகள் சொல்லும் ஏணேஸ்ற் அண்ணாவின் தொலைபேசிக்கு எப்ப அழைப்பு எடுத்தாலும் 'என்கேஜ்' ஆக இருந்தது. 'கொழும்பில் மறியலில் இருந்த முழுத் தமிழ் ஆட்களையும் கொன்று போட்டார்கள்' என்றும் 'யாழ்ப்பாணம் முழுக்கப் பிரேதங்களால் நிறைந்து கிடக்கின்றது' என்றும் 'கொழும்பில் தமிழர்களின் கடைகள் வீடுகள் எல்லாம் கொளுத்துகின்றார்கள்' என்றும் வதந்திகளும் செய்திகளும் தலையை வலிக்கப் பண்ணியது. இரவு படுக்கப் போகமுதல் கேள்விப்பட்டேன், பாரிசில் போட்டிக்கிளிஞ்சான் கோட் மெத்ரோவில் வைத்து ஒரு சிங்களப் பெடியனைத் தமிழ்ப் பெடியன்கள் குத்திப் போட்டாங்கள் என்று.

இரவு இரண்டு மணியிருக்கும். தொலைபேசி அழைப்பொன்று வந்தது. மனோதான் அழைத்திருந்தான். அவனுக்கு நல்ல வெறி. "நாங்கள் நாலுபேர் றொக்கற்ரோ மெத்ரோ அருகே ஒளித்திருந்து கஸ்ரப்பட்டு ஒரு சிங்களவனைப் பிடித்து வைத்திருக்கிறம். அவன்ரை பப்பியை *(Paper)* எல்லாம் பறித்துச் சோதித்துவிட்டம். களுத்துறை பக்கச் சிங்களப் பெடியன். இப்ப அவனை என்ன செய்றது?" என்று கேட்டான்.

"எடேய் அவனை விடுங்கோடா" எனக் குளறினேன்.

"ஊரிலை சிங்களவர் எங்கடை ஆக்களையெல்லாம் கொல்லுறாங்கள். என்ரை நெஞ்சு கொதிக்குது. நீ தமிழ் தமிழ்ஈழம் என்றெல்லாம் கதைத்துப்போட்டு இண்டைக்கு வீட்டிலை நிம்மதியாய்ப் படுத்துக் கிடக்கிறாய். அரசியல், இலக்கியம் எண்டு ஒண்டும் பேசாமல் இவ்வளவு நாளும் இருந்த எங்களைப்போல ஆட்கள்தான் ஒவ்வொரு மெத்ரோவாய் தேடித்தேடிச் சிங்களவங்களை அடிக்கவேண்டியதாய் இருக்கு. நீங்கள் எல்லாம் கதைக்கிறதுக்குத்தான்" எனச் சத்தமிட்டான்.

விடிய விடிய நித்திரை வரவில்லை. விடிந்ததும் காந்தனுக்குப் போன் பண்ணினேன். காந்தன் சொன்னார் "ஒன்பது மணிக்குச் சென். அகஸ்ரின் மெத்ரோவில் உள்ள இலங்கைத் தூதரகம் முன்பு கூடுவோம். தெரிந்தாட்களுக்கெல்லாம் சொல்லிக் கூட்டி வாங்கோ! அத்தோடு நீ வேலைக்குப் போக வேண்டாம். நீ வேலை செய்யிற இடம் சிங்களப் பெடியங்கள் அதிகமாக உலாவிற இடம், கவனம்."

ஒன்பது மணிபோல் நானும் தட்சூணும் சென். அகஸ்ரின் மெத்ரோ அருகில் நின்றோம். எங்கிருந்து வந்தது இத்தமிழ்க் கூட்டம் என்றவண்ணம் ஆயிரக்கணக்கான தமிழ்ப் பெடியங்கள்

கூடி நின்றார்கள். இவ்வளவு தமிழர்கள் பாரிசில் இருக்கிறார்கள் என்று அப்போதுதான் தெரியவந்தது.

அப்போது அங்கிருந்த தமிழர்களுக்கு ஒருமித்த தலைமையில்லை. இருக்கின்ற அமைப்புகளும் நாலு ஐந்து பேருடன் அண்டக்கிரவுண்டாய் இயங்கிக்கொண்டிருந்தன. பெரும்பான்மையான தமிழருக்கு, எந்தப் பக்கம் சாய்வது? எந்த அமைப்புக்கு ஆதரவு கொடுப்பது? என்று முடிவெடுக்க முடியாத காலம்.

அங்கும் குழுக்குழுவாய்ப் பிரிந்து பேசிக்கொண்டிருந்தார்கள். நாட்டிலை எங்கடை இனத்தை எப்படிக் காப்பாற்றுவது? இப்போ அவர்களுக்கு எப்படி உதவி செய்வது? என்று கதைக்க முடியவில்லை. இங்கை பாரிசில் வாழும் சிங்கள இளைஞர் களுடன் எப்படி மோதுவது? என்ற பேச்சே பெரிதாக இருந்தது. ஏன் என்றால் அவர்களும் இங்கு தமிழர்களைத் திருப்பித் தாக்கத் தொடங்கிவிட்டார்கள்.

சிறீலங்கா தூதரகத்துக்கு முன் கூடிநின்றாலும் கோசங்கள் எழுப்பவில்லை, கைகளில் தூக்கிப் பிடிக்கச் சுலோகங்கள் எழுதிய மட்டைகள்கூட இல்லை. சுற்றிவரப் போய்வரும் மக்களுக்குக் கொடுக்கத் துண்டுப் பிரசுரங்கள் இல்லை. பின்னாளில் பிரபலமாகிய மகேந்திரன் மாத்திரம், கையில் ஒரு ஸ்பீக்கர் வைத்திருந்து வாயிலை வாறதையெல்லாம் பேசிக்கொண்டு நின்றார். காசி ஆனந்தன் கவிதைகளைக்கூட இனித்தான் அவர் பாடமாக்க வேண்டும்.

நான் நின்ற பக்கத்தில் இருந்த குழுவிற்குத் தலைமை தாங்கியவர் ஞானராஜா என்பவர். அவருக்கு ஏற்கெனவே பாரிஸ் தமிழருக்குத் தலைமை தாங்கிற ஆசையும் திட்டமும் இருக்கு. போன மாதம் பாடகர் யேசுதாஸ் இங்கு ஒரு சங்கீதக் கச்சேரி செய்தபோது ஓடிப்போய் மேடையில், “மிக அற்புதமாய்ப் பாடினீர்கள். ஈழத்தமிழர்கள் சார்பாக வாழ்த்துக்கள்!” என்று பேசத்தொடங்க, யோகரட்டினம் என்ற ‘குழப்படி’ எழும்பி “டேய் ஞானராஜா, நீ ஒரு ஞான சூனியம், உனக்குச் சங்கீதத்தில என்ன தெரியும் எண்டு இப்ப யேசுதாசை வாழ்த்திறாய்?” எனச் சத்தமிட்டு மேடையாலை இறங்கப் பண்ணினவர். அதெல்லாம் அவருக்கு ஒரு பிரச்சினையல்ல. இன்றும் முன்னணியில் நின்று கதைத்துக்கொண்டிருந்தார். தான் இரவு கலைஞர் கருணாநிதியுடன் கதைத்ததாகவும் ‘கலைஞர் அழுது தானும் அழுது பெரிய சோகமாய் போச்சு’ என்றும் கூறினார்.

“கலைஞர் என்ன சொல்லுறார்?” என்று எல்லோரும் ஆவலாய்க் கேட்டபோது “பொறுத்திருந்து பாருங்கோ, நாளைக்குத்

தமிழ்நாடே குலுங்கப் போகுது. இண்டைக்கு முரசொலியிலை என்ன தலைப்புத் தெரியுமோ? 'வீறுகொண்டு எழு தமிழா' அவர்கள் நாதியற்றுப் போகவில்லையென இந்த நானிலத்திற்குக் காட்ட நாளை கூடுவோம் அண்ணாசாலையில்... இதைக் கலைஞர் தான் எனக்குச் சொன்னவர்" எனப் பெருமைப்பட்டார்.

"தமிழ்நாடு குலுங்கட்டும். நல்லது. இதாலை இந்திராகாந்தி படையனுப்பி இலங்கையில எஞ்சியிருக்கிற தமிழரைக் காப்பாற்றுவாரோ? இதுபற்றி ஏதாவது கேட்டனீங்களோ?" என்று ஒருவர் கேட்டார்.

"இந்திராவை விடு. இப்ப எங்கடை அமுதலிங்கம் எங்கே ஓடி ஒளித்துவிட்டார்?" அவர் திருப்பிக் கேட்டபோது அந்தக் குழுவுக்குள்ளே முறுகல் நிலை வந்தது. நான் மெல்லமாய் காந்தன் ஆட்கள் நின்ற பக்கமாய்ப் போனேன். தூதரகத்தை நோக்கி மேலும் தமிழ் இளைஞர்கள் வந்தவண்ணம் இருந்தனர்.

இன்னும் சிலர் கூடிக்கூடிப் பேசி இன்னென்ன இடங்களுக்குப் போனால் சிங்களவருக்கு அடிக்கலாம் என்று சொல்லிப் போய்க்கொண்டிருந்தார்கள்.

"கொழும்புக்குத் தொலைபேசி எடுத்தபோது அங்கு பேசுவதற்கு யாரும் இல்லை" என்று சில நண்பர்கள் சொன்னார்கள். ஒன்றிரண்டு பேர் தாங்கள் கொழும்பில் சிலருடன் கதைத்ததாகவும் 'நிலைமை படுபயங்கரம்' என்றும் 'வரலாறு காணாத அழிவு' என்றும், பலபல கதைகளைக் கூறத் தொடங்கினார்கள்.

காண்பவர்கள் எல்லாம் என்ன செய்தி என்று மற்றவர்களைக் கேட்டு, கேட்டவர் பதில் சொல்ல முதல் பயங்கரச் செய்திகளைத் தாமே சொல்லிக்கொண்டு நின்றார்கள்.

'பாரிசில் இரண்டு சிங்களவர்களும் மூன்று தமிழர்களும் வெட்டிக் கொல்லப்பட்டார்கள்' என்ற செய்தி பாரிசைக் குலுங்கப் பண்ணியது.

இரவு வீட்டை போனபோது ஜெர்மனியில் இருந்து வில்விறட் வந்திருந்தான். அவன் என் மச்சானுக்குப் பழக்கமானவன். யூதாகோயில் மூப்பற்றை மகன். பாரிசில் தமிழர்களுக்கும் சிங்களவர்களுக்கும் சண்டையென்று கேள்விப்பட்டவுடன் தன்னால் ஜெர்மனியில் இருப்புக்கொள்ள முடியவில்லையாம். "அங்கைதான் அடிக்கிறாங்கள் எண்டு பார்த்தால் ஐரோப்பாவிலும் எங்களுக்கு அடிக்கவோ? கம்மா... இண்டைக்கு இரவு சிங்களவருக்குக் கொடுக்கிறேன் பார்" என்றான். தன்ரை நண்பர்களுடன் சேர்ந்து இரவைக்குச் சிங்களப் பெடியன்களுக்கு

அடிக்கப்போவதாகவும் விடியத்தான் வருவேன் என்றும் சொல்லி வெளிக்கிட்டான்.

போகேக்கைக் குசினிக்கை போய் நாங்கள் மீன், மரக்கறி வெட்டுகிற கத்தியை எடுத்து ஜக்கற்றுக்குள்ளை வைத்தான். இதைப் பார்த்த மச்சான் "கையாலை எடுக்கிறதுக்கு அந்த ஒரு கத்திதான் கிடக்குது. அதையேன்ரா எடுக்கிறாய்? நாங்கள் என்னெண்டு சமைக்கிறது?" எனச் சத்தம் வைத்தார்.

"எங்கடை தமிழர்கள் எவ்வளவு கஸ்ரப்படுகினம், நீ ஒரு கத்திக்கு அழுகிறாய். ஜெர்மனியென்றால் என்னட்டை எத்தனை விதமான ஆயுதங்கள் இருக்கு, கோதாரி உந்த போடராலை கொண்டுவர ஏலாது" என்று சொல்லிப்போட்டு, கத்தியின் கூரைப் பரிசோதித்துப் பார்த்துவிட்டு "இது கத்தரிக்காயைக்கூட வடிவாய் வெட்டாது" எனப் புறுபுறுத்துக்கொண்டு போனான்.

விடிய வில்விறட் வந்தபோது நான் முழித்திருந்தேன். இராத்திரி என்ன நடந்தது என்று கேட்டபோது, சென்தெனி மெத்ரோவுக்குப் பக்கத்திலை மரங்களுக்கு மறைவே நின்று வெள்ளையர் இல்லாத, சுருள்தலை முடியில்லாத எல்லாப் பெடியங்களிடம் 'வெலாவ கீயத' என்று நேரம் கேட்டதாகவும் சரியான நேரம் சிங்களத்தில் சொன்ன எல்லாருக்கும் அடித்ததாகவும், சிலவேளை தமிழர்களும் சரியான நேரத்தைச் சிங்களத்தில் சொல்லி அடிவேண்டிப் போட்டாங்கள் எண்டும் மனவருத்தப்பட்டான்.

காலை ஒன்பது மணியாயிற்று. *பிபிசி* கேட்கும் ஏணேஸ்ற் அண்ணனுக்குத் தொலைபேசி எடுத்தேன். இரண்டாவது தடவையாகவும் மறியலில் இருந்த விடுதலைப் போராளிகளைக் கொன்றுவிட்டார்கள் என்றும், இந்திய வெளிநாட்டமைச்சர் நரசிம்மராவ் இலங்கை போகலாம் எனவும், தமிழ்நாடு கொதித்துப் போய் இருக்கு, இந்திரா காந்தி ஏதாவது செய்யலாம் எனவும் சொன்னார்.

இப்ப நான் வேலைக்குப் போகவேணும். போகப் பயமாய் இருக்கு. 'கலரிஸ் லவயத்' (Galeries Lafayette) என்ற பென்னாம் பெரிய சுப்பர்மாக்கற்றில் 'மொனப்பிரி' (Monoprix) என்ற கடை வாசலில் நாலு யூஸ் மிசினைப் பார்ப்பதுதான் என்ரை வேலை. அந்தப் பெரிய அங்காடிக்குப் பல சிங்கள இளைஞர்கள் தங்கள் பிரெஞ்சு முதலாளி அம்மாக்களுடன் பொருள்கள் வேண்ட வருவார்கள். என்னைக் கண்டால் "லங்காவத?" எனக் கேட்பார்கள்.

"ஆம்" என்று பதிலளித்தால் அன்போடு உரையாடுவார்கள். பெரும்பாலும் தாங்கள் ஜே.வி.பி அல்லது கொமினிஸ்ட் கட்சி

ஆதரவாளர்கள் என்பார்கள். யு என் பி கட்சியை வெறுப்பதாகச் சொல்வார்கள். மிக நல்லவர்களாக இருப்பார்கள். நான் இதை என் நண்பர்களுக்குச் சொன்னால், "வெளிநாட்டுக்கு வந்தால் உவங்கள் தாங்கள் கொமினிஸ்ட் எண்டுதான் கதைப்பாங்கள். ஊரிலை நின்றால் அரசோடு சேர்ந்து தமிழர்களை அடிப்பாங்கள்" எனச் சொல்வார்கள்.

தான் அவ்விடத்திலை தனியே நிற்கிறவன். எங்கையாவது தமிழரட்டை அடிவேண்டிய சிங்களப் பெடியங்கள், அங்கினேக்கை வந்து என்னைக் குத்திப்போட்டு ஓடினால் என்ன செய்வது என்று பயந்துகொண்டு நின்றேன். மச்சான் சொன்னார், "உவன் வில்விறட்டை வேலைக்குப் போகேக்கை கூட்டிக்கொண்டு போ" என்று வில்விறட்டும் சந்தோசத்தோடு வாறன் என்றான். திரும்பவும் கத்தியை எடுத்துப் பொக்கெற்றுக்கை வைத்துக்கொண்டு என்னுடன் வந்தான்.

அண்டைக்கும் இலங்கைத் தூதரகத்துக்கு முன்நின்று இலங்கைத் தமிழர்கள் ஆர்ப்பாட்டத்தில் ஈடுபட்டுக்கொண்டிருக்கிறார்கள் எனக் கேள்விப்பட்டேன். மூன்று மணிக்கே வேலையை முடித்துவிட்டுப் படியில் இருந்து நித்திரை தூங்கிக்கொண்டிருந்த வில்விறட்டை எழுப்பிக்கொண்டு தூதரகத்தை நோக்கிப் போவதற்கு மெத்ரோவில் ஏறினோம். மெத்ரோவில் சனம் நெருக்கமாக இருந்தது. எங்களுக்கு மூன்று சீட் தள்ளி இலங்கையர் போல் ஒருவர் நின்றுகொண்டிருந்தார். வில்விறட் அவரை முறைத்துப் பார்த்தவண்ணம் எனக்குச் சொன்னான். "அவன் சிங்களவன்தான்." நாங்கள் அவரைப் பார்ப்பதை அவர் கண்டுவிட்டார்.

அவர் எங்களை நோக்கி வந்து பிரெஞ்சில் "ஏன் என்னைப் பார்க்கிறீர்கள்? உங்களுக்கு என்ன வேண்டும்?" என்றார்.

வில்விறட்டன் அடுத்த மெத்ரோ ஸ்ரேசனில் இறங்கிக் கதைப்போம் என டொச்சில் சொன்னான்.

அடுத்த மெத்ரோ வர மூன்று பேரும் இறங்கினோம். வில்விறட்டன் யக்கேற்றுக்குள்ளை கைவிட்டுக் கத்தியைப் பிடித்தபடி இறங்கினான். அந்தப் பெடியன் என்ரை கையைப் பிடித்து ஆங்கிலத்தில் பேசத் தொடங்கினார்.

"நான் மூன்று இடத்திலை உங்கடை ஆட்களிட்டை அடி வேண்டிவிட்டேன். நான் மொறிஸ் (*Mauritius*) நாட்டைச் சேந்தவன். எனக்குத் தமிழோ சிங்களமோ தெரியாது. உங்கடை பிரச்சினை என்ன?" என்றான்.

என்ன சொல்வது என்று தெரியாமல் நாங்கள் தடுமாறிக் கொண்டு நிற்க, “என்னாலை மேலும் அடிவாங்க முடியாது. வட்டிஸ் யுவர் பிறப்பிளம்?” என ஆங்கிலத்தில் மீண்டும் கத்தினான்.

வில்விறட்டன் தொடங்கினானே “யு நோ நயின்றின் போட்டி எயிற் சிறீலங்கா...” என ஆங்கிலமும் டொச் மொழியும் கலந்த புது மொழியில் தமிழர்களுடைய பிரச்சினை பற்றி உணர்ச்சிகரப் பேச்சொன்றை ஆற்ற முயன்றான்.

“அடிக்கிறது என்றால் அடிச்சுப்போட்டுப் போங்கோ, ஆனால் என்னாலை உங்கள் பேச்சைப் புரிய முடியவில்லை” எனச் சொல்லி அவர் அடுத்த மெத்ரோவில் ஏறிவிட்டார்.

தூதரகத்துப் பக்கம் போனால் நிறைய சனம், செய்திகளைப் பரிமாறிக்கொண்டு நின்றார்கள். வேறு என்ன செய்வது? அங்குதான் ஒரு பாண்டிச்சேரித் தமிழர் அறிமுகமானார். கணேசன் என்று தன்ரை பெயரைச் சொன்னார். பிரான்ஸ் தமிழ்ச் சங்கத்தில் தான் ஒரு முக்கிய உறுப்பினர் எனவும் சொன்னார். “களப்பிரர் காலத்திற்குப் பிறகு தமிழன் இப்பத்தான் இவ்வளவு கொடுமைப்படுகிறான். தமிழ்நாடு தனியானால்தான் தமிழருக்கு வாழ்வு” என ஏதேதோ சொல்லிக்கொண்டார். என்னுடைய தொலைபேசி இலக்கத்தையும் கேட்டு வேண்டினார்.

இதைவிட இன்னொரு கேள்வியையும் கேட்டார், “சிங்களவன்... சிங்களவன்... என்று சொல்லுகின்றார்களே, அவர்கள் எப்படியிருப்பார்கள்? அல்ஜீரியன் மாதிரி இருப்பார்களா?” எனக் கேட்க, நான் மௌனமாக இருக்க, “மாட்டினிக் அல்லது மாலிக் கறுப்பர்கள் மாதிரியிருப்பார்களா?” எனக் கேட்டார்.

“இல்லை இல்லை எங்களைப் போலத்தான் இருப்பாங்கள்” என்றேன்.

“அவர்கள் வெளிநாட்டுக்காரர் போல் இருப்பார்கள் என்று நினைத்தேன்” எனச் சொல்லிச் சோர்ந்து போனார்.

அன்று இரவும் பல இடங்களில் அடிபாடுகள் நடந்தன.

அப்போது பாரிஸ் மேயராக சிராக் என்பவர் இருந்தார். சரியான வலதுசாரி, யார் இந்தத் தமிழ்க் கூட்டம்? ஏன் பாரிசுக்கு வந்து குவிகிறார்கள்? என அர்த்தப்படக் கதைத்தவராம். ஆனால் பிரான்ஸ் ஜனாதிபதியாக இருந்த மிற்திரோன் சோசலிசக் கட்சியைச் சேர்ந்தவர். சிறுபான்மை மக்களின் பிரச்சினைகளை அறிந்துகொண்டவர். இரண்டு மூன்று நாட்கள் இலங்கையரின் அட்டகாசத்தை அவர் அடக்கவில்லையென ஊடகங்கள் கண்டித்தன. மூன்றாம் நாள் பொலிசார் கண்ணிலை காணுற

இலங்கையரை எல்லாம் விசாரிக்கத் தொடங்கினார்கள். இலங்கைத் தூதரகத்திற்கு முன் போன தமிழர்களைக் கைது செய்தார்கள். கலவரம் அடங்கத் தொடங்கியது.

இரண்டு கிழமையாலை வீட்டிலையிருந்து கடிதம் வந்தது. என் காலத்தவனும் தூரத்து உறவினனும் ஆகிய, *மனிதன்* பத்திரிகை ஆசிரியர் விமலதாசனின் இறப்பு என்னைக் கலங்கப் பண்ணியது. சண்டிலிப்பாய் மாசியப்பிட்டிச் சந்தியருகே அந்த மரத்தடியில் நீண்ட நேரம் அவன் உடல் கிடந்ததாம். அவன்ரை அம்மா 'மழை பெய்த வாசலிலே மண்ணளையப் பிள்ளையில்லை. தண்ணீருக்குப் போகையிலே தடம் மறிக்கப் பிள்ளையில்லை' என்று ஒப்பாரி வைத்துக் குளறி அழக்கூட வழியில்லை, அப்படியே கொண்டே தாட்டார்களாம். 'பிள்ளை பெறாத உதரங்களும் பால் ஊட்டாத கொங்கைகளும் பாக்கியம் செய்தவை' என்ற வேதவாக்கியத்தைச் சொல்லிப் பின் நாட்களில் தமிழ்த் தாய்மார் குளறி அழுகின்ற காலங்களை விமலதாசன் இறப்பு கட்டியம் கூறி நின்றது.

மாதங்கள் நகர்ந்தன. பாரிஸ் தமிழர்கள் வாழ்வு வேறுவிதமாக மாறத் தொடங்கியது. புதிய புதிய இயக்கங்கள் உருவாகின. நான் அறிய பத்துப் பதினைந்து இளைஞர்கள் இயக்கங்களில் சேர்வதற்கு இந்தியாவுக்குப் பறந்தார்கள். வில்விறட்டனும் திரும்ப ஜெர்மனிக்குப் போய் அங்கிருந்து ஒரு இயக்கத்தில் சேரப்போவதாகச் சொல்லி நாட்டுக்குப் போய் ஒரு வருசத்துக்குள் அவன்ரை இயக்கத்தாலேயே கொல்லப்பட்டான் என அறிந்தேன்.

நானும் சென்தெனி மெத்ரோவை விட்டுப் பாரிசுக்கு இன்னும் வடக்காய் இடம் மாறினேன். புதிய இடம், புதிய நண்பர்கள் என எனக்கு இன்னொரு காலம் தொடங்கியது.

ஐசேயின் பிரெஞ்சுக் காதல்

83ஆம் ஆண்டு கிறிஸ்மஸ் இரவு.
பெரிய கொண்டாட்டமாக இல்லை.

ஆட்டம் பாட்டம் இல்லாவிட்டாலும் கொஞ்சக் குடியோடு விடியும்வரை பேசிக்கொண்டிருந்தோம்.

அப்போதுதான் படுத்திருப்போம். தடால் தடால் எனக் கதவு தட்டிக்கேட்டது. திறந்தால் ஒரு ஆள் சூட்கேசுடன் உரிமையோடு அறைக்குள் நுழைந்தார். கோட்சூட் தொப்பியென அட்டகாசமாய் இருந்தார்.

யார் என்று ஒருவருக்கும் விளங்கவில்லை. அவர் அதைப்பற்றிக் கவலைப்படாமல் உள்ளே வந்தமர்ந்து பேசத் தொடங்கினார். நாங்கள் எல்லோரும் இவர் யாரென்று தெரியாமல் குமைந்துகொண்டு நின்றோம்.

அவர் அருள்நாதரைப் பார்த்து "அத்தான்... என்ன ஒண்டும் பறையாமல் நிக்கிறீங்கள்" என்றார். எங்களுக்கெல்லாம் விளங்கி விட்டது. அவர் அருள்நாதரின் மனைவியின் அண்ணர். ஞானசீலன் என்ற பள்ளிக்கூடப் பெயர் கொண்ட மூத்த தம்பி.

அவர் தொடர்ந்தார் "அத்தான், நான் உங்களுக்கு 'என்னைப் பிரான்சுக்கு எடுங்கோ' எண்டு எத்தினை தரம் கடிதம் போட்டிருப்பன், எத்தினை ரெலிபோன் எடுத்திருப்பன்... நீங்களோ இஞ்ச கஸ்ரம், இருக்க இடமில்லை, வேலை எடுக்கேலாது' எண்டு சளாப்பிக்கொண்டிருந்தியள். என்ர சினேகிதன்கள் சொன்னாங்கள் "முந்திப் போனவங்கள் மற்றவங் களை வரவிடாமல் அப்படித்தான் சொல்லுவாங்கள். நீ நேரே போனியெண்டால் எல்லாம் சரிவரும்' எண்டு."

"அதுதான் உங்களுக்கு அறிவிக்காமல் நேரே வந்திட்டன்."

என்னைப் பார்த்து "இப்ப என்ன ஐசே செய்யிறீர்?" என்று கேட்டார்.

இனி ஒன்றும் செய்யமுடியாது. இரண்டு பெட்சீட்டைச் செந்தெனிச் சந்தையில் வேண்டி வரவேண்டியதுதான். போடுகிற அரிசியிலை ஒரு பேணி கூடப் போடத்தான் வேண்டும்.

ஞானசீலனை எனக்கு நல்லாய்த் தெரியும். எங்களுக்கு மூத்தவர். படிக்கிற காலத்தில் பெரிய குழப்படிக்காரர். கால்பந்தாட்டத்துக்குப் பேர்போன எங்கள் பள்ளிக்கூடத்தில கோல் காப்பாளராய் இருந்தவர். நெடுநெடுவென அச்சுவேலித் தென்னம்பிள்ளைபோல உயரமாய் இருப்பார். கால்பந்து வீரர் என்பதால் இவருடைய குழப்படிகளைப் பள்ளிக்கூடம் தாங்கிக் கொண்டு நின்றது. விளையாட்டுப் போட்டிகளிலும் முன்னுக்கு நிற்பார். அந்த நாட்களில் எங்களையெல்லாம் ஒரு தூசு என மதிக்கமாட்டார். படிக்கிறது எல்லாம் கையாலாகாதவங்களின் வேலை என எண்ணக்கூடியவர்.

இவரும் இவரைச் சேர்ந்தவர்களும் செய்யும் வம்பொன்று பள்ளிக்கூடம் முழுவதும் பிரபலம். இல்ல மெய்வல்லுநர் விளையாட்டுப் போட்டிகளில் பெரும்பாலும் இவர் பங்குபற்றும் இல்லம்தான் வெற்றி பெறும். அந்த இல்லத்துக்குக் கணபதிப் பிள்ளை என்ற அருமையான ஆசிரியரும் அன்ரனி றோயல் என்ற கடுமையான ஆசிரியரும்தான் பொறுப்பாய் இருப்பார்கள்.

இவர்களுடைய இல்லம் வெற்றி பெற்றது என்ற அறிவிப்பு வந்ததும் இவரும் இன்னும் சில மாணவர்களும் கூட்டமாய் ஓடிப்போய் கணபதிப்பிள்ளை மாஸ்ரரைத் தோளிலை தூக்கிக் கொண்டு ஓடுவார்கள். அந்த நேரம் இவங்கள் மாஸ்ரரின்ர தொடையில மட்டும் பிடிக்காமல் கண்ட இடத்திலும் நசிக்க மாஸ்ரர் நெளிவார், குளறுவார். "விடுங்கோடா... விடுங்கோடா இது என்ன பழக்கமடா" என்று அவர் கத்தக் கத்த ஒரு சின்ன ஊர்வலம் வருவார்கள்.

அன்ரனி றோயலைத் தூக்கிக்கொண்டு ஓடும்போது, அவரிடம் அடிவேண்டியவர்கள் குண்டூசியைத் தயார் நிலையில் வைத்துக் கண்ட இடத்திலும் குத்துவார்கள். இவங்கடை கொடுமையிலை இருந்து தப்புவதற்கு 'இல்லம் வெற்றி பெற்றது' என்று அறிவிப்பு வந்ததும் றோயல் சைக்கிளை எடுத்துக்கொண்டு பறந்திடுவார்.

ஞானசீலனின் ஊர் எங்களுக்குக் கிட்ட உள்ள ஊர்தான் என்றாலும், அடிக்கடி காண்பது இல்லை. பள்ளிக்கூடம் விட்டபின் எப்போதாவது கண்டால் "இப்ப என்ன ஐசே செய்யிறீர்?" என்று கேட்பார். எனக்குச் சொல்லுறமாதிரி ஒன்றும் இருக்காது. அவரைப் பார்த்தால் முழுக் கை சேட்டுப் போட்டு, மேல் பொக்கற்றுக்கை ரெண்டு மூண்டு 'எயார் மெயில்' கடித உறை தெரியிற மாதிரி வைத்துக்கொண்டு, கையில் ஒரு பைல் உடன் 'மிடில் ஈஸ்ற்'றுக்கு ஆட்களை அனுப்பிக்கொண்டிருப்பதாகச் சொல்லுவார். "நீயும் போகப்போறியோ?" என்று ஒரு தடவை கேட்டார். இவர் அனுப்பிய ஆட்கள் பலர் கொழும்பைத் தாண்டிப் போனதில்லை என்றும் நான் அரசல்புரசலாய்க் கேள்விப்பட்டிருந்தேன். எங்கையாலும் கண்டால் "இப்ப என்ன ஐசே செய்யிறீர்?" என்ற கேள்வியைத் தவிர்ப்பதற்காக ஐந்தாறு அடி தள்ளியே நிற்பேன். அதற்குப் பிறகு அவரை நான் காணவில்லை.

பிரான்சுக்கு வந்தபின் ஒரு தடவை அருள்நாதரை மூத்த தம்பி என்ன செய்யிறார் என்று கேட்டேன்.

"அடேயப்பா, சிலபேருக்கு ராணுவத்தால் பிரச்சினை, சில பேருக்கு இயக்கத்தால பிரச்சினை. இந்தாள் இரண்டாலும்

தேடப்படுறார். ஆள் கொழும்பிலை வந்துநிண்டு இஞ்சை வரப்போறன், இஞ்சை வரப்போறன் எண்டு தொல்லை கொடுக்கிறார். நாங்கள் படுகிற பாட்டுக்கு அவரைக் கூப்பிட முடியுமோ? அதைவிட அவருக்குத் தொய்வுநோய் வேறை இருக்குது. கூப்பிட்டுப் போட்டு நான் தொல்லைப்படுறதோ."

இப்ப வந்து நிற்கிறார்.

மச்சான் சந்தைக்குப் போய் உயிர்க்கோழியும் இரண்டு பெட்சீற்றும் வாங்கிக்கொண்டு வந்தார். அருள்நாதர் அன்றிரவு ஐந்து நட்சத்திரம் போட்ட கொனியாக் எடுத்தார். அந்தத் தண்ணியை அடிச்சு... அடிச்சு... ஞானசீலன் அலுப்புக் கொடுக்கத் தொடங்கினார்.

"ஐசே! உமாமகேஸ்வரன் என்னைக் கண்டால் விடமாட்டார். அவருக்கு நான் எவ்வளவு உதவி செய்தனான் தெரியுமோ, ஏன் பிரபாகரன்கூட மாதகலிலை என்னைக் கண்டிட்டுக் கட்டிப்பிடிச்சு சுகம் விசாரிச்சவர். பத்மநாபா என்னைக் கண்டால் தேத்தண்ணி வாங்கித் தராமல் விடமாட்டார்" எண்ட மாதிரிப் புளுகுகள். தாங்க முடியாமல் இருந்தது.

ஒரு வழியாக ஞானசீலனின் வருகைப் பார்ட்டி முடிந்தது.

இரண்டாம் நாள் பின்னேரம் ஞானசீலனுக்குத் தொய்வு இழுக்கத் தொடங்கியது. சூட்கேசுகளுக்க இருந்து ஏதேதோ மருந்துகளை எடுத்துக் குடித்தார். ஒன்றுக்கும் சரிவரவில்லை. இரவு இழுப்பு இன்னமும் கூடியது. மருந்துக் கடைக்குப் போய் மச்சான் ஒரு பம்ப் வாங்கிவந்து கொடுத்தார். கொஞ்ச நேரம் சுகமாக இருந்தது. திரும்பவும் இழுப்புக் கூடிவிட்டது. எல்லோரும் கூடி யோசித்தோம். வைத்தியசாலைக்குக் கொண்டுபோக வேண்டுமென்றால் பிரான்சில் சட்டப்படி இருப்பதற்கான ஒரு பத்திரம் (பேப்பர்) இருக்க வேண்டும். அவரிடம் ஒரு பேப்பரும் கிடையாது. வைத்தியசாலைக்குப் போனால் அவர்கள் பொலிசுக்குப் போகலாம் என்று பயந்தோம். பொலிஸ் வந்து விசாரித்தால் வேறுபல சிக்கல்கள் உருவாகலாம்.

தட்சூணும் வேலையால் வந்துவிட்டார். அவர் புதிய ஐடியா ஒன்றைச் சொன்னார். "ஜோடான் மெத்ரோவுக்குப் பக்கத்தில் கமலா லூயிஸ் என்ற பாண்டிச்சேரிப் பெண் வைத்தியர் இருக்கிறார். தானும் தமிழர் என்றபடியால் இலங்கைத் தமிழருக்கு உதவுறவர். நாளைக்குக் காலை அவரட்டைக் கூட்டிக்கொண்டு போங்கோ."

நான் அப்போது எயப்போட் வேலைக்கு 'சோம்மாஸ்' எடுத்துக்கொண்டு இருந்தேன். நான்தான் அவரைக் கூட்டிக் கொண்டு போவதாக முடிவெடுக்கப்பட்டது.

ஞானசீலன் இரவு முழுக்க மூச்சுவிட முடியாமல் பெரிய கஸ்ரப்பட்டார். விடிய இன்னும் கூடுதலாக அவதிப்பட்டார்.

விடிய எழும்பி எல்லோரும் வேலைக்குப் போய்விட்டார்கள். அருள்நாதர் வேலைக்குப் போகும்போது 100 பிராங்க் என்னிடம் தந்துவிட்டுப் போனார்.

எட்டு மணி போல் அவரை அழைத்துக்கொண்டு வைத்தியரிடம் செல்ல முயன்றபோது அவரால் நடக்கவே முடியவில்லை. ஜோடான் மெத்ரோ எங்கே, எங்கடை வீடு எங்கே... இந்தாளை எப்படி அங்கே கொண்டுபோவது... ஒரே யோசனையாக இருந்தது.

ஒருவழியாக அவரைக் கொஞ்சம் கொஞ்சமாக இழுத்துக் கொண்டு டொக்ரர் கமலாவின் இடத்துக்கு வந்தேன்.

அவ வந்து பார்த்துவிட்டுத் திடுக்கிட்டுப்போனா. "எங்கையடா இருந்தெல்லாம் வாறீங்கள். ஏன்ரா இப்படியெல்லாம் கஸ்ரப்படுறீங்கள்?" என்று திட்டியபடி ஒரு ஊசியை எடுத்துக்கொண்டு வந்தா. அதற்குள் ஞானசீலன் மயக்கநிலைக்குப் போய்விட்டார்.

மனுசி இப்போ தடுமாறியது. "இவருக்கு இப்போ நான் வைத்தியம் செய்ய இயலாது. உடனே இவரை ஆஸ்பத்திரிக்குக் கொண்டுபோ" என்று கத்தியது. பேப்பர் இல்லாதவரை எப்படி வைத்தியசாலைக்குக் கொண்டுபோவது? பிறகு நானும் மாட்டுப்படவேண்டி வரலாம். உடனே நான் ஒரு பெரிய பொய்யைச் சொன்னேன். "இவரை மெத்ரோவிலைதான் கண்டனான். இவரட்டை ஒரு பேப்பரும் இல்லையாம். நான் இப்படியே விட்டுட்டுப் போகப்போறன்" என்றேன். அதுக்கிடையிலை மனுசி அம்புலன்சுக்குப் போன் பண்ணி விட்டது. அம்புலன்ஸ் வந்துகொண்டிருந்தது. நான் மெல்லமாய் மாற வெளிக்கிட்டேன். எனக்குச் சரியான பயமாய்க் கிடந்தது.

டொக்ரர் என்னைக் கெஞ்சத் தொடங்கிவிட்டா. "நீயும் கூடப் போ. நீயும் தமிழன் எல்லோ. பாவமடா இந்தப் பெடியன். ஹொஸ்பிற்றலிலை அற்மிற் பண்ணின உடனே நீ வீட்டை போ. உன்னட்டை அவங்கள் ஒண்டும் கேட்கமாட்டாங்கள்" என்று உறுதியாக் கூறினா.

அம்புலன்சில் அவரை ஏற்றினார்கள். நானும் பயத்தோடு பக்கத்தில் நின்றுகொண்டிருந்தேன். அம்புலன்சில் இருந்தவர்கள் கேட்ட எல்லாக் கேள்விகளுக்கும் 'செப்பா பிரான்சே' என்று பதில் சொன்னேன். ஆஸ்பத்திரி வந்ததும் அம்புலன்சால் இறங்கி ஒரு மறைவில் நின்று என்ன நடக்குது எனக் கவனித்துக் கொண்டிருந்தேன்.

அது பென்னாம்பெரியதொரு வைத்தியசாலை. இப்படிப்பட்ட ஒரு வைத்தியசாலையை என் வாழ்க்கையில் பார்த்ததில்லை. எனக்குத் தெரிந்த வைத்தியசாலை என்பது சில்லாலை அத்தனாசியார் ஆயுர்வேத வைத்திய நிலையம்தான். யாழ்ப்பாணப் பெரியாஸ்பத்திரிக்குச் சில உறவினர்களை வருத்தம் பார்க்கப் போயிருக்கிறேன். பார்வை நேரம் தவிர்ந்த நேரங்களில் வைத்தியசாலைக்குள்ளே போவது லேசுப்பட்ட வேலையல்ல. யாழ்ப்பாண எஸ்.பிக்கு அடுத்துப் பெரிய அதிகாரமுள்ளவராக வைத்தியசாலைக் காவலாளி இருப்பார். அவரை மகிழ்வித்து உள்ளுக்கை போனால் டிடிரி மணம் அந்த வளாகம் முழுக்கப் பரவியிருக்கும்.

ஒரு தடவை ஆஸ்பத்திரியில் ஒரு உறவினரைப் பார்க்கப் போனபோது பெரிய களேபரமாய் இருந்தது.

ஏதோ ஒரு ஊர்ச் சண்டையில் இரண்டு மூன்று வெட்டுக் காயங்களுடன் கொஞ்சப்பேர் அங்கு அனுமதிக்கப்பட்டு இருந்தார்களாம். எதிர்த்தரப்பு அவர்களுக்குச் சரியாய் வெட்டு விழவில்லையென்று ஆஸ்பத்திரிக்குள்ளே வந்து திரும்பவும் வெட்டிப்போட்டுப் போய்விட்டார்களாம்.

'எல்லோரும் கைவிட்டவனை சில்லாலைப் பரியாரி காப்பாற்றுவார்' என்ற பழமொழி எங்கள் சுற்றுவட்டாரத்தில் உண்டு. அதுவும் அத்தனாசிப் பரியாரியின் குடும்பத்தில் முழுப்பேரும் வைத்தியர்கள். சின்ன வயதில் மாதத்தில் ஒரு தடவை எனக்குக் காய்ச்சல் வரும். அதுவும் குமார் மாஸ்ரரின் கணக்குப் பாடத்தில் வீட்டுப் பாடம் செய்யாவிட்டால் காய்ச்சலும் போக்கும் இருக்கும். மாமாதான் பரியாரியிடம் கூட்டிக்கொண்டு போவார்.

அது ஒரு பெரிய வீடு. சனம் நிறைந்து இருக்கும். எங்கள் முறை வந்ததும் உள்ளுக்கை போனால் என்னுடைய வருத்தத்தைத் தவிர மற்ற விசயங்களைத்தான் இரண்டு பேரும் பேசுவினம். கோயிலிலை புறாக்களின் அட்டகாசங்களை எப்படித் தவிர்ப்பது முதல் யேசுநாதர் சிலுவையில் இருந்துகொண்டே நல்ல கள்ளனுக்கு 'இன்றே நீ என்னுடன் மோட்ச ராச்சியத்தில் இருப்பாய்' என்று எப்படி வாக்குறுதி கொடுக்க முடியும் என்ற

ஞான விவகாரங்கள் வரை கதை நீண்டுகொண்டேயிருக்கும். எனக்குக் காய்ச்சல் குறைந்துகொண்டு போகும். அவர் கையைத் தொட்டுப் பார்க்கும்போது கை குளிர்ந்து போயிருக்கும். "நல்லாய்ப் படிக்கவேணும்" என்று மாத்திரம் சொல்லுவார். இந்த நேரம் பார்த்து அவருடைய உதவியாளர் உள்ளுக்கை இருந்து வருவார். இவற்றை வாய் சாடையாய் ஆடும். அது என்ன சொல்லுதெண்டு பக்கத்திலிருக்கும் எங்களுக்குக்கூடக் கேட்காது. அவர் திரும்பிப்போய் ஒரு சரைக்குள்ளை ஐந்தாறு குளிசைகளையும் ஒரு போத்திலுக்குள்ளை சிவப்புநிறத் திரவத்தையும் கொண்டுவந்து தந்து மிக மென்மையான குரலில் போனமுறையான் போத்தலைத் திருப்பித் தரவில்லையென்பார்.

மாமா வழமையைப் போல் மூன்று ஒரு ரூபாய் நோட்டுக்களை மடித்துக் கொடுப்பார். இந்தளவுக்குத்தான் ஊரில் இருக்கும்போது எனக்கும் வைத்தியசாலைக்குமான உறவு இருந்தது.

இப்போது இரண்டு மூன்று வைத்தியர்கள் வந்து ஞானசீலனைப் பரிசோதித்தார்கள். திடீரென்று உள்ளுக்கை தள்ளிக்கொண்டு போய்விட்டார்கள். ஐயோ! இப்போது என்ன செய்வது என்று தெரியவில்லை. எந்த வைத்தியசாலையில் நிற்கிறேன் என்றும் தெரியவில்லை. வீட்டுக்குப் போனதும் மூத்த தம்பி எங்கு இருக்கிறார் என்று அருள்நாதர் கேட்டால் என்ன பதில் சொல்வது?

அங்கிருந்த ஒரு பெண்ணிடம், "இப்ப வந்தவரை எங்கே கொண்டுபோகினம்?" என்று விசாரித்தேன்.

அவள் "ஐந்தாம் மாடிக்குப் போ! அங்கைதான் வைச்சிருப்பினம்" என்றாள்.

ஐந்தாம் மாடிக்குப் போய் அந்த இடமெல்லாம் தேடி அவரைக் கண்டுபிடித்தேன். உடுப்பெல்லாம் மாத்தி இரத்தம் ஏற்றிக்கொண்டும் ஒட்சிசன் கொடுத்துக்கொண்டும் இருந்தார்கள். நான் அங்குத் தற்செயலாக வந்தவன் போல் போய் எட்டிப் பார்த்தேன்.

கொஞ்ச நேரத்தில் எல்லோரும் விலகிவிட்டார்கள். ஞானசீலன் நிம்மதியாய்த் தூங்கிக்கொண்டிருந்தார். காலை சாடையாய்த் தட்டி "நான் போயிட்டு வாறன்" என்றேன். "ஐசே! என்னை விட்டிட்டுப் போகாதையும்" என்று சொல்லியபடியே திரும்பவும் நித்திரையானார். பார்க்கப் பாவமாய் இருந்தது. கொஞ்ச நேரம் இருந்துவிட்டு வெளியில் வந்து அது எந்த வைத்தியசாலை, எங்கே இருக்கின்றது, எந்த மெத்ரோவுக்குக் கிட்ட... என்ற எல்லா விபரங்களையும் கேட்டு அறிந்துகொண்டு

வீட்டுக்கு ரெலிபோன் பண்ணினேன். மச்சான்தான் பேசினார். மச்சான் "அவரைத் தனியே விட்டுட்டு வராதை. அருள்நாதர் வேலையால் வந்ததும் உடனே நாங்கள் வருவோம்" என்றார்.

அவர்கள் வந்தபோது ஞானசீலன் ஒன்றும் பெரிதாகக் கதைக்கவில்லை. அந்தத் தளத்திற்குப் பொறுப்பான அதிகாரி வந்து நீங்கள் இவருடைய உறவினர்களா என்று கேட்டார். நாங்கள் முற்றாக மறுதலித்தோம். அவர் பெரிதாக எதுவும் வற்புறுத்தவில்லை.

அடுத்த நாள் காலை அவரைப் போய்ப் பார்க்கின்ற பொறுப்பு எனக்குத்தான் வழங்கப்பட்டது. காலை ஒரு பத்து மணி போல் வைத்தியசாலைக்குச் சென்றேன். அவருடைய அறையில் ஒரு பெண்தாதி அவருக்கு உதவி செய்துகொண்டிருந்தாள். ஞானசீலன் எனக்கு என்னவோ சொல்ல வெளிக்கிட்டார். மூச்சு விடுவதற்குச் சிரமப்பட்டார்.

"என்ன சொல்லுறீங்கள்?" என்று கேட்டேன்.

'...ஆங் ...ஆங்' என்று மூச்சு இழுத்தபடி, "ஐசே! இந்த நேர்ஸ் மூக்கும் முழியுமாய் எவ்வளவு வடிவாய் இருக்கிறாள்!" என்றார். இதைச் சொல்ல ஐந்து நிமிடம் சென்றது. சிரமப்பட்டு மேலும் தொடர்ந்தார். "காலைப் பாரும்... பளிச் பளிச் எண்டு கிடக்கு... ஊரில சொன்னவங்கள் பிரஞ்சுப் பெட்டையளின்ர துடையில..."

"அண்ணை! கனக்கக் கதைக்காதையுங்கோ. இழுத்துக் கொண்டிருக்கிற மூச்சு நிக்கப் போகுது" என்றேன்.

அடுத்த நாளும் வைத்தியசாலைக்குப் போனேன். "ஐசே! அந்த நேர்ஸ் என்னை விரும்புறாள் போலக் கிடக்கு, சரியான கவனிப்பா இருக்குது" என்று ஞானசீலன் சொன்னார். சிறிது நேரம் கதைத்துவிட்டுக் கழிப்பறைக்குப் போனேன். அந்தக் கழிப்பறைக்கு இரண்டு பக்கமும் கதவிருந்ததைக் கவனிக்கவில்லை. ஒரு கதவைப் பூட்டியபடி ஒண்டுக்கு நிக்க மற்றக் கதவால நேர்ஸ் வந்து என்னைக் கண்டு திடுக்கிட்டுப் போனாள். என்னை அறம்புறமாய்ப் பேசத் தொடங்கினாள். நான் அவளிடமிருந்து நழுவி ஞானசீலனுக்கு அருகில் போனேன். அங்கேயும் வந்து பேசிக்கொண்டேயிருந்தாள். ஞானசீலன், "இப்படித்தான் நேற்றும் இவள் என்னைப் பேசினவள். ஐசே! நீர் ஏதாவது சேட்டை விட்டனீரோ?" என்று கேட்டார். நான் எனக்குள் யோசித்துக்கொண்டேன். இவர் ஏதோ சேட்டை விட்டிருக்கிறார் என்று.

நாலாம் நாள் போனபோது அந்த அறையில் இன்னுமொரு கறுப்புநிறப் பிரெஞ்சுக்கார நோயாளி பக்கத்துக் கட்டிலில்

இருந்தான். இவருக்குக் கொடுத்த அதே கவனிப்பை அந்த நேர்ஸ் அவனுக்கும் கொடுத்துக்கொண்டிருந்தார். ஞானசீலன் மாபெரும் காதல் தோல்வியில் வாடிப்போயிருந்தார். மூச்சிழுப்புக் குறைந்திருந்தது.

இப்படியாக இருபது நாட்கள் இருந்தார். இருபது நாள் முடிந்தபோது நாற்பதாயிரம் பிராங்க் பில் வந்தது. நாங்கள் திடுக்கிட்டுப் போனோம்.

இறுதியில் அந்தத் தொகையைப் பிரான்ஸ் அரசே செலுத்தியது. "இந்தக் காசு மட்டும் கையில் கிடைச்சிருந்தால் ஊரில நாலஞ்சு 'ரோலர் போட்' வாங்கி சம்மாட்டியா வந்திருப்பன்" என்று ஞானசீலன் கவலைப்பட்டார்.

வீட்டுக்கு வந்து எண்ணி அஞ்சாம் நாள் திரும்பவும் இழுப்பு வந்தது. திரும்பவும் மருத்துவமனைக்குக் கொண்டு போனோம். அவர் ஒருதலையாய்க் காதலித்துத் தோல்வியடைந்த அதே நேர்ஸ்தான் இந்த முறையும் அவரைக் கவனித்தாள். வீடு வந்தபோது அவரைத் திருப்பி ஊருக்கு அனுப்புவதென்று நாங்கள் முடிவெடுத்தோம். அவரும் சம்மதித்தார்.

அவர் ஊருக்குப் போய் பிரான்ஸ், ஜேர்மனிக்கு ஆட்களை அனுப்பும் ஏஜென்சி ஆகி, பின்னாளில் பெரும் பணக்காரராய் இருந்தாராம். அருள்நாதர் சொன்னார்.

சில ஆண்டுகளின் பின் ஒரு தடவை கொழும்புக்குப் போனபோது திடீரென்று ஞானசீலனைக் கண்டேன். "என்ன ஐசே இஞ்ச நிக்கிறீர்? இப்ப என்ன ஐசே செய்யிறீர்? இப்பதான் ஒரு பதினைஞ்சு, இருவது பேரை ஏத்திப்போட்டு வாறன்" என்றார். சிரித்தபடியே பேசிக்கொண்டிருந்தோம்.

அப்போதும் சொல்லிக்கொண்டேயிருந்தார். "ஐசே, அந்த நேர்ஸ் எவ்வளவு வடிவு. என்ன மாதிரி கவனிச்சவள். என்னால் மறக்க முடியல்லை."

✣

பாதர் ஓடியோவுடன் பொங்கலும் கொம்யூனிசமும்

பொங்கல் கொண்டாடுவமோ எண்டு சூசைதான் கேட்டான்.

"என்னடாப்பா திடீரெண்டு பொங்கல் கொண்டாட்டம். 83 கலவரம் நடந்து இன்னும்

ஆறு மாதம்கூட ஆகல்லை, தண்ணியடிக்கிறது எண்டால் வேறையெதாவது காரணங்களைச் சொல்லி அடிக்கிறதுக்குப் பொங்கலை ஏன் சாட்டுகிறாய்" என்றேன்.

"அடுத்த வரியம் தமிழீழத்திலைதான் எங்கட பொங்கல். இதுதான் பாரிசில நாங்கள் கடைசியாக் கொண்டாடும் பொங்கல். நாங்கள் தமிழர்கள் எல்லோ. அடி வேண்டினாலும் அடங்கமாட்டம் எண்டு சிங்களவருக்குக் காட்ட வேணும். இப்ப எங்களட்டை எத்தனை இயக்கங்கள் இருக்கெண்டு உனக்குத் தெரியுமே? ஒரு இரகசியம் சொல்லுறன், எங்கடை மனோவும் பாபுவும் இந்தியாவுக்குப் போய் இயக்கத்திலை சேரப்போறாங்கள். அவங்கடை பிரியாவிடைப் பார்ட்டியும் இதுதான். நீ இப்ப ஒரு உதவி செய்ய வேணும். எங்கடை இந்தச் சிறிய பொங்கல் விழாவிற்கு பாதர் ஓடியோவைப் பிரதம விருந்தினராக அழைத்து வர வேணும். அவர் வந்தால் எங்களுக்குப் பெருமையாய் இருக்கும்" என்றான்.

இது பாதர் ஓடியோவை எனக்கு நல்ல பழக்கம் என்று புளுகியதால் வந்த வினை. சென்ற மாதமும் எனக்குத் தெரிந்த நண்பர் ஒருவரின் தந்தை ஊரில் இறந்தபோது, அவருக்கு நினைவுப்பூசை வைக்க பாதர் ஓடியோவைக் கேட்கச்சொல்லி என்னிடம்தான் கெஞ்சினார்கள்.

பாதர் ஓடியோ எழுபது வயதைக் கடந்தவர். பெரிய படிப்பாளி, பல பட்டங்களைப் பெற்ற ஒரு பிரெஞ்சுக் கத்தோலிக்கப் பாதிரியார். இருபது வருடங்களுக்கு மேல் இந்தியாவில் பணியாற்றியவர். தமிழ் உட்பட நாலைந்து இந்திய மொழிகள் பேசக்கூடியவர். ஆங்கிலமும் சரளமாகப் பேசுவார்.

தமிழ் தெரிந்தபடியால் அகதியாய் வந்து குவியத் தொடங்கிய தமிழர்கள் பல்வேறு உதவிகளுக்கு அவரை அணுகினார்கள். நானும் உதவிகளுக்கென்று அணுகி அணுகி அவருக்குத் தெரிந்தவன் ஆனேன். அவருடைய அறையில் பல்வேறு மொழிகளில் புத்தகங்கள் அடுக்கிவைக்கப்பட்டிருக்கும். காந்தியும் அவரும் சேர்ந்து எடுத்த புகைப்படம் ஒன்று அவருடைய மேசையில் எப்போதும் இருக்கும்.

"சுவாமி, என்னுடைய நண்பர் ஒருவரின் தந்தையார் ஊரில் இறந்துவிட்டார். அவங்கள் ஒரு இறுக்கமான கத்தோலிக்கக் குடும்பத்தைச் சேர்ந்தவங்கள். அவருக்கு ஒரு நினைவுத் திருப்பலி ஒப்புக்கொடுக்க வேணும். நீங்கள்தான் உதவி செய்ய வேணும். ஒரு கோவில் எடுத்துப் பூசை செய்ய வேணும். தயவுசெய்து இந்த உதவியைச் செய்யுங்கள்" என்றேன்.

“அதுக்கென்ன செய்யலாம். குறைந்தது நாற்பது பேராவது பூசைக்கு வர வேண்டும்” என்றார்.

“அவர்களின் இனசனம் இங்க கனபேர் இருக்கினம். ஐம்பது பேருக்கு மேல் வருவாங்கள்” என்றேன்.

பாதர் ஏதோ யோசிச்சுப் போட்டு, “கத்தோலிக்க சமயத்தில் இல்லாதவர்கள் நற்கருணை விருந்தில் பங்கு கொள்ளாமல் நீதான் பார்த்துக்கொள்ள வேணும். மற்றது, கோயிலுக்குள்ள சாப்பாடு தேத்தண்ணி கொண்டுவரப்படாது” என்றார்.

இந்த ஒப்பந்தங்களுக்கு ஓம் எண்டு, பூசையும் நடந்தது. பாதருக்குத் தமிழில் பேசவும் தமிழில் பூசை வைக்கவும் மிகவும் விருப்பம். பிழை பிழையாகவேனும் தமிழில் பேச முயற்சி செய்வார்.

இந்தத் தடவை பூசைக்கு நடுவே தமிழில் பாடவும் செய்தார். பூசைக்கு வந்தவர்களில் ஒருவரும் பாடாமல் இருக்க, எப்பத்தையோ பழைய பாடலான ‘அன்புருவாய் எம் நடுவில்’ என்ற பாடலைப் பாட வெளிக்கிட்டார். ஊஹும்... ஒருவரும் பாடுவதாகத் தெரியவில்லை. பாதர் எல்லோரும் ஒத்துப்பாடுங்கோ என்று சொல்வதற்குப் பதிலாக ‘ஓ’வன்னாவைக் கூட இழுத்துவிட்டார். சனமெல்லாம் கெக்கட்டங் கொட்டிச் சிரிக்க வெளிக்கிட்டுவிட்டது.

இதைவிட இன்னொன்றும் நடந்தது. பூசை முடிய என்னட்டைக் கூடச் சொல்லாமல் சோறுகறி சமைச்சுக் கொண்டுவந்து பார்சலாக ஒவ்வொருத்தருக்கும் கொடுக்க வெளிக்கிட்டாங்கள். பூசை வைப்பிக்கச் சொன்ன நண்பர் பாதருக்கும் ஒரு பார்சலைக் கொடுத்துவிட்டு மைக்கைக் கொடுத்து இரண்டு வார்த்தை பேசும்படிக் கேட்டார். பாதர் மைக்கை வேண்டி “உடனடியாக எல்லோரும் கோயிலை விட்டு வெளியேறுங்கள்” எனக் கடுமையாகச் சொன்னார். அப்போது பாரிசில் இப்படியெல்லாம் நடக்கிறது தமிழருக்குச் சகசம்.

அதற்குப் பிறகு இப்போதுதான் பாதரைப் பார்க்கப் போனேன். அவரைப் பார்ப்பது எனக்குச் சந்தோசமான விடயம். நான் போனபோது மிக நல்ல ‘மூட்’டில் தோட்டத்தில் உலாவிக் கொண்டிருந்தார்.

“பாதர், எங்கடைப் பொங்கல் விழாவிற்கு நீங்கள் வர வேணும்” என்று அழைத்தேன். பொங்கல் என்றால் என்னவென்று அவருக்குத் தெரியும் என நினைத்தேன். தமிழ் பேசுவதுதான்

பிரச்சினையேயொழிய தமிழ்மொழி பற்றியும் தமிழர்கள் பற்றியும் அவர் நன்கு அறிந்திருந்தார். திருக்குறள்கூடத் தெரிந்தவர்.

அவர் "பொங்கல் என்றால் இந்துக் கடவுளுக்குப் படைக்கிறதெல்லோ?" என்றார்.

"இல்லையில்லை, அது உழவர் திருநாள்."

"நான் கோயம்புத்தூரிலை இருக்கேக்கை பொங்கல் பற்றி அறிந்திருக்கின்றேன். ஈ.வெ.ரா என்ற பெரியார் இப்பவும் இருக்கிறாரோ" என்று கேட்டுவிட்டு, தான் வருவதாக ஒத்துக்கொண்டார். "எது மண்டபம்?" என்று கேட்டபோதுதான் நான் திடுக்கிட்டேன். "சூசையின்ரை றூமிலை" என்றேன். "நிலத்திலை இருந்தால் பதினைந்து பேர் இருக்கலாம். நின்றால் இருபத்தைந்து பேர் நிற்கக்கூடிய றூம்" என்றவுடன், கொஞ்சம் யோசிச்சுப்போட்டு "நான் அங்கு வந்து என்ன செய்ய வேணும்" என்றார். "நீங்கள் ஒரு செபம் சொல்லி, ஆசீர்வதித்துப் போட்டு நன்றியறிதலைப் பற்றி ஒரு சிறிய பிரசங்கம் செய்ய வேணும்" என்றேன். என் பதிலைக் கேட்டு அவர் யோசிச்சுக்கொண்டு நிற்க, நான் "பாதர், அடுத்த வருடம் நாங்கள் எல்லாம் இங்கை இருப்போமோ தெரியாது. பிரதமர் இந்திரா காந்தி முடிவு எடுத்துவிட்டார் என்று கேள்விப்படுறோம், நாடு கிடைச்சால் எங்களில் பலர் ஊருக்குத் திரும்பிப் போய்விடுவோம்" என்றேன். தான் சொன்னது அவருக்குப் புரிந்ததோ புரியவில்லையோ என்பதைக் கண்டுபிடிக்க முடியவில்லை. ஒரு பெருமூச்சு விட்டுக்கொண்டு "சரி, என்னை வந்து கூட்டிக்கொண்டு போ" என்றார்.

பொங்கல் அன்று வெள்ளென எழும்பி பாதரிடம் போய் அவரை அழைத்துக்கொண்டு அவற்ரை காரில் சூசை வீட்டை நோக்கிப் போனோம். பாரிசில் முதல்முதலில் காரில் பயணம் செய்கின்றேன். காரில் பயணம் செய்யும்போது அது வேறையொரு பாரிஸ் மாதிரி இருந்தது.

சூசையின் றூம் தடல்புடலாய் இருந்தது. பெரிய மாதா சொரூபம் ஒன்றை வைத்து அதற்கு முன் சிலர் ஒரு சிறிய குக்கரில் பொங்கல் பானை வைத்துப் பொங்கிக்கொண்டிருந்தார்கள். இன்னொரு மூலையில் இரண்டு மூன்று பேர் கொழுக்கட்டை அவித்துக்கொண்டிருந்தார்கள். குசினிக்குள் ஒருவர் ஐந்தாறு கோழிகளை வெட்டிக்கொண்டிருந்தார்.

பாதர் எல்லாவற்றையும் ஒரு குழந்தைப் பிள்ளையின் பூரிப்போடு பார்த்துக்கொண்டு நின்றார். பொங்கி முடிய, சூசை எழும்பி, பாதர் வந்ததுக்கு நன்றி கூறி, பாதர் பேசமுதல் எங்களை விட்டு விரைவில் பிரியவிருக்கும் பாபு பேசுவார் என்றான்.

பாபு சுருக்கமாக ஈழத்தின் அவசியம் பற்றியும் அது கொம்யூனிச நாடாக விரைவில் மலரும் என்றும் அடுத்த பொங்கல் ஈழத்தில்தான் என்றும் கூறி அமர்ந்தான்.

பாதர் பேச எழும்பும்போது அவற்றை முகம் சரியில்லை. “நீங்கள் எல்லாம் ரஷியாவுக்குப் போய்த்தான் இங்கு வாறீங்கள் என்று கேள்விப்பட்டனான். கொம்யூனிசம் கொம்யூனிசம் என்று வானத்தாலை போற பிசாசை வம்புக்கு அழைக்கிறீங்கள். அது வந்தால்தான் தெரியும் எவ்வளவு பொல்லாத சாமான் எண்டு” எனக் கோபத்தோடு சொல்லிவிட்டுப் பொங்கலைப் பற்றிச் சொல்லத் தொடங்கினார். “நான் சேலம், கோயம்புத்தூர் போன்ற ஊர்களில் இருந்தனான். விவசாயிகள் கடவுளுக்கு நன்றி சொல்கின்ற நாள். நீங்களும் உங்களைப் படைத்த கடவுளுக்கு நன்றியாய் இருக்க வேண்டும்” என்றார்.

பிரெஞ்சு மொழி பைபிளை எடுத்து, ஒரு ஊரில் பத்துத் தொழுநோயாளிகளை இயேசு குணமாக்கினார். அதில் ஒருவன் மட்டும் இயேசுவிடம் திரும்பிவந்து தன்னைக் குணமாக்கியதற்கு நன்றி சொல்லும் அந்தப் பகுதியை வாசித்துவிட்டு, அதைத் தமிழில் சொல்லத் தொடங்கினார். “ஒரு ஊரிலை பத்துப் பேருக்குத் தெருநாய் (தொழுநோய்) வந்தது” என்று தடுமாறிக்கொண்டு சொல்ல எல்லோரும் சிரித்துவிட்டனர். அவர் அதற்குக் கவலைப்படாமல் “தெருநாய் வந்து குணமான ஒருவன் கடவுளுக்கு நன்றி சொன்ன மாதிரி நீங்களும் நன்றியாக இருக்க வேண்டும்” என்றார்.

“இவ்வளவு பேர் நிற்கிறதாலை றூமிக்குள்ளை காத்து இல்லாமல் இருக்கு, எனக்குத் தலையிடியாய் இருக்கு, கூப்பிட்டதற்கு நன்றி” என்றவாறு போக வெளிக்கிட்டார்.

ஒருவன் ஓடிவந்து அவரை மறித்து மாதா சொரூபத்திற்கு முன்வந்து நிற்கும்படிக் கேட்டான். இன்னொருவன் அவிச்ச கொழுக்கட்டைகளை ஒரு ஏதனத்துக்குள் போட்டு அதைப் பாதிரியாரிடம் கொடுத்து, அந்தக் கொழுக்கட்டைகளை மாதாவின் தலைமேல் கொட்டும்படி அன்போடு கேட்டான். பாதர் ஒன்றும் புரியாமல் முழுசிக்கொண்டு நின்றார். இன்னொருவன் ஓடிவந்து பாதரிடம் இருந்த கொழுக்கட்டைகளை வேண்டி, “இப்படித்தான் பாதர்” என மாதா சொரூபத்தின் தலைமேல் அவ்வளவையும் கொட்டிக் காட்டினான். சுவாமி திடுக்கிட்டுப்

போனார். அவருடைய குருத்துவ வாழ்வில் இப்படியொன்றை அவர் பார்த்திருக்க வாய்ப்பில்லை. ஒன்றும் சாப்பிடாமல் குடிக்காமல் அவர் வெளிக்கிட்டுப் போய்விட்டார். எனக்கும் கவலைதான். அவருக்குத் தலையிடி காத்து இல்லாததால் வந்ததோ அல்லது கொம்யூனிசம் பற்றிய எங்களுடைய அறிவால் வந்ததோ தெரியவில்லை.

கொம்யூனிசம் பற்றிய அறிவு அங்கிருந்தவர்களுக்கு வேறுவேறு அளவுகளில் இருந்தது. பொங்கல் பார்ட்டி முடிந்து வரும்போது கொம்யூனிசத் தமிழீழம் பிறக்கும் என்று பேசிய நண்பர் என்னைப் பிடித்துக்கொண்டார். தாங்கள் ஒரு கல்வி வட்டம் நடத்துவதாகவும் அதற்கு என்னை வரும்படியும் வற்புறுத்தினார். “ஆர் நடத்திறது?” என்று கேட்டபோது,

“பாலஸ்தீனத்தில் போய்ப் பயிற்சி பெற்ற ஒரு தோழர்தான் வகுப்பெடுக்கின்றார். மிகவும் அருமையாக இருக்கும்” என்றார்.

எனக்கு ஆச்சரியமாய் இருந்தது. சாடைமாடையாய்க் கேள்விப்பட்டதுதான், இப்போதுதான் உண்மையான தொடர்புகள் கிடைக்குது. சரி, நான் வருகிறேன் என்று நேரத்தையும் விலாசத்தையும் குறித்து வைத்துக்கொண்டேன்.

நான் கல்வி வட்டத்திற்குப் போக வெளிக்கிட்டபோது “எங்கை போறீங்கள்?” என்று அருள்நாதர் கேட்டார். நான் விடயத்தைச் சொன்னபோது, தானும் வரப்போறேன் என்றார். சரியென்று அவரையும் கூட்டிக்கொண்டு அங்குப் போனேன்.

பத்துப் பன்னிரண்டு பேர் கூடியிருந்தார்கள். ஒரு பெண்தான் “தொடங்குவோம்” என்று சொல்லிப் பேசுகிறவரை அறிமுகம் செய்துவைத்தாள். தாங்கள் நடத்தும் மூன்றாவது கூட்டம் இது என்றாள்.

பேசுகிறவர், விட்ட இடத்தில் தொடங்குவது போல் பேசத் தொடங்கினார். “இண்டைக்கு அமெரிக்கா பெரிய சிக்கலில் இருக்கின்றது, அதுதான் உலகம் முழுக்கப் பிரச்சினைகளை உருவாக்குகின்றது. இலங்கையிலை ஜெயவர்த்தனாவைக் கையிலைப் போட்டுக்கொண்டு சோசலிச அணிக்குப் பிரச்சினையைக் கொடுக்கப் பார்க்கிறது. அதுதான் இன்றைய தமிழ் – சிங்கள மோதல்.” இந்தத் தொனி படப் பேசிக்கொண்டே போனார்.

ஒருவர் இடைமறித்து “அமெரிக்காவையும் அதன் நேச நாடுகளையும் நாங்கள் வெல்லமுடியுமா?” என்று கேட்டார்.

அவர் சொண்டுக்குள்ள சிரித்துக்கொண்டு "உங்களுக்குப் பலது விளங்காது. அமெரிக்காவும் மற்ற பணக்கார முதலாளித்துவ நாடுகள் சிலவும் ஒன்றுசேர்ந்து நேட்டோ என்று ஒரு அணியைக் கட்டியிருக்கினம். எங்கடை ஆக்கள் வார்சோ என்ற அணியை முற்போக்கு நாடுகளுடன் சேர்ந்து கட்டியிருக்கினம்" என்றார். ஒரு இடைவெளி விட்டு "நேற்று யாரும் லு மொந் பார்த்தனீங்களோ?" என்றார்.

எல்லோரும் மௌனமாக இருந்தார்கள். அருள்நாதர் என்ரை காதுக்குள்ளை, "லு மொந் எண்டால் என்ன?" என்று கேட்டார். அது இஞ்சை வாற ஒரு பேப்பர் என நான் சொல்ல, அருள்நாதர் "இவன் பிரெஞ்சும் வாசிப்பான்போலக் கிடக்கு... பேய்க் கெட்டிக்காறன்" என்றார்.

பேசுகிறவர் தொடர்ந்தார் "நேற்றைய பேப்பரிலை நேட்டோ அணியில் யாருடைய *AK–47*ஐப் பாவிப்பது என்று பெரிய பிரச்சினை. பெல்ஜியம் தன்னுடைய *AK–47*ஐத்தான் பாவிக்க வேணும் எண்டு சொல்லுது. பிரான்ஸ் தன்ரையைத்தான் பாவிக்க வேணும் எண்டு சொல்லுது. அமெரிக்கா தாங்கள் தயாரிக்கும் *AK*ஐத்தான் பாவிக்க வேணும் எண்டு சட்டம் போடுது. ஆனால் எங்கடை அணியான வார்சோவில் ஒரு பிரச்சினையும் இல்லை. ரஷ்யாவின் கலாஷ்னிக்கோவைத்தான் அந்த அணி பாவிக்கும். ஒரு குழப்பமும் இல்லை, பிரச்சினையும் இல்லை.

"முதலாளித்துவம் சரிந்துகொண்டு போகுது. ஹொண்டுராஸ், குவாத்தமாலா, எல்சல்வடோர் இப்படி லத்தீன் அமெரிக்க நாடுகள் எல்லாம் ஆயத்தமாய் இருக்கு. இஞ்சாலை பிலிப்பைன்ஸ் இந்தா முடியப்போகுது. கொம்யூனிச ஆட்சி இண்டைக்கோ நாளைக்கோ எண்டு இருக்கு. இந்த நேரத்திலதான் நாங்கள் வலும் கவனமாய் இருக்க வேணும். கெதியில சந்தர்ப்பம் வரப்போகுது. சோசலிசத் தமிழீழத்தை அடைந்துவிடலாம். கண்ணிவெடிகளை வைத்துவிட்டு, தமிழீழம் வரும் என்று சொல்லுகிறவையை விட்டுவிட்டு மக்கள் எங்களோடை சேருகிற அலுவலைப் பார்க்க வேணும்" என்று தொடர்ந்து பேசிக்கொண்டிருந்தார்.

எனக்குத் தலைசுத்திற மாதிரி இருந்தது. அருள்நாதர் அரைத் தூக்கத்தில் இருந்தார். பேசியவர் என்னைப் பார்த்து "ஏதாவது கேள்வி இருக்கா?" எண்டார். "அடுத்த கிழமை வரும்போது கேட்கிறன்" எனச் சொல்லிச் சமாளிச்சன்.

வீட்டைத் திரும்பிவந்தபோது குகன் அருள்நாதரைப் பார்த்து "எப்படிக் கல்விவட்டம்?" என்று கேட்டான். அதற்கு அருள்நாதர் "அது கல்விவட்டம் இல்லை, அது ஒரு

இயக்கம். ஏதோ விசர்க்கதையெல்லாம் கதைக்கிறாங்கள். கொக்குளாயில என்ன நடந்ததெண்டு அறியலாமெண்டு போனால் ஹொண்டுராஸ், குவாத்தமாலா எண்டு ஏதேதோ எல்லாம் கதைக்கிறாங்கள். எல்லாத்தையும் குழப்பிற வேலையாத்தான் போகும். எடேய், ஒரு கூட்டத்தைத் தொடங்கிறதெண்டால் ஒரு செபத்தைச் சொல்லி அல்லது ஒரு தேவாரத்தைச் சொல்லி ஆரம்பிப்போம் எண்டில்லை, ஏதோ அலம்புறாங்கள். இவங்கள் விளங்குவாங்களோ" எனப் புறுபுறுத்தார்.

"அவங்கள் கொம்யூனிஸ்ட்டுகள். கடவுள் இல்லை எண்டு சொல்லுறவங்கள்" என்றேன்.

அதற்கு அருள்நாதர் "கடவுள் இருக்கிறார் என்ற அறிவுகூட இல்லாதவங்களிடம் வேறு என்ன அறிவு இருக்கப் போகுது. அங்கு வந்தது என்ரை பிழை" என்றார்.

"நீங்கள் இனி வராவிட்டா பரவாயில்லை, நான் தொடர்ந்து போகப்போறன்" என்றேன்.

இப்படித்தான் 1984ஆம் ஆண்டு தைமாதம் எங்களுக்குத் தொடங்கியது. அப்போதிலிருந்து நீண்டகாலம் பாதர் ஓடியோ எங்களுடன் நட்பாக இருந்தார். கொம்யூனிசத் தமிழீழம் அமைப்பதில் உறுதியாக இருந்த பாபுவும் மனோவும் எந்தக் காலத்திலும் இயக்கத்துக்குப் போனதாகத் தெரியவில்லை. அன்று கல்விவட்டத்தில் உரையாற்றிய, பாலஸ்தீனத்தில் பயிற்சி பெற்றவரை இப்போது கேட்டால் சொல்கிறாராம் "கொம்யூனிசமும் கத்தரிக்காயும்! உதெல்லாம் சரிவராத அலுவல். உதை விட்டுப்போட்டு உழைக்கிற வழியைப் பாருங்கோ."

மாஸ்ரரும் நரகலோக நங்கையும்

"என்ரை விசாவையாரோ திருடிவிட்டாங்கள்!"

கண்ணெல்லாம் கலங்கியபடி இவ்வாறு அருள்நாதர் சொன்னார். நாங்கள் திடுக்கிட்டுப்

போனோம். அதில் ஒட்டியிருக்கும் புகைப்படத்தைத் தவிர்த்துப் பார்த்தால் அது ஒரு லோன்றித் துண்டுபோல இருக்கும். மூன்று மாதத்திற்கு ஒரு தடவை இமிக்கிறேஷன் பொலிசில் போய் அந்த விசாவைப் புதுப்பிக்க வேண்டும். அது ஒரு முழுநாள் வேலையாய் இருக்கும். அந்தத் துண்டு இல்லாவிடின் வெளியில் வருவதே கஸ்ரம். எந்த நேரமும் பொலிசார் கைது செய்யலாம்.

அருள்நாதர் அழுதுகொண்டிருந்தார். அடுத்த நடவடிக்கை என்னவென்று ஒவ்வொருத்தரும் ஒவ்வொரு வழி சொன்னார்கள். எதுவும் இலகுவானதாகத் தெரியவில்லை. நான் திருவண்ணனுக்குத் தொலைபேசி எடுத்தேன். அவர் "நாளைக்கு எங்கட றூமுக்கு வா! மாஸ்ரரோட பேசலாம். அந்தாளுக்கு இது எல்லாம் அத்துப்படி. ஏதாவது வழி சொல்லுவார்" என்று ஆறுதல்படுத்தினார்.

மாஸ்ரரை எனக்குத் தெரியும். திருவண்ணனின் அறையில் இருப்பவர். அங்கு இருப்பதாகப் பெயர்தான். எப்போதாவதுதான் அங்கு நிற்பார். கோட்டுசூட் போட்டுச் சப்பாத்தும் போட்டபடிதான் இருப்பார். பாரீஸில் வெளியாகும் ஆங்கிலப் பத்திரிகை கையில் இருக்கும். ஆனால் அவர் அதை ஒருபோதும் வாசித்து நான் பார்த்ததில்லை. படம் பார்ப்பார் போலும். அவர் நிற்கும்போது நான் போனால் நல்ல செந்தளிப்பாய்ப் பேசுவார். எந்த நேரமும் காசுப் புழக்கமுள்ளவர். எல்லோரும் அவருக்கு மரியாதை கொடுப்பார்கள்.

ஒருநாள் திருவண்ணனிடம் "மாஸ்ரர் இங்க என்ன வேலை செய்கிறார்?" என்று கேட்டேன்.

"அவர் இலங்கையில இருந்து இரத்தினக் கல் எடுத்து இங்க விற்கிறார்."

"அண்ணை, இரத்தினக் கல் எப்படியிருக்கும்?"

"அதை நானும் பார்த்ததில்லை. மாஸ்ரர் அதுவெல்லாம் வேறு இடத்திலதான் வைச்சு வியாபாரம் செய்யிறவர். இஞ்சை ஒண்டும் கொண்டுவாறது இல்லை."

நான் போற நேரம் எல்லாம் வேண்டாம் வேண்டாம் என்று சொன்னாலும் திருவண்ணனும் மாஸ்ரரும் சாப்பிடச் சொல்லி வில்லங்கப்படுத்துவார்கள். திருவண்ணனையும் அவர் றூமில் உள்ள மற்றவர்களையும் இரண்டொரு நாட்கள் என் அறைக்குக் கூப்பிட்டுச் சாப்பாடு கொடுத்திருக்கிறேன். மாஸ்ரர் ஒருநாளும் வரவில்லை. எப்ப கேட்டாலும் தனக்கு நேரம் இல்லை, வசதி கிடைக்கும்போது ஒருநாள் வருவேன் என்பார்.

அடுத்த நாள் காலை திருவண்ணன் றூமுக்குப் போனேன். நல்லவேளை மாஸ்ரர் நின்றார். அருள்நாதரின் விசா தொலைந்த கதையைச் சொன்னேன். மாஸ்ரர் அது சின்ன விடயம் என்றும் ஒரு முன்னூறு பிராங் பணத்தோடை நாளைக்குக் காலை சித்தை பொலிஸ் நிலையம் அருகே காத்திருக்கும்படியும் தான் அங்கு இன்னொருவருடன் வருவதாகவும் உறுதியாகச் சொன்னார்.

நானும் அருள்நாதரும் வெள்ளெனவே சித்தை பொலிஸ் நிலையம் அருகே போய்க் காத்திருந்தோம். மாஸ்ரர் ஒரு பிரெஞ்சுப் பெண்ணுடன் வந்தார். அவள் இப்போதுதான் நரகத்திலிருந்து நடந்துவருபவள் போலத் தோன்றினாள். இன்னும் தூக்கம் முற்றாகக் கலையாமல் தடுமாறி நடந்துவருபவள் போல் வந்தாள். அவள் கவர்ச்சியாக அணிந்திருந்த ஆடைகளும் ரசிக்கும்படி இருக்கவில்லை. மாஸ்ரர் அருள்நாதருடனும் அவளுடனும் ஏதோ பேசினார். பிறகு அருள்நாதரையும் அந்தப் பிரெஞ்சுப் பெண்ணையும் விசா எடுக்கும் பொலிஸ் நிலையத்திற்குள் அனுப்பிவைத்தார். நானும் மாஸ்ரரும் வெளியில் நின்றோம்.

அப்போதுதான் மாஸ்ரிடம் கேட்டேன் "நீங்கள் எந்தப் பள்ளிக்கூடத்தில படிப்பிச்சனியள்?"

அவர் கோபத்துடன் கேட்டார் "நான் படிப்பிச்சனான் எண்டு ஆர் சொன்னது?"

"அப்ப ஏன் உங்களை எல்லோரும் மாஸ்ரர் என்கினம்?"

"ஓமோம்! இஞ்சை பாரிசிலை கொஞ்சம் இங்கிலீசு தெரிஞ்ச ஆக்கள எல்லாரும் மாஸ்ரர் எண்டுதான் கூப்பிடுகினம். அப்படித்தான் என்னையும் மாஸ்ரர் எண்டு சொல்லுகினம். நானும் அப்பிடியே கூப்பிடட்டும் எண்டு விட்டுட்டன். நான் கொழும்பிலை படிச்சபடியால் எனக்கு இங்கிலிஷ் தெரியும். அதோடை ஒரு கொம்பனியில் கிளார்க்காயும் வேலை செய்தனான்" என்றார். நாங்கள் இப்படியே கதைச்சுக்கொண்டு நிற்க அருள்நாதரும் அந்தப் பெண்ணும் வெளியில வந்திச்சினம்.

வெளியில் வந்த அருள்நாதரின் கையில் விசா பேப்பர் இருந்தது. அவருடைய முகம் மகிழ்ச்சியில் பூரித்திருந்தது. மாஸ்ரர் காசை வேண்டி அந்தப் பெண்ணிடம் கொடுத்தார்.

மாஸ்ரருக்கு எப்படி நன்றி சொல்வது என்று தெரியல்லை. இப்ப நான் மாத்திரம் அல்ல, அருள்நாதரும் சேர்ந்து மாஸ்ரரைக் கட்டாயம் எங்கடை றூமுக்கு சாப்பிட வரச்சொன்னோம். மாஸ்ரர் தனக்கு நேரம் இல்லை, நேரம் கிடைக்கும்போது வாறேன்

என்று சொல்லிப்போட்டுத் தான் எங்கையோ அவசரமாகப் போக வேண்டும் என்று சொல்லி அப்பெண்ணோடு போனார். அருள்நாதர் 'நொத்திறடாம்' கோயிலுக்குப் போய் ஒரு மெழுகுதிரி கொளுத்திப்போட்டுப் போவோம் என்றார்.

அப்படியே நொத்திறடாம் கோயிலுக்குப் போய் மெழுகுதிரி கொளுத்திப்போட்டு மெத்ரோவை நோக்கி செயின் ஆற்றுக் கரையோரம் நடந்தோம். "என்னண்டு பொலிஸ் விசா தந்தது?" என்று அருள்நாதரைக் கேட்டேன்.

"அடே இது ஒரு சின்ன விசயமெடா. நமக்குப் பிரெஞ்சு தெரியாது, இந்த நாட்டு விசயங்களும் தெரியாது... இவள் வந்து இமிக்கிறேசன் பொலிசோட என்னவோ கதைகதையெண்டு கதைச்சாள். அதிகாரி ஒருதுண்டு தந்தார். அதைக் கொண்டுபோய்க் காட்டி இன்னொரு பொலிஸ் அதிகாரியிடம் கதைக்க அவன் ஏதேதோ பைல்களையெல்லாம் பாத்துப்போட்டு உடனேயே விசாவை எழுதித் தந்திட்டான்."

இப்படிச் சொல்லிக்கொண்டு நடக்கும்போது அருள்நாதர் "உங்க பார், உங்க பார்" என என்னைச் சுரண்டி ஒருபுறமாய் காட்டினார். மாஸ்ரர் தான் கூட்டிவந்த பெண்ணை ஒரு மரத்தோடு சாய்த்து முத்தமாரி பொழிந்துகொண்டிருந்தார்.

நாங்கள் திடுக்கிட்டுப் போனோம்.

கண்டும் காணாத மாதிரி அவ்விடத்தைத் தாண்டிச் சென்றோம். அருள்நாதர் புறுபுறுத்தார்.

"உந்தாளுக்கு ஊரிலை மனுசியும் ஒரு பிள்ளையும் இருக்கெண்டெல்லோ திரு சொன்னவர். பார்த்தியோ இந்தாளின்ர வேலையை."

"அதை விடு, எங்களுக்கென்ன . . . விசா எடுத்துத் தந்திட்டாரெல்லே" எனச் சொல்லியபடி நான் நடந்தேன்.

இதேபோல மாஸ்ரரை முன்னர் ஒருநாள் 'பொம்பிடு' நூல் நிலையத்திற்கு அருகில் பார்த்திருக்கிறேன். அது வேறு பெண். கொஞ்சம் சிறிய வயசுப் பெண். பேரழகி. கொஞ்சம் நிலை தடுமாறியபடி மாஸ்ரரின் தோளில் சாய்ந்து நின்றிருந்தாள். வசதியான பெண்போல் தெரிந்தாள். பெயர் தெரியாத அதியுயர்ந்த நாகரிக ஆடையொன்றை அணிந்திருந்தாள். ஆனால் அவளுக்கும் இந்த நரகலோகப் பெண்ணுக்கும் ஏதோ தொடர்பிருந்தது. நான் இதைத் திருவண்ணனிடம் சொன்னபோது "அவர் அப்படித்தான், ஊரில குடும்பம் இருக்கு. அந்தாளட்டைப் பணம் இருக்கு. அதுதான் இந்த மாதிரி நடக்கிறான். நம்மளுக்கென்ன! அவற்ற

தனிப்பட்ட விடயங்களில் ஏன் நாம் தலையிட வேணும்” என்று சொல்லி அந்தப் பேச்சை அத்தோடை நிறுத்தினார்.

இப்படியாய் இருந்துவந்த காலத்தில் திடீரென்று மாஸ்ரர் ஒருநாள் தொலைபேசி எடுத்தார் “நீங்கள் அடிக்கடி என்னை வீட்டை வரும்படி கேட்டீங்கள். இண்டைக்கு நேரம் இருக்கு. நான் உங்கடை றூமுக்கு வாறன்” என்றார். ‘வரட்டோ?’ என்று கேட்காமல் ‘வாறன்’ என்று சொன்னது எனக்கு ஒரு மாதிரியாய்த்தான் இருந்தது. நானும் “ஓம் கட்டாயம் வாங்கோ” என்றேன். மாஸ்ரர் வருவதை அருள்நாதருக்குச் சொன்னபோது அவரும் சந்தோசப்பட்டார்.

அன்றிரவு மாஸ்ரர் வந்தார். இரவிரவாய் நல்ல பம்பலாய்ப் போனது. நாங்கள் விடிய எழும்பி வேலைக்குப் போனபிறகும் மாஸ்ரர் படுத்திருந்தார்.

இரண்டாம் நாளும் அப்படியே. நாங்கள் வேலையால் வந்தபோது மாஸ்ரர் படுத்திருந்தார். பின்வந்த இரவும் அதேமாதிரி தண்ணியடிச்சு, சாப்பிட்டுக் கதைத்துவிட்டு நித்திரையானோம்.

மூன்றாம் நாளும் மாஸ்ரர் அப்படியே இருந்தார். நாலாம் நாள்... ஐந்தாம் நாள்... மாஸ்ரர் போகவேயில்லை.

மச்சான் என்னை ஒருமாதிரியாகப் பார்த்தார். எனக்கென்றால் என்ன செய்வதென்று தெரியவில்லை. மாஸ்ரரைப் ‘போங்கோ’ என்று எப்படிச் சொல்வது?

மெல்லமாய் வெளியாலை போய் திருவண்ணனுக்குப் போன் பண்ணினேன். யாருமே போன் எடுக்கவில்லை. திரும்பவும் இரவு, கதையும் பேச்சுமாய்ப் போனது.

இப்படி நாட்கள் ஓடின. றூமிலை இருந்த எல்லோரும் புறுபுறுக்கத் தொடங்கிவிட்டினம். மாஸ்ரரை எங்கள் வீட்டை விட்டுப் போகுமாறு அறிவுரை சொல்லச் சொல்லிக் கேட்க நான் திருவண்ணனின் றூமுக்குப் போனேன்.

திருவண்ணன் றூம் பூட்டிக்கிடந்தது. நான் திடுக்கிட்டுப் போனேன். எந்த நாளிலும் எந்த நேரத்திலும் அடையா நெடுங்கதவு எப்படிப் பூட்டியிருக்கும்? என்னவோ பிழை நடந்திருக்கு. இப்ப என்ன செய்வது? என்று யோசிச்சுக்கொண்டு மெத்ரோ வாசலில் இருந்த வாங்கில் குந்தியிருந்தேன்.

ஒரு அரை மணித்தியாலத்துக்குப் பிறகு திருவண்ணனின் றூமில் இருக்கும் ரவியைக் கண்டேன். அவன்தான் விபரங்களைச் சொன்னான்.

"ஏதோ தூள் பிரச்சினையில் திருவண்ணனின் றூமில் இருக்கும் ஒரு பெடியனைப் பொலிஸ் பிடித்துக்கொண்டுபோய் விட்டதாம். இப்போது பொலிஸ் மாஸ்ரரையும் தேடுதாம். றூமில் இருக்கிற மற்றவங்கள் வேறுவேறு றூமுகளுக்குப் போய் தலைமறைவாய் இருக்கினமாம்" என்றான்.

நான் பயந்து போனேன். மாஸ்ரர் எங்கடை றூமிலை இருக்கிற விடயத்தைச் சொல்லாமல் திருவண்ணன் இருக்கும் இடத்தை அவனிடம் அறிந்து திருவண்ணனிடம் சென்றேன்.

திருவண்ணன் "நீயும் எங்கட றூமில் நடந்த பிரச்சினைய அறிஞ்சிற்றியோ?" என்று கேட்டார்.

"ஐயோ! அதைவிட எனக்கெல்லோ பெரிய சிக்கலாப் போச்சு. மாஸ்ரர் வந்து எங்கட வீட்டில கொஞ்ச நாளா நிக்கிறார். எப்பிடி அவரைப் போகச் சொல்லுறதெண்டு தெரியேல்லை. எனக்கு றூமில பிரச்சினையாக் கிடக்கு அண்ணன். உங்கட றூமில ஏதோ தூள் பிரச்சினை எண்டாங்கள் என்னண்ணன் நடந்தது?"

"கள்ளப்பயல், அங்கையா வந்து நிக்கிறான். பொறு நான் அங்க வாறன்" என்றபடி தன் உறவினர் ஒருவரையும் கூட்டிக் கொண்டு என்னுடன் புறப்பட்டார்.

"அண்ணன்! என்னண்ணன் நடந்தது?" என்று நான் கேட்டேன்.

"உவன் இரத்தினக் கல்லு, இரத்தினக் கல்லெண்டு தூளெல்லோ வித்திருக்கிறான். எங்கட றூமில இருந்த இன்னொரு சின்னப் பொடியனையும் காசக் காட்டி ஏமாத்தி மாட்ட வச்சிற்றான்" என்றார்.

"என்னெண்டண்ணன் பிடிபட்டவன்?" என்று கேட்டேன்.

"உனக்குத் தெரியாது. எங்கட கேவலங்கெட்டவங்கள் குறுக்கு வழியிலையாவது முன்னுக்கு வந்திடவேணுமெண்டு தூள் விக்கிற அளவுக்குப் போயிற்றாங்கள். இவங்கட கொடுமையத் தாங்கமுடியாமல் பிரெஞ்சு அரசாங்கம் எங்கட பழைய பொலிஸ் எஸ்.பி. சுந்தரலிங்கத்த ஹயர் பண்ணி வச்சிருக்கு. எஸ்.பி. சுந்தரலிங்கத்தின்ர குறூப் இவங்கள் ரெலிபோனில் கதைக்கிற எல்லாத்தையும் ஒட்டுக்கேட்டு, எல்லாரையும் பிடிச்சிருக்கிறாங்கள்" என்று சொல்லிக்கொண்டு எங்கட றூமுக்கு வந்தார்.

மாஸ்ரர் திருவண்ணனைக் கண்டு திடுக்கிட்டுப் போனார். திருவண்ணன் மாஸ்ரரை அறம்புறமாகப் பேசினார்.

மாஸ்ரர் திருவண்ணன் பேசினதுக்குப் பதில் சொல்லாமல் கதையை மாத்தி "நான் உங்கட சாதியெல்லாம் அறிஞ்சுகொண்டு உங்களோட ஒண்டா இருந்து, சாப்பிட்டுப் புளங்கினனான் தானே" என்றார்.

திருவண்ணனோடு வந்தவர் "பூனா மகனே" என்று சொல்லிக்கொண்டு மாஸ்ரருக்கு முகத்தில் ஒண்டு விட்டார்.

மச்சான் ஓடிவந்து "மாஸ்ரர், இனி நீங்கள் நிண்டீங்கள் எண்டால் நான் பொலிசுக்குப் போன் பண்ணுவன்" என்றார்.

மாஸ்ரர் மளமளவென்று நடக்க வெளிக்கிட்டார். நான் அவரின் முதுகைப் பார்த்துக்கொண்டே நின்றேன்.

அந்த நடை ஜெர்மனிக்கோ இத்தாலிக்கோ என்று எனக்குள் யோசிக்கத் தொடங்கினேன்.

❖

நெடுவல் குகப் படலம்

விடிய நான் வேலைக்கு வெளிக்கிடேக்கத்
தான் குகனைக் காணவில்லையென்று
சொன்னார்கள்!

"எத்தனை நாளாய்?" என்று கேட்டபோது, "நான்கு நாளாய்" என்றார்கள். உண்மையில் அந்தக் கிழமை முழுவதும் வேறு பிராக்குகளில் ஓடித்திரிந்ததில் நான் குகனைக் கவனிக்கவில்லை. இலங்கையில் எண்பத்து மூன்று கலவரம் நடந்து கொண்டிருந்த ஒரு நாளில்தான் முதல் முதலில் குகன் எங்கடை அறைக்கு வந்தான். பாரிசில் சிங்களவருக்கும் தமிழருக்கும் பெரிய அடிபாடு நடைபெற்றுக்கொண்டிருந்தது. எப்படியாவது இதை நிற்பாட்ட வேண்டும் என்ற ஆலோசனைக் கூட்டம் சங்கர் ராஜி தலைமையில் எங்கள் அறையில் நடைபெற்றுக்கொண்டிருந்தது. எங்களுடன் இருக்கும் நேசன்தான் குகனைக் கூட்டிவந்தான். நேசனுக்கு அவன் பள்ளித் தோழன்.

சிங்கள, தமிழ், முஸ்லீம் தொழிலாளர்கள் ஒன்றுபட வேணும் என்று குகன் திரும்பத்திரும்பச் சொல்ல, 'இவனை யார் இங்கு வரச் சொன்னார்கள்?' என்ற மனோநிலைதான் எல்லோருக்கும் வந்தது.

உண்மையில் கலவரத்தை நிறுத்த எங்களுடைய உதவி பிரஞ்சுப் பொலிசாருக்குத் தேவைப்படவில்லை. கொஞ்சப் பேரை உள்ளுக்கை போட்டுக் கலவரத்தை நிற்பாட்டிப் போட்டார்கள். ஆனால் குகன் ஒவ்வொரு இரவும் றூமுக்கு வரத் தொடங்கினான்.

ஒரு நாள் நேசன் கேட்டான் "அண்ணை! குகன் உங்களோடை கதைக்க வேணுமாம்." "ஏன்?" என்றதற்கு "எங்கடை அறையில் வந்திருக்கப் போறானாம்" எண்டு பதில் வந்தது. "ஏற்கனவே ஒன்பது பேர் இருக்கிறோம். எல்லோரும் ஒன்றாய் அறையில் இருந்தால் இருக்கக்கூடக் கதிரை கிடைக்காது. இதில் இன்னுமொரு ஆளைச் சேர்ப்பது கஸ்ரமல்லோ" என்றேன்.

நேசன் விடாப்பிடியாக நின்றான். "இல்லையண்ணன் ... வரச் சொல்லுவோம். சோலி சுரட்டு இல்லாத ஆள், அடிப்படையில் ஒரு கொம்யூனிஸ்ட்" என்றான்.

அப்போது யாரோ இடைமறித்து, "இவன் சமறிக் காசில் முன்னூறு, நானூறு குறையும் என்றுதான் உதெல்லாம் கதைக்கிறான்" என்றார்கள். கடைசியில் குகனுக்கு நான் 'இன்ரவியூ' வைத்து அவனுடைய வருவாய் நிலைமைகளைக் கவனித்து முடிவெடுக்க வேண்டும் என்று முடிவானது.

அடுத்த ஞாயிற்றுக்கிழமை காலையே குகன் அறைக்கு வந்து நேர்காணலுக்குத் தயார் நிலையில் இருந்தான், மத்தியானம் சாப்பாடு முடிய நான்தான் 'இன்ரவியூ'வைத் தொடங்கினேன்.

"நீர் எங்கடை அறைக்கு வர விரும்புறீராம்."

"ஓம் அண்ணை! உங்கடை அறையில் இருப்பது ஒரு சோசலிச நாட்டில் இருப்பது போல் அண்ணை!"

“நீர் எங்கையாலும் சோசலிச நாட்டில் இருந்தனீரோ?” பகிடிக்குக் கேட்டேன்.

“ஓம் அண்ணை . . . பாரிசுக்கு வருவதற்காகப் பிராக்கில் இருபது நாளைக்கு மேல் ஏற்போட்டில் நின்றனான். ஆனால் அந்த நாட்டுக்குள்ள போகக் கிடைக்கல்லை.”

‘இதென்ன கோதாரி! ஆளைக் கலைச்சுவிடுவோம்’ என்று எண்ணியபோதுதான் இன்ரவியூவின் மற்றப்பகுதி எனக்குப் பிடித்துக்கொண்டது. குகன் காலை ஒன்பது மணிக்கு வேலைக்குப் போவதாகவும் இரவு பன்னிரண்டு மணிக்குத்தான் திரும்பிவருவேன் எனவும் சொன்னான். தனக்குச் சம்பளம் குறைவு என்பதால் குளிப்பதைத் தவிர மூன்று நேரச் சாப்பாட்டுடன் மற்ற எல்லா விடயங்களையும் றெஸ்ரோறண்டிலேயே பார்த்துக்கொள்வதாகச் சொன்னான். “ரொயிலற் பேப்பர்கூட உங்களுக்குச் செலவில்லையண்ணன்” என்றான். ஞாயிற்றுக்கிழமை மத்தியானம் மாத்திரம்தான் இங்கு சாப்பிடுவதாகவும், அன்றைக்கும் தானே சமையல் செய்வதாகவும் இரவு தன் தாயைச் சந்திக்கப் போவதாகவும் சொன்னான். அவனுடைய தாய் பாரிசின் இன்னொரு பகுதியில் இருந்தார்.

ராமன் என்று பெயர் அருமையாக இருக்கும் எங்கள் ஈழத் தமிழர்களிடையே குகன் என்ற நாமம் தாராளமாகக் கிடைக்கும். எங்கள் வட்டத்தில் அப்போ நான்கு குகன்கள் இருந்தார்கள். ‘ஈரோஸ் குகன்’, ‘இத்தாவில் குகன்’, ‘பொந்து பாஸ் குகன்’, ‘நெடுவல் குகன்’. இவர்களில் நெடுவல் குகன்தான் எங்கள் நாயகன்.

அவன் உருவத்தை அறிமுகப்படுத்துவது என்றால் நிறம் குறைந்த நடிகர் நெப்போலியன் போல் இருப்பான். குணத்தில் ‘யாருக்காக அழுதான்’ என்ற ஜெயகாந்தனின் படத்தில் வரும் நாகேஷ் போன்றவன். பழகிய கொஞ்ச நாட்களிலேயே ‘பண்பிலே தெய்வமாய் பார்வையிலே சேவகனாய்’ என்ற பாரதியின் ‘எங்கிருந்தோ வந்தான்’ என்ற கவிதைதான் ஞாபகத்திற்கு வந்தது. அற்புதமான பெடியன்.

அறை பிடிக்காமல் திரும்ப வீட்டுக்குப் போய்விட்டானோ தெரியவில்லை. விசா பிரச்சினையும் இருந்தது! இயக்கத்திலை சேர இந்தியாவிற்குப் போய்விட்டானோ! எதுக்கும் இரவு வந்து தாயுடன் கதைப்போம் என்றவாறு வேலைக்குப் போய்விட்டேன்.

பின்னேரம் வேலையால் வந்தபோது அறையில் புதியவர் ஒருவர் வந்திருந்தார். தான் குகனின் நண்பன் எனவும், தன்னுடன் அவன் இத்தாலிக்கு வந்ததாகவும் ரோமில் இறங்கிப் பார்த்தபோது அவனைக் காணவில்லையெனவும் சிலவேளை இடையில் அவன் பிடிபட்டிருக்கலாம் எனவும் குகனுடைய தாய்க்கும் இதை அறிவித்ததாகவும் சொன்னார்.

"நீர் ஏன் இத்தாலிக்குப் போனனீர்?" என்று கேட்டபோது மாதத்திற்கு ஒருக்கால் ரோமுக்குத் தன் தமையனின் வீட்டுக்குக் கடிதம் பார்க்கப் போவதாகச் சொன்னார். "இப்ப உங்கடை வீட்டிற்கு வர ஒரு பிராங்க் செலவு. அந்தச் செலவுகூடத் தேவையில்லை. காடி லியோன் இரயில்வே ஸ்ரேசனில் நேரத்தோடை போய் ரோமுக்குப் போற ரெயினில நல்ல பெட்டியாப் பார்த்துச் சீற்றுக்குக் கீழே படுத்தால் விடிய ரோமில இறங்கலாம். பாஸ்போட், விசா, ரிக்கற் எந்தச் சிரமமும் இல்லை" என்றார். கடந்த ஆறு ஏழு மாதங்களாய்த் தான் அண்ணனிடம் போய் இரண்டு நாள் நின்றுவருவதாகவும், பாவம் குகன் பிடிபட்டு விட்டான்போலக் கிடக்கு என்றும் சொன்னார்.

தான் முதலிலேயே "உம்முடை உயரத்திற்கு வடிவாய்ப் படுக்க இயலாது" என்று குகனிடம் கூறியதாகவும் அதற்குக் குகன் "இல்லை! முதலாளியுடன் அவ்வளவு சரியில்லை. அவருக்கு ஒரு பாடம் படிப்பிக்க வேண்டும். இத்தாலியில் வந்து ஒரு கிழமை நிற்கப்போறன் என்று ஒரு சாறத்தோடு வந்து பிடிவாதமாய் ரயில் நிலையத்தில நிண்டான்" என்றார். "ஒண்டுக்கோ தண்ணீர் குடிக்கவோ அல்லது வேறு எந்தக் காரணத்திற்காகவோ இடையில் எழும்பப்படாது. மற்றது சாறமும் கட்டப்படாது" என்று கூறி ஒரு சீற்றுக்குக் கீழே குகனைப் படுக்க விட்டுவிட்டுத் தான் வேறு பெட்டியில் போய்ப் படுத்துவிட்டதாகவும் சொன்னார்.

இனி நாங்கள் என்ன செய்வது! குகன் வந்தால் கண்டு கொள்வோம், சரி நன்றியென அவரை அனுப்பி வைத்தோம். எங்களுக்குச் சொல்லிப் போட்டாவது போயிருக்கலாம். சொன்னால் விடமாட்டோம் என்ற காரணமாய்க்கூட இருக்கலாம். கொஞ்சம் கோபமாய்த்தான் இருந்தது.

அதன்பிறகு ஏறக்குறைய குகனை நாங்கள் மறந்து போனோம்.

ஐந்தாறு கிழமைக்குப் பிறகு ஒரு விடியற்காலை 5 மணிக்குக் கதவு திறபட்டுது. பார்த்தால் குகன் சிரிச்சுக்கொண்டு நின்றான். நான் ஒன்றும் பேசவில்லை. "என்ன நடந்தது என்றால்" என்று குகன் விளக்கம் தர வெளிக்கிட "உன்னைக் கண்டது சந்தோசம். வெள்ளிக்கிழமை இரவு பேசுவோம்" என்று கூறியபடி திரும்பப் போய்ப் படுத்துக்கொண்டேன்.

"என்ன மாதிரியான இடங்கள் அண்ணன்...வடிவென்றாலோ! பார்க்க இரண்டு கண்ணும் காணாது."

"என்னடா வடிவு? என்ன சொல்லுறாய்?"

"என்னைப் பிடிச்சுக்கொண்டு போகேக்கை... அதைத்தான் சொல்லுறன்" குகன் கதையைச் சொல்லத் தொடங்கினான்.

"கார் ஓடுது... ஓடுது... ஓடிக்கொண்டேயிருந்தது. பச்சை நிற மலைகள், மஞ்சள் நிற மலைகள், மலையெல்லாம் ஆரோ சோடிச்ச மாதிரி... வண்ண வண்ணப் பூக்களும் மரங்களும். மலைகளின் உச்சியில் வெள்ளையாய் முகிலும் பனியும்... மலைகள் முடிஞ்சவுடன்... பெரும் புல்வெளிகள். என்ன பசுமையண்ணன், அவ்வளவு பெரிய புல்வெளிகளில் கொஞ்ச கொஞ்ச மாடுகள் தான் மேய்ஞ்சது. எங்கடை ஊர் மாடுகள் இந்தப் பசும்புல் வெளியைப் பார்த்தாலே அதிர்ச்சியில செத்துப் போகும், மேயிறதுக்கு இவ்வளவு புற்களா! எண்டு.

"வீதியோடு ஆறு ஒண்டும் நெளிந்து வளைந்து ஓடினது. மாலை போல் நிறம் நிறமாய்ப் பூக்கள். யாரோ கீறிவைச்ச ஓவியம் மாதிரி. எனக்குக் கடவுளில்கூட நம்பிக்கை வரப்பார்த்தது..."

இதைக் கேட்ட ராஜன் "பிறைஸ் த லோட்" எனச் சொன்னான். அதுக்கு சேவியர் "வாயைப் பொத்து, உன்னை றூமாலை வெளியேற்ற வேண்டும்" என்று சொல்லி அதே கோபத்தோடை, "குகன் எங்கையடா போய்த் தொலைஞ்சனி! இப்ப நீ என்ன சொல்லிக்கொண்டிருக்கிறாய்" என்று கேட்டான். நான் இடைமறித்து "நீ பார்த்த இடம் எந்த நாடு?" என்று குகனைக் கேட்டேன்.

"அதுதான் அண்ணை தெரியேல்லை" என்றான்.

"என்னைப் பிடிச்சுக்கொண்டு போன பொலிஸ்காறர் இரண்டு பேரும் ஏதோ கதைக்கிறாங்கள். எனக்கு 'இஸ் இஸ்' என்று கேக்குதேயொழிய என்ன மொழியெண்டு விளங்கல்லை" என்றான். அப்போது யாரோ "இவன் பிடிபட்ட இடம் சுவிஸ்ஸாய் இருக்கலாம்" என்றார்கள்.

இப்போது நேசன் "எங்கை பிடிபட்டாலும் எந்த மொழியிலையும் இவனோடை கதைக்க முடியாது. விடயத்திற்கு வருவோம். எங்கை எப்படி பிடிபட்டனீ? என்னெண்டு திரும்பி வந்தனீ எண்டு சொன்னால் இரவுச் சமையலைத் தொடங்கலாம்" என்றான்.

"நானும் நண்பனும் காடி லியோன் ஸ்ரேசனுக்கு நாலு மணிக்குப் போயிட்டோம். நண்பனே எனக்காக ஒரு பெட்டியைத் தெரிவு செய்தான். யாரும் ஆக்கள் வருகினமோ எண்டு அவன் செக் பண்ணிக்கொண்டிருக்க, ஒரு சீற்றுக்குக் கீழே, ஒரு சின்னப் பையோடை படுத்துட்டன்! குடுங்கிக்கொண்டு படுத்தாலும் முதலிலை கொஞ்சம் வசதி மாதிரித்தான் பட்டது. ஒரு ஐந்து

மணி போலைப் படுத்தனான். ஆறு மணி போலை றெயின் வெளிக்கிட்டிருக்கும். அப்படியே சிந்தித்துக்கொண்டு கிடந்தன்."

"என்னத்தையடா சிந்திச்சனீ?" என்று நண்பர்கள் கேட்டனர்.

"எங்கடை நாட்டு மக்களைத்தான் அண்ணன். ஈழம் எப்ப அமையும், எங்கடை துன்பங்கள் எல்லாம் எப்பத் தீரும் எண்டு திரும்பத்திரும்ப இதையே யோசிக்க சலிப்பு வந்தது. பிறகு எங்கடை ஊரை நினைச்சன். ஒவ்வொரு ஒழுங்கையாய் மனத்தால் போய்வந்து கொண்டிருந்தன். கள்ளுத்தவறணை, கோயிலடி, பள்ளிக்கூடம்... இரண்டு மூண்டு மணித்தியாலங்கள் போயிருக்கும். நித்திரையோ வரமாட்டன் எண்டுது.

"கமலா ரீச்சரை யோசிச்சன், மனச்சாட்சிக்கு விரோத மாய்ப் பட்டது, ஸ்ரீதேவியையும் ராதாவையும் கொஞ்ச நேரம் கற்பனையில் கொண்டுவந்தன். அது கொஞ்ச நேரத்தைக் கடத்தியது. றயிலில் பேச்சோசையும் குறைஞ்சிட்டது. வெளிச்சமும் குறைஞ்சு யாரும் இருக்கிற அறிகுறியில்லாம அமைதியாய்க் கிடந்தது."

"இப்ப குறுங்கிக்கொண்டு படுக்கிறதும் கஸ்ரமாய்க் கிடக்கு. விடியுமட்டும் இந்தக் கஸ்ரங்களைத் தாங்கவேணும். எங்கடைப் பெடியன்கள் காடுகளிலும் மறியல்களிலும் எவ்வளவு கஸ்ரப்படுகினம், இதை நான் எப்படியும் பொறுக்க வேணும்."

ராஜன் இடைமறித்துக் கேட்டான், "உனக்கென்ன வில்லங்கம் எண்டு இத்தாலிக்கு வெளிகிட்டனீ?"

"இல்லையடா. அங்கை போய் ஊரைப் பார்ப்போம். நல்ல வேலை கிடைச்சால் கொஞ்ச நாளைக்குச் செய்வோம். பாரிசிலை இருந்தாலென்ன, ரோமிலை இருந்தாலென்ன. விரைவிலை ஈழத்திற்குப் போகத்தானே போறோம்" என்றான்.

"சரி சரி கதையைத் தொடரு" என்று சொல்ல மீண்டும் கதைக்கு வந்தான்.

"முதுகு, கால் எல்லாம் சரியா நோகத் தொடங்கிட்டது. நித்திரை வந்திட்டுதெண்டால் இது எல்லாம் குறைஞ்சிடும். நித்திரையோ வருகுதில்லை ... நித்திரை வாறதெண்டால் சாறத்தைக் கட்டவேணும். ஜீன்சோடைப் படுத்துப் பழக்கமில்லை. தலைமாட்டிலை இருந்த சாறத்தைத் தலையாலைப் போட்டு ஜீன்ஸின் பட்டினைக் கழட்டினேன் ... ஜீன்ஸின் பட்டினைக் கழட்ட முடியல்லை. இந்த நிலையிலேயே ஒரு அரை மணித்தியாலம் இருந்தேன். நிலைமை இன்னும் கஸ்ரமாய் இருந்தது. கஸ்ரம் தாங்க முடியாமல் இருந்தது. பெட்டிக்குள்ள யாரும் இருக்கிற மாதிரி தெரியல்லை. சிறிய வெளிச்சம்தான் இருந்தது. என்ன உயிரா

போகப்போகுது... டப்பென்று எழும்பி ஜீன்சைக் கழட்டிவிட்டுச் சாறத்தைக் கட்டினேன் எண்டால் திரும்பி வடிவாய்ப் படுக்கலாம். சாறத்தைக் கட்டாவிட்டா கடைசி வரை நித்திரை வராது எண்ட எண்ணம் உறுதியாய் வந்தது. இப்படி யோசிச்சிக்கொண்டு இருந்த நான் என்னையறியாமலே திடீரெண்டு தலைப் பகுதியில் சாறமும் அரைவாசி கழட்டிய ஜீன்சுமாய் எழும்பினேன்.

"அடுத்த சீற் மூலையில் சிறிய வெளிச்சத்தில் புத்தகம் வாசிச்சுக்கொண்டிருந்த பெண்ணை நான் காணமுதல் என்னைக் கண்ட அவள் ஒரு பேய் போல் கத்தினாள். அவள் கத்தின கத்திலை நான் பயந்து நடுங்கித் தடுமாறி, கட்டப் போன சாறத்தையும் கழட்ட வெளிக்கிட்ட ஜீன்சையும் இழந்து அலங்கோலமாய் நிண்டன்.

"இந்தக் கோலத்தில் பத்துப் பதினைந்து பேர் என்னைச் சூழ்ந்துவிட்டாங்கள்."

இந்த இடத்தில் கதையை நிறுத்திச் சிரிக்கத் தொடங்கி விட்டான். கலைந்த தலையோட இவ்வளவு உயரமாய் அம்மணமாய் நிற்கும் குகனை நாங்கள் நினைத்தபோது எங்களுக்கும் சிரிப்பு வந்தது. "பிறகு என்ன நடந்தது? என்ன நடந்தது?" என நாங்கள் வில்லங்கப்படுத்தினோம்.

"பிறகென்ன! அதில நிண்ட இரண்டொருவர் அடிக்க வந்தினம்! பலர் அடிக்கவிடல்லை! செக்கூறிட்டி காட் மாதிரி ஆக்கள் வந்தாங்கள். இரண்டுபேர் என்னைப் பிடிச்சுக் கொண்டிருக்க அந்தப் பெண்ணை விசாரிச்சாங்கள். என்னை விசாரிக்க முடியாதுதானே! அந்த இடத்தில அந்த நேரத்தில தமிழ் தெரிந்த யார் இருக்கப் போகினம்?"

"அடுத்த ஸ்ரேசனில் என்னை இறக்கி பொலிசார் விசாரிச்சபோதுதான் அந்தப் பெண்ணை வல்லுறவுக்கு முயன்றதாய் அவங்கள் கருதுவதா உணர்ந்தன். கையில விலங்கு போட்டு ரெண்டு பொலிசார் என்னை அழைச்சிட்டுப் போயினம். அப்பொதான் அந்த அழகான காட்சிகளைக் கண்டன்."

"பிறகென்ன கனதூரம் போய் ஒருநாள் மறியலில் வைச்சிருந்து கோட்டுக்குக் கொண்டுபோனாங்கள். அழகான பட்டணம். சந்தித்தவங்கள் எல்லாம் நல்லவங்களாய் இருந்தாங்கள்."

"உதை விட்டுட்டுக் கதையைத் தொடர்ந்து சொல்" என்று எச்சரித்தோம்.

"வல்லுறவு முயற்சி என்ற குற்றச்சாட்டுக்குத்தான் பயந்தன். என்ன நடக்குது என்று விளங்கல்லை. வேறையொரு

சிறைச்சாலைக்குக் கொண்டுபோனாங்கள். பொலிஸ்காறர் ‘சிறீலங்கன் தமிழ்’ என்று சொன்னால் நான் ‘யெஸ்! யெஸ்!’ எனச் சிரிப்பேன். அவங்களும் சிரிப்பாங்கள். இதற்கு மேல் எந்த மொழியும் விளங்கல்லை. நல்ல சாப்பாடு தந்தாங்கள். யாருக்கும் ரெலிபோனில் பேசப் போறாயா என்று அப்பப்ப கேப்பாங்கள். இந்தப் பரிசு கெட்ட கதையை யாருக்குச் சொல்லுறது. நடக்கிறது நடக்கட்டும் என்றிருந்தன். அங்க ஒரு நிக்கரகுவா தோழர் ஒருவரை மறியலில் பார்த்தன். புரட்சியில் உறுதியாய்த் தாங்கள் இருப்பதா சொன்னார்.”

“அதையும் கைப்பாசையிலோ சொன்னவர்?” என்று ராஜன் நக்கலடிக்கக் கதை தொடர்ந்தது.

“ஒவ்வொரு கிழமையும் கோட்டுக்குக் கொண்டுபோய் ஏதேதோ கதைத்துவிட்டுத் திருப்பிச் சிறையில் விடுவாங்கள் அண்ணன்! ஈழப்பிரச்சினையும் கதைத்தாங்கள். பௌத்தம், சிங்களம், தமிழ், இந்து என நீதிபதியும் கோட்டில் நின்றவங்களும் ஏதோ பேசினாங்கள். கடைசியாய் ஒருநாள் அண்டைக்கு ரெயினில குளறினவவும் கோட்டுக்கு வந்தா. என்னைப் பார்த்து அன்போடு சிரிச்சுப் பேச முயற்சி செய்தா. அவவை விசாரிச்சுப் போட்டு என்னை விடுதலை செய்தாங்கள்.”

“அவள்தான் விடச் சொல்லியிருக்க வேணும்.”

“நான் தாங்க்ஸ் சொன்னன். அவள் ‘சொறி! சொறி!’ எனச் சொல்லிக் கைகாட்டி விடை பெற்றாள். ஒரு பொலிஸ்காறர் என்னைக் கொண்டே ஸ்ரேனில் இறக்கி, ‘பிரான்சுக்குப் போ’ என்றார்.”

“எனக்கென்றால் எப்படியும் ரோமுக்குப் போக வேணும் எண்ட மனநிலை இருந்தது. இவ்வளவு கஸ்ரப்பட்டுட்டுத் திருப்பப் போறதா? ஆக்கள் என்ன நினைப்பினம்!”

“பிரான்சுக்குப் போற றெயின் வந்தும் நான் ஏறாமல் நிண்டன். எனக்குக் காவலா வந்த பொலிஸ்காறன் பாரிசுக்கு ரிக்கற் எடுத்துத்தந்து ‘போ போ’ எண்டு வற்புறுத்தினான். நான் ‘நோ நோ’ எண்டு சொல்லி அவனை விலத்தி அங்காலை இங்காலை விலகித் திரிந்தேன். இறுதியில் அவன் ‘பிளீஸ்! பிளீஸ்! உன்னைக் கெஞ்சிக் கேட்கிறன். தயவுசெய்து பாரிசுக்குப் போயிடு!’ எண்டு கெஞ்சத் தொடங்கினான். பார்க்கப் பாவமாய்க் கிடந்தது. பிரான்சுக்கான ரெயில் ஏறி வந்துட்டன்.”

❖

றிச் கேக்கும் அரிச்சந்திர மயான காண்டமும்

துரையண்ணன், சேவியருக்கு முகத்திலை குத்திப்போட்டு "இந்த அறைக்கு இனிமேல் வரமாட்டேன்" என்று சொல்லிப்போட்டு வெளிக்கிட்ட இரவை இப்ப நினைச்சாலும் சிரிப்புவரும்.

அவரை எங்கடை அறைக்கு 'வாங்கண்ணன், வாங்கண்ணன்' என்று கெஞ்சித்தான் கூப்பிடுவோம். எங்கள் அறையில் பத்துப் பேர் இருந்தனர். ஆனால் ஒருநாளும் பத்துப் பேர் மட்டுமே இருந்ததில்லை. இரண்டு மூன்று விருந்தினர்களாவது கூட இருப்பார்கள். இத்தனைக்கும் நாங்கள் இருப்பது பாரிசுக்குச் சற்று வெளியே. எப்படியோ நண்பர்கள் தேடித்தேடி வந்துவிடுவார்கள்.

ஒரு கோழிதான் சமைப்பதற்காக எடுத்து வைப்போம். கோழி சமைத்துக்கொண்டிருக்கும் போது நண்பர்கள் வரத் தொடங்குவார்கள். நண்பர்கள் வரவர உருளைக்கிழங்கை வெட்டிப் போடவேண்டியதுதான். சாப்பாட்டுக்கும் சமையலுக்கும் மிகவும் கஸ்ரப்பட்ட காலம் அது. அந்த நினைவுகள் இன்றும் இனிமையாக இருக்கின்றன.

சீலனுக்குப் புட்டுக் கொத்தத் தெரியும் என்று சொல்லிப் புட்டு அவித்தான். இவ்வளவு பெரிய கல்லுகளை எப்படிச் சாப்பிடுறது என்று தொடங்கிய வாக்குவாதம் சீலனுக்குத் தமையன் அடிக்கிறதிலை

முடிஞ்சுது. அது எண்பதுகளின் தொடக்கம், இடியப்பம் என்றொரு சாமான் ஊரிலை இருந்தது என்ற ஞாபகம் மட்டும் இருந்தது. 'பத்தா ? பத்தாயிரமா ?' என்ற இடியப்ப விளம்பரம் வர இன்னும் நாட்கள் இருந்தன. லாச்சப்பல் மனிவிக் கடையில் இடியப்ப உரல் மாதிரி ஒன்று வேண்டிவந்து இடியப்பத்தை முயற்சி செய்து பார்த்ததில் முறுக்குத்தான் சாப்பிட முடிந்தது.

ஒருநாள் சேவியர் றிச் கேக் செய்யப் போவதாகச் சொன்னான். "உனக்கெப்படித் தெரியும்?" என்று கேட்டதற்கு, தான் அக்காக்கள் செய்தபோது பார்த்துக்கொண்டிருந்தாகச் சொன்னான். அந்தக் கேக்கைச் செய்வதற்கு ஒரு கிழமை 'சமறிக் காசை'ச் செலவழித்திருப்போம்.

கேக் சாப்பிடும் நேரத்திலை துரையண்ணனும் வந்து விட்டார். சேவியர் அவருக்கும் கேக்கைப் பரிமாறிவிட்டு "எப்படியிருக்கண்ணன்?" என்று கேட்டான். துரையண்ணன் "நல்லாயிருக்கு ... கொஞ்சச் சம்பலும் தந்தியெண்டால் தொட்டுச் சாப்பிட அந்த மாதிரியிருக்கும்" என்றார். அவ்வளவு கேக்கையும் குப்பையில் போட்டுவிட்டு சேவியர் போய்ப் படுத்துவிட்டான்.

நாங்கள் எங்கள் அறைக்குத் துரையண்ணனைக் கெஞ்சிக் கூப்பிடுவதற்குப் பல காரணங்கள் இருந்தன. வரும்போது மிக விலையுயர்ந்த 'வொட்கா' போத்தல், மிகத் தரமான மாட்டிறைச்சி அல்லது பென்னாம் பெரிய இறால் பைக்கற் என்பன அவருடன் வரும். அவர் அப்போது மிகப் பிரபல்யமான ரஷ்ய உணவகமொன்றில் வேலை செய்து கொண்டிருந்தார். இவைகளைக் கொண்டுவருவது மாத்திரமல்ல, அருமையாகச் சமைக்கவும் அவருக்குத் தெரிந்திருந்தது. அவர் செய்கின்ற சாப்பாடுகளின் நினைவு இன்றும் நாவில் நீர் ஊறும்.

அவர் கொண்டுவரும் இறைச்சியைத் தண்ணீரில் அவிய விடுவார். அந்த ஆவியில் 'குஸ்குஸ்'சை வேகவைப்பார். நெத்தலிக் கருவாட்டைத் தூளாக்கி வெங்காயம் பச்சை மிளகாயை மிகச் சிறிதாக வெட்டி, குஸ்குஸ்சுடன் கலந்து மேலும் அவியவிட்டு, பின் அந்த இறைச்சியை எடுத்துக் குழம்பாக்குவார். குஸ்குஸ் உடன் கலந்து சாப்பிட்டால் அமிர்தமாயிருக்கும். நாங்களும் எத்தனையோ தடவை முயற்சி செய்து பார்த்திருக்கிறோம். அந்த ருசி பிடிபடவேயில்லை.

இவைகள் மாத்திரமல்ல, இரவு பதினொரு மணிக்கு, துரையண்ணன் 'சில்லென்று பூத்த சிறு நெருஞ்சிக் காட்டினிலே...' என்று பாடத் தொடங்கினால் விடியும் வரை நடிப்பும் பாட்டுமாய் அந்த இரவு அமர்க்களமாயிருக்கும்.

அவருக்கு நாங்கள் படித்தவர்கள் என்று எண்ணம் இருந்தது. இவன் ஜெயம் "இயங்கியலை நீங்கள் எடுத்துக்கொண்டீங்கள் என்றால் . . ." என்று தொடங்க குமார் "இண்டைக்கு அல்பேனியாவிலை சக்திக்கேற்ற உழைப்பும் தேவைக்கேற்ப பெற்றுக்கொள்ளுதலும் நடைபெற்றுக் கொண்டிருக்கு" என ஏதேதோ பேசியதில் அவர் பயந்துபோயிருந்தார். அதுதான் அடிக்கடி தான் படிக்கவில்லை படிக்கவில்லை என முறுகுவார். உண்மை அப்படியல்ல. அவர் பத்தாம் வகுப்பு பெயில், நாங்கள் பாஸ், அந்தளவும்தான்.

துரையண்ணனை முன்னம்முன்னம் சந்திச்சது ஒரு தனிக்கதை. சின்னத்தம்பி தன்ரை அறையில் நடந்த ஒரு பார்ட்டிக்கு எங்களைக் கூப்பிட்டிருந்தான். அறை தெரியாமல் தேடிக்கொண்டு திரிந்தபோதுதான், சுருள் தலைமுடியும் மத்திய கிழக்கு நிற முகமுமாக துரையண்ணனை முதல்முதலில் பார்த்தேன். அவர் என்னைப் பார்த்துப் புன்னகை செய்தபோது அடையானோ (அல்ஜீரியன்) என்ற சந்தேகத்தில் இடம் கேட்பதற்காய் "தமிழ் தெரியுமோ?" என்று கேட்டேன்.

"தமிழும் தெரியாட்டா நான் என்ன தம்பி செய்யிறது? அந்த ஒரு பாசைதான் தெரியும். சின்னத்தம்பி வீடுதானே தேடுறியள்! வாங்கோ. நானும் அங்கதான் போறன்" என்றார்.

அங்குப் பார்ட்டியில் அரிச்சந்திர மயான காண்டத்தில் வரும் 'யாரடி கள்ளி நீதான் . . . இந்த அடாத வனத்தில் வந்து. கூறடி உந்தன் பெயரை' எனப் பாடி அரிச்சந்திரனாகவே மாறிப்போனார். அவர் தன்னுடைய ஊரிலும் ஊரைச் சுற்றிய மற்ற கிராமங்களிலும் அறியப்பட்ட நடிகன். பாட்டுக்காரன். குறிப்பாகப் பெண் வேடமிட்டு நடிப்பதில் மிகவும் திறமைசாலி. இவ்வாறு சின்னத்தம்பி அறிமுகப்படுத்தினார். அன்றைக்குத் தொடங்கியதுதான் அந்த நட்பு.

அரசியல் ரீதியாக 'ராமன் ஆண்டால் என்ன இராணவன் ஆண்டால் என்ன, தன்னோடை முட்ட வரப்படாது' என்ற கொள்கை. சுதந்திரம்தான் மனிதனின் மிகப்பெரிய சந்தோசம். அதற்காகவே தான் கல்யாணம் முடிக்கவில்லையென்றும் பாரிஸ் போன்ற இடத்தில் இனிக் கல்யாணம் முடிக்க வேண்டிய அவசியமும் இல்லையெனவும் துரையண்ணன் சொன்னார்.

துரையண்ணனுடனான நாட்கள் சந்தோஷமாகப் போயின. அதன் பிறகுதான் மறக்க முடியாத அந்த வெள்ளி இரவுப் பார்ட்டி வந்தது. அன்று இரவு பன்னிரண்டு மணிக்கு மேல்

அரிச்சந்திர மயான காண்டம் தொடங்கியது. வழமையைவிட எல்லோருக்கும் கொஞ்சம் அதிகமாகச் சுதி கூடியிருந்தது. துரையண்ணன் இன்றைக்குச் சந்திரமதி பாத்திரமேற்றிருந்தார். மேக்கப் போடவில்லை. மற்றும்படி அப்படியே அரிச்சந்திர மயான காண்டம் நாடகம்தான்.

துரையண்ணன் உணர்ச்சிவசப்பட்டிருக்கிறார். அறைக்குள் இருந்து "பாலன் இறந்த இடம் இதுவோ! என் சீலன் மறைந்த இடம் இதுவோ?" எனப் பாடிக்கொண்டு உக்கிரமாய் வருகின்றார். இந்த நேரத்தில் சேவியர் நிலத்தில் போய்ப் படுக்கத் துரையண்ணன் அவன் தலையைத் தூக்கி மடியில் வைத்துக்கொண்டு "வாடா எந்தன் கண்ணின் மணியே எழுந்தொரு முத்தம் தாடா" என உருக்கமாகப் பாடுகிறார்.

இறந்துபோன மகன் லோகிதாசனை மடியில் வைத்துப் பிரிவுத் துயரை வெளிப்படுத்த சந்திரமதி 'அம்மா என்று ஒரு வார்த்தை சொல்லடா, அம்மா என்று ஒரு வார்த்தை சொல்லடா' என்று திரும்பத்திரும்பக் கூறுவதாக அரிச்சந்திர மயான காண்டத்தில் வரும். இறந்துபோன மகன் எதுவுமே பேசமாட்டான். அதன் பிறகே அடுத்த பாட்டுக்குச் செல்லமுடியும். அன்று துரையண்ணன் அதிக சுதியில் இருந்ததால் 'அம்மா என்று ஒரு வார்த்தை சொல்லடா' முடிவில்லாமல் போய்க்கொண்டிருந்தது. அவருடைய வாயிலிருந்து துப்பல் வேறு பறந்து சேவியரின் முகத்தைக் குளிப்பாட்டிக்கொண்டிருந்தது. சிறிது நேரத்துக்குப் பிறகு சேவியரால் தாக்குப்பிடிக்க முடியவில்லை. எழுந்து துரையண்ணனைப் பார்த்து "அம்மா" என்று சொன்னான்.

துரையண்ணனுக்கு வந்ததே கோபம். சேவியரின் முகத்தில் பெரிய குத்து ஒன்று விழுந்தது. சேவியரின் அண்ணன் ஓடிப்போய் துரையண்ணனைத் தள்ளிவிட்டான். சீலனும் நானும் இவர்களுக்கு நடுவே நின்றுகொண்டிருந்தோம். துரையண்ணன் ஜக்கெற்றைப் போட்டுக்கொண்டு "கலையை மதிக்கத் தெரியாத நாய்கள். இவையளுக்கு ஈழமும் மண்ணாங்கட்டியும். என்ர வாழ்க்கையில் இந்த அறைக்குத் திரும்ப வரமாட்டன்" என்று வெளியேறினார். அப்படியே போனவர் போனவர்தான்.

எங்கிருந்தோ வந்தாள்...
இளவரசி தானென்றாள்...

"ஓர் இளம் பெண்ணை உங்கள் அறையில் தற்காலிகமாகத் தங்கவைக்க முடியுமா?"

அமுதன் திடீரெனத் தொலைபேசியில் அழைத்துக் கேட்டார். என்ன பதில் சொல்வது என்று தெரியாமல் தடுமாறிக்கொண்டிருந்தேன்.

"மாட்டேன் எண்டு சொல்லாமல் எனக்கு இந்த உதவியைச் செய்ய வேணும். உங்களை விட்டா பாரிசில் உண்மையான நண்பன் எண்டு எனக்கு யாரும் இல்லை" என்றார். நான் மேலும் தடுமாறி "இல்லை அமுதன்... என்னெண்டால்..." எனத் தொடர, "இன்னும் அரை மணித்தியாலத்துக்குள் உங்கள் வீட்டுக்கு அடுத்திருக்கும் பூங்காவில் நிற்பன். அங்க வாங்கோ" எனச் சொல்லித் தொடர்பைத் துண்டித்தார்.

அது மலையகத் தமிழர்களின் உரிமைகளைப் பற்றி நான் அதிகம் பேசித் திரிந்த காலம். உண்மையில் இலங்கையில் சிங்கள மக்களைவிட, வடகிழக்குத் தமிழர்களைவிட, மலையகத் தமிழர்களே சுரண்டப்படுகிறார்கள், அடக்குமுறைக்கு உள்ளாகிறார்கள். அந்த மக்கள் விடிவு பெறாது மற்றவர்கள் விடிவு பெறமுடியாது என நம்புபவன் நான். அந்நாட்களில் நான் நம்பிக்கை வைத்த ஓர் இயக்கம் என் தலையை மேலும் கழுவியிருந்தது.

இந்தக் காலத்தில்தான் அமுதன் நட்பாகின்றார். அவர் யாழ்ப்பாணத்தில் திருமணம் முடித்திருந்தாலும் அங்கு வாழ்ந்தது இல்லை. அவருடைய சொந்த ஊர் தெஹியோவிற்ற. யாழ்ப்பாணக் குடாவுக்கு வெளியே ஒரு நண்பனை அடைந்தது என் பாக்கியம். தன்னலம் குறைந்த நேசிப்பு, களங்கமில்லா நட்பு. எனக்கு ஏனோ அவரைப் பிடித்துவிட்டது. நான் அவரை நேசித்ததைவிட இரண்டு மடங்கு என்னை அவர் நேசித்தார்.

அவர் பிறருக்கு உதவுவதில் மேலானவர். என்னுடைய அறையில் நான்கு நண்பர்கள் நீண்டகாலமாக வேலையில்லாமல் இருந்தார்கள். நான் கேட்டுக் கொண்டதற்கிணங்க அவர்களுக்குத் தன்னுடைய கிளீனிங் கொம்பனியில் வேலை எடுத்துத் தந்தார். அவர் அந்தக் கொம்பனியில் ஓர் உதவி மேற்பார்வையாளராக வேலை செய்பவர். என் வாழ்க்கையில் ஏதாவது பிரச்சினை வந்தாலும் ஓடிவந்து உதவி செய்யக்கூடியவர்.

அவர் ஓர் உதவி கேட்டு நான் செய்யாவிட்டால் நண்பன் என்று சொல்வதற்கு என்ன அர்த்தம்? 'மாட்டேன்' என்று சொன்னால் 'எல்லா யாழ்ப்பாணத்தாரும் ஒரே மாதிரித்தான்' என அவர் எண்ணக்கூடும். இப்படியே யோசித்தபடி அந்தப் பூங்காவைப் போய் அடைந்தேன். எனக்கு முதலே வந்து அமுதன் எனக்காகக் காத்துக்கொண்டிருந்தார்.

என்ன பிரச்சினை என்று கேட்டபோது "எங்கடை நாட்டைச் சேர்ந்த ஒரு இளம்பெண் அந்தரித்து நிக்கும்போது நாங்கள் உதவி செய்ய வேணும் அல்லோ!" என்றார்.

"அமுதன், உங்களுக்குத் தெரியும் எங்கடை றூமில் எட்டுப் பேருக்கு மேலே இருக்கிறம். வாறது ஒரு பெடியன் எண்டால் பரவாயில்லை..."

"ஒரு பத்து நாளைக்கு மாத்திரம் இருக்கட்டும். பிறகு வேற ஒழுங்கு செய்யலாம். உங்கடை றூமில இருப்பவங்களை எனக்கு நல்லாய்த் தெரியும். நீங்கள் படுக்கிற அந்தச் செற்றியிலை அந்தப் பெண் படுக்கட்டும். நீங்கள் மற்றவங்களோடு கீழே படுங்கோ. பகலிலை பெரும்பாலும் எல்லோரும் வெளியிலை போறவை தானே" என்றார்.

'இவற்றை றூமை விட்டிட்டு ஏன் என்ரை றூமுக்குக் கூட்டிக் கொண்டு வாறார்' என்று நான் யோசித்துக்கொண்டிருந்தேன்.

"என்ரை றூமுக்குக் கூட்டிக்கொண்டு போகமுடியாது. முழுப்பேரும் மோசமானவங்கள். அதைவிட உடனே ஊருக்குக் கடிதம் எழுதி 'அமுதன் தன்ரை புத்தியைக் காட்டிப் போட்டான்'

எண்டு என்ரை மனுசியையும் பிள்ளையையும் பிரிச்சு விடுவாங்கள். ஏற்கனவே பல சிக்கல்கள்” என்று சொல்லிக்கொண்டே நின்றார்.

“மற்றப் பெடியங்கள் சம்மதிக்கமாட்டாங்கள். அப்படிச் சம்மதிச்சாலும் எல்லோரும் ஆண்களாய் இருக்கின்ற ஒரே றூமில் அந்தப் பெண்ணை எப்படிக் காப்பாற்றுவது? என்னையும் சேர்த்துத்தான் சொல்லுறன்” என்றேன்.

அமுதன் விடவில்லை. “உங்களையும் தெரியும். உங்கடை றூம் பொடியங்களையும் தெரியும். ‘மார்க்சியம், சோஷலிசம், நாட்டு விடுதலை’ இந்தமாதிரியான நோக்கம் உள்ளவங்கள். இண்டைக்கும் ஊரில் இருந்த மாதிரியே இருக்கிறீங்கள். அதைவிட ஒரே குடும்பத்தைச் சேர்ந்த அண்ணன் தம்பியென நாலைஞ்சு பேர் இருக்கிற றூம். ஒரு பிழையும் நடக்காது. றூம் உங்கடை தானே. நீங்கள் சொன்னால் எல்லாரும் கேட்பாங்கள்.”

நான் சொன்னால் ஓரளவுக்கு எல்லோரும் கேட்பாங்கள். என்ரை பெயரில்தான் அந்த றூம் இருக்கு என்ற சின்னக் கிறாய்க்கும் என்னிடமும் இருக்கு. எல்லாவற்றையும்விட எங்கள் றூமில் உள்ள நாலுபேர் அமுதனிடம் வேலை செய்கினம்.

“இரவு பெடியளோடை கதைச்சுப்போட்டுச் சொல்லுறன்” என்று வெளிக்கிட்டேன். “கட்டாயம் நாளைக்குப் பின்னேரத்திற்கு முதல் ஒரு வழி கிடைக்கவேணும்” என்று சொல்லிக்கொண்டு அவரும் வெளிக்கிட்டார்.

யார் அந்தப் பெண் என்றோ, என்ன காரணங்கள் என்றோ அவரும் சொல்லவில்லை, நானும் கேட்கவில்லை.

இரவு வைன் குடித்தபடி றூம் பெடியங்களோடு கதையைத் தொடக்கினேன்.

“ஐயோ” என்றான் சேகர்.

“ஊரிலை அறிஞ்சால் தனக்குப் பெரிய பிரச்சனை வரும்” என்றான் இன்னொருவன்.

“உங்களுக்கும் கலியாணம் முடிக்கிற வயது. ஒரு பெம்பிளை வந்து உங்கடை றூமிலை இருக்கிறதாக் கேள்விப்பட்டால் கடசியிலை நீங்களும் கல்யாணம் இல்லாமல் இருக்க வேண்டித்தான் வரும்.” இப்படி ஒருவன் என்னை வெருட்டினான்.

“பாரிசிலை பரிசுகெட்ட வாழ்க்கையாப் போச்சுது” என்றான் இன்னொருவன். அமுதனட்டை வேலை செய்பவர்கள் ஒன்றும் பறையாமல் பம்மிக்கொண்டு நின்றார்கள்.

குகன்தான் சொன்னான் "மானிட விடுதலை, பெண் விடுதலை, பிரபஞ்சம் மேவிய பார்வைகள் என்கிறோம். பிரச்சனை வரேக்கை நழுவப் பார்க்கிறோம். அமுதன் எங்களுக்கு வேண்டியவர். எங்களுக்கு உதவி செய்தவர். அதைவிடப் பகுதிநேர வேலையாய் இருக்கிற எங்கடை பெடியங்களை முழுநேர வேலைக்குச் சிபாரிசு செய்யக்கூடியவர். சும்மா யோசிக்காமல் அந்தப் பெட்டையை வரச் சொல்லுங்கோ."

"இரவில் ஏதும் இசகுபிசகாய் நடந்தால்…"

"இரவிலை லயிற் நூக்க வேணாம். சேவியரை சேகர் கவனிக்கட்டும். சேகரை குகன் பாக்கட்டும். இவனை அவன் பாக்கட்டும். அவனை இவன் பாக்கட்டும்." என்னை மட்டும் கவனிக்க யாரையும் தீர்மானிக்கவில்லை.

'நான் பெரிய உத்தமனாக்கும்' என்று, வந்த உற்சாகத்தில் 'பெண்கள் பாதுகாப்பு, பெண்ணுரிமை, பெண்ணியம்' பற்றி நீண்டதொரு உரையொன்றை ஆற்றினேன். உரையின் முடிவில் எல்லோரும் சேர்ந்து என்னைக் கவனிப்பதாக முடிவானது. இதுதான் தேவையில்லாத வேலைக்குப் போகக்கூடாதென்பது.

மனதுக்குள்ளை சந்தோசத்துடனும் வெளியில் யோசிப்பதுபோல் தோற்றத்தோடும் எல்லோரும் ஏகமனதாகப் பெண்ணை அழைத்துவர ஆமோதித்தார்கள்.

தாயாக, சகோதரியாக, காதலியாகப் பெண்ணை நினைத்து அழுபவர்கள்தானே இந்த ஆண்கள்.

அமுதனுக்குத் தொலைபேசி எடுத்தேன். நான் பேச முதலே, "எத்தனை மணிக்கு அவவை வரச்சொல்லுறது?" என்று கேட்டார்.

"நாளைக்குப் பின்னேரம் வரட்டும். வரமுதல் என்ரை பெயரைச் சொல்லி எனக்கு ஒருக்கால் ரெலிபோன் பண்ணச் சொல்லுங்கோ. எங்கடை றூம் நிலைமையை அவவிற்கு விளங்கப்படுத்த வேணும்" என்றேன்.

"அவவுக்கு எல்லாம் விளங்கும். நான் நாளை மறுநாள் அவவுடைய சாப்பாட்டுச் செலவுக்கு முன்னூறு பிராங்க் கொண்டுவந்து தாறன்" என்றார்.

"அமுதன், நீங்கள் யாழ்ப்பாணத்தாரை ஆகக் கேவலமாய் நினைக்கிறீங்கள். எங்களுக்குப் பணம் ஒண்டும் வேண்டாம். ஆனால் அந்தப் பெண்ணாலை ஏதாவது பிரச்சினை வந்தால் நீங்கள்தான் பொறுப்பு" எனச் சொல்லித் தொலைபேசியைத் துண்டித்தேன்.

இரவெல்லாம், 'வரப்போகும் பெண் எப்படியிருப்பாள்?' என்ற அதீதக் கற்பனையுடனேயே நித்திரையாகிப் போனேன். நான் மட்டுமல்ல, றூமிலிருந்த எல்லோருமே இதேபோன்ற கற்பனையுடனேயே நித்திரைக்குப் போனார்கள்.

விடியப்புறம் எட்டு மணிக்கு ஒரு தொலைபேசி அழைப்பு வந்தது. நித்திரைக் குழப்பத்தில் தொலைபேசியை எடுத்தேன். ஒரு இனிய பெண்குரல் தமிழில் என்ரை பெயரைச் சொல்லிக் கேட்டது. "ஓம் ஓம் நான்தான்" என்றேன். "நான்தான் அமுதன் சொன்ன பெண்" என்றாள். எனக்கு அவள் கதைச்சது தமிழ் மாதிரித்தான் கிடந்தது. அது ஒரு புதுவகை மழலைத் தமிழ்.

நான் எடுத்த உடனே எங்கள் அறையின் நிலவரத்தைச் சொன்னேன்.

"எட்டுப் பெடியங்களா?" என்றாள். நான் கொஞ்சம் சினந்தபடி "அமுதனுக்குத் தெரியும்தானே" என்றேன்.

"அமுதன் சொன்னவர்தான். எனக்குத்தான் கொஞ்சம் பயமாய் இருக்கு. ஏன் எண்டால் நான் சரியான வடிவு" என்றாள்.

இப்ப எனக்குச் சந்தோசமாயும் இருக்குது. ஓர் அழகி எங்கட அறையில் வந்து தங்கப்போகிறாள். ஆனால் இன்னொரு பக்கத்தாலை பயமாகவும் இருக்குது.

'இதென்டா கரைச்சல்? எப்படிப்போய்ச் சிக்கியிருக்கின்றேன்?' யோசித்துகொண்டு நின்றேன்.

"அண்ணை! என்ன யோசிக்கிறியள்? பின்னேரம் ஐந்து மணிக்கு ஜெனிவில்லியே மெத்ரோ வாசலில் நிற்பேன். வந்து கூட்டிக்கொண்டு போங்கோ" என்றாள்.

ஒருவழியாகப் பின்னேரம் வந்தது. எங்கள் றூமில் அல்லோலகல்லோலம். புது உடுப்பு வாங்குபவர்களும் நீண்ட நாளைக்குப் பிறகு பல்லுத் தீட்டுபவர்களும் என்று கதை தொடர்ந்துகொண்டிருந்தது.

விதிவிட்ட வழியெனப் பின்னேரம் மெத்ரோவுக்குச் சென்றேன். ஒரேயொரு மாநிறப் பெண் காத்துக்கொண்டிருந்தாள் அவள் தன்னைப் பற்றிச் சொன்னது அரைவாசி பொய். அவள் அப்படியொன்றும் பேரழகியில்லை. ஆனால் எனக்கு நீண்ட நாளைக்குப் பிறகு எங்கட நாட்டுப் பெண்ணொருத்தியை அருகில் பார்ப்பதால் அவள் அழகியாகத்தான் தெரிந்தாள். நிறையக் களைத்துப்போயிருந்தாள். மிக மலிவான ஒரு வாசனைத் திரவியம். பாரிசுக்குப் பொருத்தமில்லாத ஒரு மேலங்கியை அணிந்திருந்தாள்.

றூமுக்கு அவளை அழைத்துச் சென்றேன். கையிலை இரண்டு பொலித்தீன் பைகள் மாத்திரம் வைத்திருந்தாள்.

றூமில் எல்லோரும் இருந்தார்கள். ஏதோ நான் எங்கையோ போய் ஒரு பெண்ணைக் கல்யாணம் முடித்துக்கொண்டு வந்தமாதிரி பார்த்துக்கொண்டு நின்றார்கள். றூம் மயான அமைதியாக இருந்தது. வந்தவவுக்கு எல்லோரையும் அறிமுகம் செய்ய முயன்றேன். எல்லோரும் பதுங்கினார்கள். அவள் சிரித்துக்கொண்டே நின்றாள். சேவியரின் தம்பிதான் முன்னுக்கு வந்து "வாங்கோ அக்கா" என்றான்.

சேவியரின் தம்பி அண்மையில்தான் வந்திருந்தான். இளவாலையில் சுதந்திரதினத்திற்குக் கறுப்புக் கொடி கட்டியதற்காகக் காங்கேசன்துறை பொலிஸ் ஸ்ரேசனில் கொண்டு வைத்துப் பொலிசார் உதைத்தார்களாம். தகப்பன் போய் பொலிசில் காசு கட்டி விடுதலையாக்கி வீட்டுக்குப் போகாமல் அப்படியே நேரே கொழும்புக்குக் கொண்டுபோய் பாரிசுக்கு வில்லங்கமாக அனுப்பிவைத்தாராம். வந்த முதல்நாளே அடம்பிடித்தான். "கோழி சாப்பிடமாட்டேன். மீன் வேணும்" என்றான். தமையன் ஓடிப்போய் மீன் வேண்டிவந்து சமைச்சுக் கொடுத்தான். அப்பவும் சாப்பிடமாட்டேன் என அடம்பிடித்தான். "மீன் குழம்பு இருக்கு. மீன் சொதி எங்கே? மீன் பொரியல் எங்கே?" எனத் தமையனைத் திட்டிக்கொண்டு நின்றான். சேவியர் "இவன் வீட்டிலை கடைக்குட்டி, எல்லாருக்கும் செல்லம். அதுதான் உவன் இப்படி" எனச் சமாளித்தார்.

அவனோ "என்னை வெளிநாட்டுக்கு வில்லங்கமாய் அனுப்பி ஈழப் போராட்டத்தை அப்பா குழப்பிப்போட்டார். கெதியில பெரியவர் ஊருக்கு வரப்போறார். நான் நிண்டிருந்தால் இன்னும் இரண்டொரு மாதத்தில் பெரியவரோடு பலாலியில் கொடியேற்றி இருப்பன்" என ஆதங்கப்பட்டுக் கொண்டேயிருந்தான். எப்பவும் திரும்பி ஊருக்குப் போவது பற்றியே பேசிக்கொண்டிருப்பான்.

அவன் சின்னப் பெடியன் மாத்திரமல்ல, சின்ன உருவமும் கூட. வந்தவள் அவனைப் பார்த்துச் சிரித்தபடி "இவர் இரவிலை தாயைத் தேடி அழமாட்டாரோ?" என்றாள். எல்லோரும் சிரித்துவிட்டோம்.

றூம் கொஞ்சம் கலகலப்பாகியது. "நான் எங்குப் படுப்பது?" என்று கேட்டாள். குகன் அந்த செற்றியைத் தள்ளி, சுவரோடு விட்டுவிட்டு இரண்டு மூன்று சாறத்தை எடுத்து, கேட்டின் மாதிரிக் கட்டி, "அதுக்குள்ளை நீங்கள் படுக்கலாம். உடுப்பும் மாத்தலாம்" என்றான். அவள் திகைத்துப்போய் நின்றாள்.

நாங்கள் இரவு சமைக்கத் தொடங்கிவிட்டோம். முதலே இண்டைக்குத் தண்ணியடிப்பது இல்லையென முடிவெடுத்திருந்தோம். புட்டும் மீன் குழம்பும் சமைத்தோம். சாப்பாட்டைப் போட்டுக் கொடுக்கும்போது தயங்கினாள். தனக்குப் பசிக்கவில்லை என்றாள். நாங்கள் வலிந்து சாப்பிடச் செய்தோம். சாப்பிடும்போது இரண்டாம் தரமல்ல மூன்றாம் தரமும் கேட்டுவேண்டிச் சாப்பிட்டாள்.

"இப்படிச் சாப்பிட்டு எத்தனையோ நாளாச்சுது." சொல்லும் போது அவள் குரல் உடைந்தது. பின் தானே சிரித்துக்கொண்டே சகஜ நிலைக்கு வந்தாள்.

நாங்கள் படுக்கப் போகமுன்னமே அவள் செற்றியில் படுத்து நித்திரையாய்ப் போனாள். அன்றைக்கு இரவு யாரும் நித்திரை கொள்ளவில்லை. லைற் எரிந்துகொண்டிருந்தது. இடையிடையே எழும்பி அவள் இருந்த பக்கம் பார்த்துவிட்டு எல்லோரும் கண்ணை மூடி நித்திரை கொள்வதுபோல் நடித்துக் கொண்டிருந்தார்கள்.

அடுத்த நாள் அவள் நாங்கள் எழும்பமுதல் எழும்பிக் குளித்துவிட்டுக் குசினியைக் கூட்டித்துடைத்துக்கொண்டிருந்தாள். எல்லோரும் அவளைக் கடைக்கண்ணால் பார்த்தபடி வெளியேறிக்கொண்டிருந்தார்கள். நான் வெளிக்கிட முதல், "மத்தியானத்திற்குப் பாண் இருக்கு, பின்னேரம் வந்துதான் சமைப்போம்" என்றேன். அவள் சிரித்துக்கொண்டே 'ஓம்' என்றாள்.

பின்னேர வேலையால் வந்தபோது றூம் தலைகீழாய் இருந்தது. கூட்டித் துடைத்துப் பளிச்சென இருந்தது. பாலன் புது ஜக்கெற் போட்டபடி வந்தான். எத்தனை முறை சொல்லியிருப்போம் அந்தப் பழைய ஜக்கெற்றைத் தோய்ச்சுப் போடும்படி. இண்டைக்குப் புது ஜக்கெற் போட்டபடி வந்து நிற்கிறான். சேகர் சண் கிளாசுடன் வந்தான். கதைக்கும்போது அதிகம் பிரஞ்சும் ஆங்கிலமும் கலந்து கதைத்தான்.

சேவியர் தன்ரை உடுப்புக்களை மாத்திரமல்ல, மற்றவங்களின்ரை உடுப்புக்களையும் மூட்டையாகக் கட்டிக் கொண்டு தோய்க்கிற மிசின் இருக்கிற இடத்துக்குப் பஸ் ஏறிப்போனான். பத்துமுறை கேட்டால்தான் அசைவான்; இன்றைக்கு தன்ரை பாட்டிலே போறான்.

நானும் இந்தத் தலைமயிரை வெட்டிக்கொண்டு போவோமா என யோசிச்சேன். 'இன்றைக்கு வேண்டாம் . . . நாளைக்கு வெட்டுவோம்' எனத் தள்ளிப்போட்டேன். அப்போதெல்லாம் எனக்குத் தலைமயிர் இருந்தது. றூமுக்கு ஐந்தாறு பல்ப் கூடப் போட்டமாதிரி கூடிய வெளிச்சமாயிருந்தது.

அடுத்த நாள் எனக்கு வேலையில்லை. வெள்ளென எழும்பி, கடைக்குப் போய்ச் சாப்பாட்டுச் சாமான்கள் வேண்டுவோம் என சேவியரின் தம்பியையும் உதவிக்குக் கூப்பிட்டேன்.

அந்தப் பெண்ணும் தானும் எங்களுடன் வரப்போவதாகச் சொன்னாள். "நானும் உடுப்பு வேண்ட வேணும். அதைவிட உங்களுடன் வந்தால் உங்களுக்குச் சாமான் வேண்ட உதவியாய் இருக்கும். இரண்டு பையை நானும் காவிக்கொண்டு வருவேன் அல்லோ" என்றாள்.

மூன்று பேரும் கடை நோக்கி நடக்கத் தொடங்கினோம். மனதுக்குள் 'யார் இந்தப் பெண்? எங்கிருந்து வந்தாள்? என்ன பிரச்சினை? கேட்பது சரியில்லை' என யோசித்தபடி நடந்தேன்.

எங்களுடன் வந்த சேவியரின் தம்பிதான் "அக்கா, நீங்கள் யார்?" என்று ஒரு குழந்தைப்பிள்ளை போல் கேட்டான்.

"இப்போ என்னைப் பொலிஸ் தேடுது. தெரியுமோ?" என்றாள் அவள். நானும் அவனும் திடுக்கிட்டுப் போனோம்.

இவவைத் தேடிப் பொலிஸ் எங்கள் றூமுக்கு வந்தால் எங்கள் றூமில் மூன்றுபேர் விசா இல்லாமல் இருக்கிறாங்கள். இதென்னடா வில்லங்கம். வானத்தாலை போன பிசாசை ஏணிவைத்து இறக்கின கதையாய்க் கிடக்கு என எண்ணிக்கொண்டு சேவியரின் தம்பியைக் கடைகளைச் சுற்றிப் பார்க்கச் சொல்லிவிட்டுக் கடைக்கு முன்னால் இருந்த கல் வாங்கில் நானும் அவளும் இருந்தோம்.

அவள் தன்னுடைய கதையைச் சொல்லத் தொடங்கினாள்! அவள் கொழும்பைச் சேர்ந்தவள். குடிகார அப்பா. நாலு பெண்கள். அதில் மூத்தவள் இவள். தாங்க முடியாத வறுமை. குவைத்துக்கு வீட்டுவேலைக்காகப் போயிருக்கிறாள். இவள் போன வீட்டுக்கார முதலாளி பெரிய பணக்காரன். அவனுடைய குடும்பம் இமிக்கிறண்டா பாரிசுக்குக் குடிபெயர்ந்தபோது இவளையும் பாரிசுக்கு அழைத்துவந்திருக்கிறார்கள். அந்தக் குடும்பத்தில் இவள் அனுபவித்த கொடுமைகள் ஏராளம். கணவன் மாறி மனைவி மாறி தொடர்ந்து வேலை சொல்லிக்கொண்டேயிருப்பார்களாம். வேலை சிறிது தாமதமானாலும் அடிப்பார்கள். உதைப்பார்கள். கடும் சித்திரவதை. அவளால் எதுவும் செய்யமுடியாது என்ற எண்ணம் அவர்களுக்கு. அமுதன் இவளின் முதலாளியின் அலுவலகத்தைத் துப்பரவு செய்ய வந்தபோதுதான் அவளுக்கு விடிவு கிடைத்திருக்கிறது.

அவர் ஆலோசனைப்படி தன் கையில் கிடைத்த இரண்டொரு உடுப்போடும் கொஞ்சப் பணத்தோடும் தப்பி வந்திருக்கிறாள்.

“உங்களுக்குத் தெரிந்த வேறு யாரும் இங்க இல்லையா?” எனக் கேட்டேன்.

“அமுதனைத் தவிர இப்ப உங்களைத்தான் தெரியும்” என்றாள்.

“திரும்பவும் ஊருக்குப் போங்களேன்” என்றேன்.

என்னை முறைத்துப் பார்த்துக்கொண்டு, “என்னை நம்பி ஐந்து சீவன்கள் இருக்கின்றன. நான் வேலை செய்து பணம் அனுப்பினால்தான் அவர்களுக்குச் சாப்பாடு. என்னைக் காதலித்தவனும் நான் குவைத்துக்கு வீட்டுவேலைக்குப் போய் விட்டேன் என்று கைவிட்டுவிட்டான். கடைசி மட்டும் ஊருக்குப் போகமாட்டேன்” என்றாள்.

‘அப்ப ஏனடியாத்தை முதலாளி வீட்டை விட்டு ஓடி வந்தனீ’ எனச் சொல்ல நினைத்துச் சொல்லாமல் வாயைக் கட்டுப்படுத்தினேன்.

“அப்ப இங்கை அகதியாய்ப் பதிவு செய்யுங்களேன்” என்றேன்.

“அப்படி நான் பதியப் போகும்போது என்னைப் பிடித்துத் திரும்பவும் துரையிடம் கொடுக்கக்கூடும். ஏனென்றால் என்னைக் காணவில்லையென அவர்கள் பொலிசிலை அறிவித்திருப்பார்கள் தானே” என்றாள்.

“இஞ்சை அப்படிச் செய்யமாட்டினம். பிடித்து உங்கள் பாஸ்போட்டின்படி இலங்கைக்கு அனுப்புவினம்” என்றபோது “ஐயோ” என்றாள்.

இதென்ன இக்கட்டு என நான் யோசித்துக்கொண்டிருக்கும் போதே அவள், “அமுதன் மூன்று வழிகள் சொல்லுகின்றார். ஒன்று லண்டனுக்குப் போவது அடுத்தது இங்கு வேறொரு புதிய பெயரில் அகதியாய்ப் பதிவது அல்லது யாரையாவது கல்யாணம் முடிப்பது” எனச் சொல்லிக்கொண்டே என்னைப் பார்த்தாள்.

“நீங்கள் கல்யாணம் முடித்துவிட்டீங்களோ” என்றாள்.

நான் ஒரு தடவை அவளை நிமிர்ந்து பார்த்துவிட்டு “எனக்குக் கல்யாணம் பேசியிருக்கு” என்றேன்.

“அப்ப குகன் முடித்துவிட்டாரோ?”

“எனக்குத தெரியாது” என்றேன்.

அவள் ஒவ்வொருத்தராகக் கேட்கத் தொடங்கினாள்.

நான் அவளிடம் "நீங்கள் எங்களிடம் வந்தது ஒருவருக்கும் தெரியாதுதானே. எதற்கும் நாளைக்கு அமுதன் வருவார். நீங்கள் ஒண்டுக்கும் கவலைப்படாதையுங்கோ" என்றேன்.

அமுதன் அடுத்த நாள் வந்தார். அவள் தொடர்பாகச் சில அலுவல்கள் பார்ப்பதாகவும் கொஞ்சநாள் பொறுமையாய் இருக்கும்படியும் கேட்டார். "ஏன் றூம் இவ்வளவு அமைதியாய் இருக்கு. அவ தன்பாட்டிலை இருக்கட்டும். நீங்கள் வழமையாய் எப்படியிருப்பீங்களோ அப்படியே இருங்கோ" என்று சொல்லிக்கொண்டு ஒரு போத்தலைத் தந்தார். எல்லோர் கண்களும் பிரகாசித்தன. நிலைமை வழமைக்குத் திரும்பியது. நேரம் ஏற ஏற கலகலப்பு தொடங்கியது. அவளும் எங்களுடைய மகிழ்வில் பங்குகொண்டாள்.

சேகர் 'தெய்வீக ராகம் தெவிட்டாத பாடல்...' என்று பாடத் தொடங்க மற்றவர்களும் மாறிமாறிப் பாடத் தொடங்கினார்கள்.

திடீரென்று அவளும் அற்புதமான குரலில் கொச்சைத் தமிழில் 'தென்றல் உறங்கிய போதும் திங்கள் உறங்கிய போதும் கண்கள் உறங்கிடுமா' என்று பாட வெளிக்கிட்டாள். தமிழில் பாடிப் பின்பு சிங்களத்திலும் அப்பாடலைப் பாடிமுடித்தாள். இரவிரவாய்ப் பாடிக்கொண்டும் பேசிக்கொண்டும் இருந்தோம். ஒரு கட்டத்தில் அவள் அமுதனைப் பார்த்து "எனக்கு எங்கையாவது களவாய் வேலை எடுத்துத் தாங்கோ. இந்தச் சாறங்களைக் கழட்டி எறிந்து போட்டு ஒரு கேட்டினைப் போட்டு இந்தத் தூளர்மாருடனேயே இருக்கிறேன்" என்றாள்.

அமுதன் சிரித்துக்கொண்டு "தூளர்மார் அல்ல தோழர்மார். அதெல்லாம் கஸ்ரம். யோசிப்போம்" எனக் கதையை மாத்தினார்.

நாட்கள் ஓடின. அவள் எங்கடை றூமில் ஒருத்தியாய் மாறிப்போனாள். சேகர் பின்னேரங்களில் அவளிடம் ஆங்கிலம் படிக்க வெளிக்கிட்டான். பாரிசிலை சும்மா இருந்து மட்டையடிக்க முடியாது, லண்டனில் போய் ஏதாவது படிக்க வேணும் என்று.

இன்னொருவர் சிங்களம் படிக்க வெளிக்கிட்டார், எதிர்காலத்தில் இயக்க வேலைகளுக்கு உதவும் என்று.

எல்லாவற்றையும் விட எங்களைச் சமைக்கவிடாமல் தானே சமைச்சு எல்லோருக்கும் பரிமாறினாள். ஒரே அடுப்பு, ஒரே சட்டிப்பானை. ஆனால் சாப்பாடு அவ்வளவு ருசியாய் இருந்தது.

சேவியரின் தம்பி தன் பாராட்டைத் தெரிவித்தான். ஊருக்குத் திரும்பிப் போறதைப் பற்றி இப்ப அவன் கதைப்பது இல்லை.

நாங்கள் அவளுடன் பூங்காக்களில் உலாவினோம். செயின் நதிக்கரையில் மாலை நேரங்களில் பேசிக்கொண்டிருந்தோம், தொலைக்காட்சியில் நிறையப் படங்கள் பார்த்தோம். அவள் நிறையக் கதைகள் சொன்னாள். நாங்கள் எங்கள் கதைகளைச் சொன்னோம்.

பத்துநாள் இருபதுநாள் ஆயிற்று. எங்களுக்கு அவள் இருப்பது பிரச்சினையாய்த் தெரியவில்லை. வேறு எதிரி நண்பர்கள்தான், புரட்சிகர அமைப்பின்ரை றூம் அல்லோ, அப்படித்தான் இருக்கும் என நக்கல் அடித்தார்களாம்.

திடீரென்று ஒருநாள் அமுதன் வந்து அவளிடம் : "கெதியாய் வெளிங்கிடுங்கோ. லண்டனுக்கு இன்னும் கொஞ்ச நேரத்திலை போறீங்கள். எல்லாம் ஒழுங்கு செய்துவிட்டேன்" என்றார்.

அவள் போறதுக்கு வெளிக்கிட எங்கள் முகங்கள் எல்லாம் வாடிப்போயிற்று. சேவியரின் தம்பி அழ வெளிக்கிட்டான்.

அவள் கண்கலங்கியபடியே விடைபெற்றாள். எப்பவோ பார்த்த *Roman Holiday* என்ற பழைய ஆங்கிலப் படம் மனத்திரையில் ஓடியது. ஓர் அரசிளங்குமரி ஒரு அன்றாடங்காய்ச்சி வாலிபனின் வீட்டில் ஒரு சாதாரணப் பெண்போல் இரண்டொரு நாள் தங்கிச் சென்ற கதை. இவளோ சாதாரணப் பெண்போல் வந்து எங்களுக்கு ஓர் அரசி போல் இருந்தாள். எங்கிருந்தோ வந்தாள், நண்பியாய், தோழியாய், நல்லாசிரியையாய்...

அன்று இரவு எல்லோரும் நல்லாய்க் குடித்தோம். குகன் நல்ல வெறியில் 'வரம் தர தேவதைகள் வந்தபோது தூங்கினோம். தூங்கிவிட்டுக் காலம் முழுதும் ஏங்கினோம்' என்று மேத்தாவின் கவிதையைச் சொல்லிச்சொல்லி ஏனோ அழுதான்.

இப்போதும் தனிமையான பொழுதுகளில் மெல்லிய விளக்கொளியில் வெறுமையான செற்றி ஒன்றைப் பார்க்கிறபோது அவள் ஞாபகம் வந்துபோகிறது.

முடியப்பன் மூட்டின நெருப்பு

"என்ரை மனுசியும் மகளும் ஊரில இருந்து வரப் போயினம். நான் கொஞ்சம் பிசியாய் ஓடித்திரியிறன்" என இரண்டு மூன்று நாட்களுக்கு முதல் அமுதன் தொலைபேசியில் சொன்னார்.

அவருடைய துணிவையெண்ணி ஆச்சரியப் பட்டேன்.

"இப்ப எங்கை நிக்கினம்?"

"இப்பத்தான் கொழும்புக்கு வந்து ஒரு ஹொட்டலில் இருக்கினம். ஏஜன்சியோடை யெல்லாம் கதைச்சிற்றன்."

"எப்ப வருவினம்?"

"அதை எப்படிச் சொல்றது, இப்ப பார்சல்கள் கொழும்பிலை கிடக்குது. பேந்து சிங்கப்பூரிலையோ? மலேசியாவிலையோ? அங்கை சரிவந்தால் பிறகு ஜெர்மனியிலையோ? ஸ்பெயினிலையோ? இப்படியே கிடந்துகிடந்து வரும். காலம் பிழையெண்டால் திரும்பியும் வெளிக்கிட்ட இடத்துக்கே போயிடும்." பகிடியோடை எந்த ரென்சனும் இல்லாமல் சொன்னார்.

பாரிசுக்கு எங்கள் பெண்களும் கொஞ்சம் கொஞ்சமாய் வரத் தொடங்கிவிட்டினம். ஆண்கள் பட்ட கஸ்ரங்களைப்போல அல்ல. வழமையைப் போல் பெண்ணாய்ப் பிறந்தவர் களுக்குரிய விசேட துன்பங்கள். கொஞ்சப் பெண்கள் மத்திய கிழக்கு நாடுகளுக்குப் போய் கஸ்ரப்பட்டுக்கொண்டிருக்கிறார்கள். இப்ப ஐரோப்பாவுக்கும் வர வெளிக்கிடுறாங்கள்.

அவர்களைப் பெரிதும் துன்பப்படுத்துபவர்களாக இருந்தவர்கள் தமிழ் ஏஜென்சிக்காரார்கள். ஆனாலும் அவர்கள் இல்லாவிட்டால் பல குடும்பங்கள் இணைந்திருக்க முடியாது.

அமுதனின் மனைவியும் பிள்ளையும் வருவதற்குரிய பணத்திற்கு என்ன செய்யப்போகிறான்? அதையும்விட அவர்கள் இங்கு வந்தால் ஒழுங்காக இருக்கிறதற்குரிய ஒரு நல்ல வசிப்பிடம்? எப்படிச் சமாளிக்கப் போகிறானோ எனக் கவலையாய் இருந்தது.

அமுதன்ரை நிலைமைகள் எப்படியிருக்கு என்று பார்ப்பதற்காக அவருடைய அறைக்குச் சென்றேன்.

என்ரை கெட்டகாலம் அமுதன் இல்லை. அவற்றை றூமிலை 'எனக்குப் பிடிக்காத' அமுதனின் சொந்தக்காரன் முடியப்பன் இருந்தான். முடியப்பனின் பெயர் முடியப்பு கொன்ஸ்ரன்ரையின். ஆனால் இவன் தகப்பனின் பெயரில் முடியப்பன் என்றே அழைக்கப்பட்டான்.

முன்பு ஒரு நாள் அமுதனிட்ட போனபோது இந்த உரையாடல் எனக்கும் முடியப்பனுக்கும் நடந்தது.

"நீங்கள் எழுதிறனீங்களாம். அமுதன் சொல்லுறான். உண்மையோ?" முடியப்பன் கேட்டான்.

"சும்மா இரண்டொரு கவிதைகள் எழுதியிருக்கிறன்."

"நீங்கள் எந்த யூனிவேசிற்றியில படிச்சனீங்கள்?"

"நான் ஒடினறி லெவல்தான் படிச்சனான்."

"நான் நினைச்சன் பி.எஸ்.சி, எம்.எஸ்.சி படிச்சாள் எண்டு." நக்கலாய்ச் சொன்னான்.

அங்கிருந்த மற்றவர்கள் எல்லோரும் என்னை ஒரு மாதிரிப் பார்த்தார்கள். எனக்குக் கொஞ்சக் கோபம் வந்தது.

"முடியப்பு, நீங்கள் என்ன படிச்சனீங்கள்?"

"அதையேன் கேக்கிறியள். உந்தத் தரப்படுத்தல் கோதாரியாலை மெடிசின் கிடைக்கல்லை. யூனிவேசிற்றியும் மயிரும் எண்டிட்டு ஊரை விட்டு வெளிக்கிட்டிட்டன்."

பக்கத்திலை இருந்த அவருடைய ஊர்ப் பெடியன் என்ரை காதுக்கை "இவர் ஊரில றோமன் கத்தோலிக்கப் பாடசாலையிலை ஒன்பதாம் வகுப்பைத் தாண்டேல்ல . . . உங்களுக்கு விடுகிறான் வண்டில்" என இரகசியமாய்ச் சொன்னான்.

இவனைப் பற்றி அமுதனும் கதைகதையாய்ச் சொல்லுவான். சமையலுக்குப் பஞ்சிப்பட்டுக் காலையிலை வெளிக்கிட்டுப் போய்ப் பின்னேரம்தான் வருவானாம். "எங்கையடா ஒவ்வொரு

நாளும் போறாய்?" என்று கேட்டால் தான் 'கோர்ஸ்' படிப்பதாகச் சொல்லியிருக்கிறான்.

ஒருநாள் இது வெளிச்சத்துக்கு வந்தது. கொஞ்சம் விபரம் தெரிந்த ஒருத்தன் "முடியப்பு, நீ என்ன கோர்ஸ் படிக்கிறாய்?" என்று கேட்டான். "கோர்ஸ் எண்டால் என்னெண்டு தெரியாதோ? கோர்ஸ் என்றால் கோர்ஸ்தான்" என்றிருக்கிறான். "இல்லை தம்பி என்ன கோர்ஸ்" என்று கேட்டபோது முழுசத் தொடங்கிவிட்டான்.

"முடியப்பு! பிரெஞ்சு மொழி படிச்சுப் பாஸ் பண்ணின பிறகு அவையவைக்கு என்ன தொழிலிலை திறமையிருக்கோ அதைப் படிப்பிப்பாங்கள். நீ மொழியே படிக்கப் போகாமல் மெத்ரோ வழியே சுத்திப்போட்டுக் கோர்ஸ் கோர்ஸ் என்று சொல்லித் திரியாதை" என விபரம் தெரிஞ்சவன் சத்தமிட்டான்.

முடியப்பு அதன் பிறகு கோர்ஸ் கதையே கதைக்கிறது இல்லை.

அதைவிட ஊத்தை விளையாட்டுக்குப் போய்க் காசில்லாமல் விசா கொப்பியை அடைவு வைச்சு, பிறகு போய் அதை மீட்டு வந்தவராம்.

என்னைக் கண்டால் அவருக்குப் பிடிக்காது. ஆனால் இண்டைக்கு என்னைச் சந்தோசமாய் வரவேற்றார்.

"எப்படியிருக்கிறீங்கள். நீங்கள் எங்களோடையெல்லாம் பெரிசாக் கதைக்க மாட்டியள். அமுதனோடைதான் சந்தோசம் கொண்டாடுவியள்."

நான் சும்மா இளித்தேன்.

"நாங்களெல்லாம் ஒரே ஆக்கள். நீங்கள் எங்களோடை யெல்லோ ஒட்டவேணும். அமுதன் பிறத்தியான். எங்கையோ கிடந்த மலை நாட்டான்."

எனக்குக் கொஞ்சம் சினமாய் இருந்தது.

"இஞ்சை பாருங்கோ முடியப்பு. உங்களுக்கு அவர்மீது எரிச்சலாய்க் கிடக்கு. ஆளான ஆக்கள் எல்லாம் மனுசிமாரை எடுக்க முடியாமல் திண்டாடிக்கொண்டிருக்க, அமுதன் துணிஞ்சிட்டான் எண்டு."

என்ரை கதையைக் கேளாமல் அவர் தொடர்ந்தார், "அமுதனைப் பெரிசாய் நம்பாதையுங்கோ. காசுகள் மாறிக் கொடுத்தீங்கள் எண்டால் பிறகு கஸ்ரப்படுவீங்கள். நாங்கள் ஒண்டுக்கை ஒண்டு. உங்கடை நன்மைக்குத்தான் சொல்லுறன். வந்து மூண்டு வருசம்கூட ஆகல்லை. மனுசியைக் கூப்பிடப்

போறாராம். றூம் எடுக்கவே எவ்வளவு காசு முடியும். உங்களுக்குத் தெரியும்தானே?"

"அவர் நல்லாய் வேலை செய்யக்கூடியவர். வேலை செய்யிற இடத்திலும் பெரிய மதிப்பு, சிலவேளை அவற்ரை பத்திறோனே அவற்ர வேலைத் திறமையைப் பார்த்துக் கொஞ்சப் பணமும் மாறிக் கொடுத்திருக்கலாமெல்லோ..."

"ஓம்! ஓம்! காட்டுப் பெடியங்கள் நல்லாய் வேலை செய்வாங்கள்தானே! எங்களைப்போல ஆக்களுக்கு அவங்களை மாதிரி வேலை செய்ய ஏலாது. பந்தமும் பிடிக்கேலாது."

"ஏன் இப்படிக் கதைக்கிறீங்கள்? அவர் உங்கடை சொந்தக்காறர் எல்லோ?"

"அவன் எனக்குச் சொந்தமோ? நல்ல கதை. அவன்ரை மனுசிதான் எனக்கு மச்சாள் முறை. இவன் எங்கடை ஊருக்கு வந்தது எழுபத்தியேழு கலவரத்தோடை. அதுவேற ஒரு கதை. அதை விடுங்கோ."

"இவன்ரை மனுசி முந்தி ஒரு பெடியனைக் காதலிச்சவள். அவன் ஏமாத்திப் போட்டான். அது கன விசயங்கள். ஊரிலை ஆரும் அவளைக் கட்ட இல்லை எண்டவுடன இவனுக்குப் பிடிச்சுக் கட்டிவைச்சவை."

கொஞ்சம் யோசிச்சுப்போட்டுச் சொன்னான் "ஐயோ இதை நான் சொன்னது எண்டு யாருக்கும் சொல்லிப் போடாதேயுங்கோ. எங்களுக்கேன் தேவையில்லாத பிரச்சினை!"

அவன் போட்ட தேத்தண்ணியையும் குடிக்காமல் எனக்கு வேறு அவசர அலுவல் இருக்கென்று உடனேயே வெளிக்கிட்டு விட்டேன்.

ஏன்ரா இவனோடை கதைச்சன் எண்டு மனம் அரியண்டமா யிருந்தது. அமுதன் என் மனதுக்குப் பிடிச்ச மிக நெருங்கிய நண்பன். "குடும்பத்தைக் கூப்பிடப்போறேன்" என்று அமுதன் சொன்னபோதே "இப்ப ஏன் அந்தரப்படுறீங்கள். குடும்பமாய் பாரிசிலை செற்றில் ஆகிறது சரியான கஸ்ரமாயெல்லோ இருக்கும்" என்றேன்.

"என்ன கஸ்ரம்? யாழ்ப்பாணத்தில நான் செற்றில் ஆகிறதுக்குப் பட்ட கஸ்ரத்தை விடவா? உலகத்திலை எங்கையும் போய் இருக்கலாம். ஆனால் யாழ்ப்பாணக் கிராமமொண்டில பிறத்தியான் ஒருவன் குடியேற முடியுமா? எனக்கு நம்பிக்கையிருக்கு. பாரிஸ் என்னைக் கைவிடாதெண்டு. எல்லாவற்றையும்விட என்ரை மகளை விட்டிட்டு இனியும் என்னாலை இருக்க

முடியாது. என்னைக் கூப்பிட்டுக் கொண்டேயிருக்கிறாளாம். நான் அவளை விட்டிட்டு வரும்போது அவளுக்கு ஒரு வயசும் ஆகேல்லை. போட்டு வாறேன் எண்டு சொல்லிக் கொஞ்சும் போது கெக்கட்டமிட்டுச் சிரிச்சாள். அப்பா தனக்கு ஏதும் விளையாட்டுச் சாமான் வேண்ட ரவுணுக்குப் போய் இருப்பார் என நினைத்திருப்பா. இல்லாவிட்டா உதிலை நிண்டவன் எங்கை போய் ஒளித்துவிட்டான் எண்டு நினைச்சாளோ" என்று கவலையோடு பழைய கதைகளைக் கதைக்கத் தொடங்கினார்.

அன்று இரவு நான் படுக்க என்று வெளிக்கிட, அமுதன் ரெலிபோனில் அழைத்தார்.

"என்ன வீட்டை வந்தனீங்களாம். நீங்கள் போய் கொஞ்ச நேரத்தாலை வந்திட்டன். கொஞ்சம் நேரம் நிண்டிருக்கலா மெல்லோ?"

எனக்குக் கதைக்கிற மூட் இல்லை. "உங்களைக் காணேல்லை. திரும்பி வந்திட்டன். நாளைக்குக் கதைப்பம்" எனத் தொலைபேசியை வைக்க வெளிக்கிட்டன். அவர் என்னை விடுகிற மாதிரியில்லை. "ஏன் சோர்ந்த மாதிரி கதைக்கிறியள்?" என்றார்.

அவர் புரிந்துகொண்டார். "நீங்கள் வரேக்க றூமிலை முடியப்பன் நிண்டவனோ?"

"ஓம்."

"அப்ப ஏதாவது கதை சொல்லியிருப்பானே."

"இல்லை இல்லை. அவனோடை கனக்கக் கதைக்கல்லை. நீங்கள் இல்லையெண்டவுடன் வெளிக்கிட்டு விட்டன்."

"பொய் சொல்லாதேயுங்கோ! ஒரு பிழையான பெட்டையத்தான் அமுதனுக்குக் கட்டி வைச்சவங்கள்..."

"அமுதன், கதையை நிப்பாட்டுங்கோ! எனக்கொண்டும் அவன் சொல்லல்லை" எனச் சத்தமாய்ச் சொன்னேன்.

"இல்லை இல்லை! உங்களுக்குக் கட்டாயம் சொல்லி யிருப்பான். என்ரை மனைவி வரப்போறா எண்டவுடன் ஊரெல்லாம் இப்படிக் கதைச்சுக்கொண்டு திரியிறான். உங்களுக்கும் சொல்லச் சந்தர்ப்பம் அவனுக்கு இண்டைக்கு அருமையாய் வாய்ச்சிருக்கு!"

"மனைவி பிள்ளை வாற நேரம் தேவையில்லாத கதைகளை விட்டுட்டு உங்கடை அலுவல்களைச் செய்யுங்கோ."

"ஓம். எனக்கும் இப்ப இதைப்பற்றிக் கதைக்க நேரம் இல்லைதான். ஒரு நேரம் வரும். அப்ப உங்களைக் கூப்பிடுவேன்.

நீங்கள் கட்டாயம் வர வேணும்" என்று சொல்லி ரெலிபோனை வைத்தார்.

நானும் இவற்றையெல்லாம் மறந்துவிட்டேன். வேறு அலுவல் களில் கவனம் போயிற்று. இது நடந்து இரண்டு மூன்று மாதத்திற்குப் பிறகு அமுதன் தொலைபேசியில், தன்னுடைய மனைவியும் பிள்ளையும் வந்துவிட்டார்கள் என்று சந்தோசமாய்ச் சொன்னார். அவர்கள் எல்லோருமாகத் தங்குவதற்குப் புதிய அறையொன்றை வாடகைக்கு எடுத்த விடயத்தையும் சொன்னார். சனிக்கிழமை தன்ரை வீட்டிலை பார்ட்டி, கட்டாயம் வரும்படியும் அழைத்திருந்தார்.

சனிக்கிழமை அங்குப் போனேன். நிறைய சொந்தக்காரர்களும் நண்பர்களும் வந்திருந்தார்கள். அமுதன் என்னிலை எவ்வளவு அன்பும் மதிப்பும் வைத்திருக்கிறார் என்பதை அவர் தன் மனைவிக்கு அறிமுகப்படுத்தும்போது உணர்ந்தேன். அவர் மகள் அவர் தோளிலேயே தொங்கிக்கொண்டு நின்றாள். "இவளை இறக்கி விடுகிறது என்றால் ரஜினிகாந்தின்ரை படம் போட வேணும்" என்று சொல்லிச் சிரித்தார்.

அமுதன் இப்படி மகிழ்ச்சியாய் இருந்ததை முன்பு நான் பார்க்கவில்லை.

இரண்டு கிழமைக்குப் பிறகு ஒரு செவ்வாய்க்கிழமை அமுதன் மாலை ஐந்து மணிக்கு வைற் சேர்ச்சடிக்கு வரும்படி கட்டாயமாய் அழைத்தார். 'இதில் ஏதோ சூது இருக்கிறது' என்று உணர்ந்து "நேரம் இல்லை. மனுசி பிள்ளைக்கு வைற் சேர்ச்சைக் காட்டுவதற்கு நான் எதற்கு?" எனக் கடத்தப் பார்த்தேன்.

"நீங்கள் என்ரை உண்மையான நண்பன் என்றால் வைற் சேர்ச் வாசலடியில் உங்களைக் கட்டாயம் பார்ப்பேன்" என்று சொல்லி ரெலிபோனை வைத்துவிட்டார்.

சரியா ஐந்து மணிக்கு வைற் சேர்ச் வாசலில் நின்றேன். என்னைப் போல் அமுதனின் இரண்டொரு நண்பர்களும் நின்றிருந்தார்கள். எனக்கு என்னவென்று விளங்கவில்லை. கொஞ்ச நேரத்தால் அமுதனும் மனைவியும் குழந்தையும் வந்தார்கள். என்ன விடயம் என்று கேட்க, "செவ்வாய்க் கிழமைகளில் ஐந்து, ஐந்தரைக்கு முடியப்பு இந்தக் கோவிலுக்கு வாறவன். அவனைத்தான் பார்க்கிறோம்" என்றார்.

அப்போது முடியப்பு படியில் ஏறிக்கொண்டு வாறது தெரிந்தது. அமுதன் "முடியப்பு முடியப்பு" என அழைத்தார்.

அவன் கொஞ்சம் தயங்கித்தயங்கி வந்தான். முடியப்பு வந்தவுடன் அமுதன் "எல்லாருக்கும் நீ சொல்லித் திரிஞ்ச கதையை இப்பச் சொல்லு" என்று சொல்லித் தன்னுடைய மனுசியைக் காட்டி "இவள் உன்ரை மச்சாள்தானே. பயப்படாமல் சொல்லு" என்றார்.

"என்னத்தையடா ?" முடியப்பன் கேட்டான்.

அமுதன் திரும்பவும் சொன்னார் "நீ எல்லாருக்கும் சொன்னதைத்தான்."

"டேய், என்னைப்பற்றிச் சொல்லேக்கை உன்ரை கொக்காளைப் பற்றியும் சொல்லடா" என அமுதனின் மனைவி கோபத்தோடு சொல்ல,"பொத்தடி வாயை" என்றான் முடியப்பன். அமுதன் ஓடிப்போய் அவன்ரை கன்னத்திலை ஒன்றுவிட்டான். நாங்கள் ஓடிப்போய் அமுதனைப் பிடித்து இழுத்துக்கொண்டு வர, "எனக்கோடா அடிச்சனி ... காட்டு வே ... மேனே" என முடியப்பன் கத்தினான். அமுதன் பெண்சாதி ஓடிப்போய் முடியப்பனின் தலையைப் பிடித்துக்கொண்டு அவன் குளறக்குளற கொடுத்தாளே அடி. சனம் கூடிவிட்டது. யாரும் பொலிசுக்கு அறிவித்தால் பெரிய பிரச்சனையாப் போய்விடும் என நினைத்து அமுதனை இழுத்துப் படிகளால் இறக்கி மலையடிவாரத்திற்கு வந்தோம். அமுதனின் மனைவியும் பின்னால் வந்து எங்களைப் பார்க்க வெட்கப்பட்டு ஒரு மரத்தோடு சாய்ந்து மற்றப் பக்கமாய் அழுதுகொண்டு நின்றாள்.

இந்த நாடகத்தின் உச்சக்கட்டம் என்னவென்றால் நாங்கள் நின்றிருந்த இடத்தை நோக்கிச் சீப்பாலை தலையைச் சீவியபடி ஒன்றுமே நடக்கவில்லை என்ற பாவனையோடு மறுபடியும் முடியப்பன் வந்தான்.

எனக்கு நெஞ்சு பக்பக் என அடிச்சது. 'இந்த நாய் ஏன் திரும்பவும் வருகுது. திரும்பவும் பெரிய சண்டை தொடங்கப் போகுது' என நினைத்தேன்.

அவன் நிதானமாக அமுதனைப் பார்த்து "அமுதா, இதென்னடா பழக்கம். ஆக்களின்ரை கதையைக் கேட்டுச் சும்மா சண்டையும் அடிபாடும். உதெல்லாத்தையும் விட்டுவிடடா. முந்தியப் போலை நீ விளையாடிக்கொண்டு திரியேலாது. மனுசி பிள்ளை வந்துவிட்டது. நீ ஒழுங்காய் இருக்க வேணும். எப்படியெண்டாலும் நீ எங்கடைப் பெடியன்" என்றான்.

'எப்படியெண்டாலும் நீ எங்கடைப் பெடியன்' என்றதை ஆச்சரியத்தோடு பார்த்துக்கொண்டிருந்தேன்.

பிரெஞ்சுக் காதலும் நேர்மையான அப்பரும்

சின்னக் குகனும் நானும் ஒரு வழியாகக் 'கலரி லவயற்'றுக்குள் அந்தப் படிக்கட்டைக் கண்டுபிடித்தோம். இந்தப் படிக்கட்டில்தான் இருபத்தைந்துவருடங்களுக்குமுன்புநான்புத்தகங்கள் வாசிச்சு, களைப்பாறி ஓய்வெடுத்திருக்கிறேன். இவ்வளவு காலத்துக்குப் பிறகும் அந்தப் படிக்கட்டு அப்படியே இருந்தது.

2015இல் பாரிசுக்குப் போனபோது சின்னக் குகனுடன் நான் முன்பு வேலை செய்த கலரி லவயற்றுக்குப் போனேன். அது பாரிசிலிருக்கும் பெரியதோர் பேரங்காடி. அதற்குள் நான் அந்தக் காலத்தில் வேலைசெய்த 'மொனோப்றி சுப்பர் மார்க்கற்'றைக் கண்டுபிடிக்க முடியவில்லை. சின்னக் குகன் விசாரித்து விசாரித்து அந்த இடத்தைக் கண்டுபிடித்தான். அதிலே வேறையேதோ கடைகள் இருந்தன. இந்தப் படிக்கட்டு மட்டும் இருந்திருக்காவிட்டால் இதுதான் மொனோப்றி சுப்பர் மார்க்கற் இருந்த இடம் என்று என்னால் நம்பமுடியாமல் போயிருக்கும்.

அங்கு நின்றிருந்த செக்கியூறிற்றி காட் பெடியனிடம் இதிலையொரு மொனோப்றி இருந்தது அது எங்கேயெனக் கேட்டேன். தான் மூன்று நான்கு வருடங்களாக இங்கு வேலை செய்வதாகச் சொன்னான். அதற்கு முதலே நீண்டகாலமாகக் கலரி லவயற் தனக்கு நன்கு

பரிச்சயமானது, ஆனால் இங்கொரு மொனோப்றி கடையைத் தான் கேள்விப்பட்டதேயில்லை என்றான். நான் அங்கு வேலை செய்த கதையையும், எண்பதுகளின் ஆரம்பத்தில் மொனோப்றி இதிலைதான் இருந்தது என்ற தகவலையும் கூறினேன். அவன் சிரித்துக்கொண்டு "நான் அப்போது பிறக்கவேயில்லை. இந்த இருபத்தைந்து வருடங்களில் பாரீஸ் எவ்வளவோ மாறிவிட்டது. இப்ப வந்து அதைத் தேடுகிறீர்களே" என்றான். கடந்துபோன காலங்களையும் இன்றைய வயதையும் எண்ண மனதில் சோகம் தொற்றிக்கொண்டது.

இடங்கள் எல்லாம் மாறிவிட்டன, அந்தக் காலத்து மனிதர்கள் யாரும் இப்ப இங்கு இருப்பதற்குச் சாத்தியமில்லை என யோசித்துக்கொண்டு அந்த இடங்களைச் சுற்றிப்பார்த்து விட்டுக் குறுக்குப் பாதையால் மெத்ரோவை நோக்கி நடந்தோம். சனக் கூட்டம் நிறைந்த 'றூ டு ப்ரொவொன்ஸ்'ஐக் *Rue de Provence)* கடக்கும்போதுதான் சின்னக் குகன் செல்வராசாவை நினைவூட்டினான்.

செல்வராசா அதிலை நிண்டுதான் நோட்டீஸ் கொடுக்கிறவன். செல்வராசாவின் நினைவுகள் மனதிலே தோன்றின.

'கடவுளே! நான் செல்வராசாவை மறந்தே விட்டேனே?' அந்தக் காலத்தில் இரண்டு மூன்று வருடங்களாக நான் தினசரி சந்திக்கிற நண்பன் செல்வராசா.

ஒரு மத்தியானம் வேலையிலிருந்து வீட்டைச் சாப்பிடப் போவோம் என்று இந்தக் குறுக்குப் பாதையால் நடந்து வந்தபோது, சனக் கூட்டத்தின் மத்தியில் தீருநீறு பூசிய ஒரு தமிழ்முகம் தனித்துத் தெரிந்தது. ஆள் ஆறடி உயரம் இருக்கும். ஐந்தடி உயரமான ஒரு விளம்பர போர்ட்டை முதுகுப் பக்கமாய் மாட்டிக்கொண்டு அங்கு நடந்து போய்க்கொண்டிருந்தவர்களுக்கு நோட்டீஸ் கொடுத்துக் கொண்டிருந்தான். சிலுவையை முதுகில் தாங்கி, விபூதி பூசிய ஒரு கறுத்த யேசு அங்கும் இங்கும் நடப்பதுபோல் இருந்தது. ஏதோ ஒரு நகைக்கடையின் விளம்பரமாக இருக்க வேண்டும். நான் அவனை உற்றுப்பார்க்க அவன் 'தமிழோ' என்று கேட்டான்.

"ஓம். இப்பிடியும் ஒரு வேலையா?" என்று கேட்டேன்.

"ஓம். என்ன செய்யிறது? றெஸ்ரோறண்ட் வழிய ஆரேன் சாப்பிட்ட பீங்கான் கோப்பைகளைக் கழுவுறதைவிட இது பறவாய் இல்லைதானே. எங்கடை யாழ்ப்பாண பஸ்ராண்டில்

'வைர மாளிகை' எண்டு கத்திக்கொண்டு திரியிற மாதிரி என நினையுங்கோவேன். அவர் கத்துவார். நான் நோட்டீஸ் கொடுக்கிறன்" என்றான்.

அலவாங்கு விழுங்கின மாதிரி நிமிர்ந்த மெல்லிய உடம்பு. சிரித்தபடியிருக்கும் அகன்ற முகம். நெத்தியில் கோடாகத் திருநீறு. ஒன்றுக்குமே அஞ்சா அலட்சிய உடல்மொழி. அவனை எனக்குப் பிடித்துக்கொண்டது.

அவனும் என்னைப் பற்றி விசாரித்தான். "எங்க வேலை செய்யிறியள்?" எனக் கேட்டு, "ஓ! பக்கத்திலை" என மகிழ்ந்து, தன்ரை பிரேக்குக்கு அங்கு வருவதாகச் சொன்னான்.

சொன்னபடி அன்று மாலையே என்னை வந்து பார்த்தான். நான் சுப்பர் மார்க்கெற்றில் குளிர்பானங்களைக் கலந்து கொடுக்கும் தானியங்கி இயந்திரங்களுடன் வேலை செய்து கொண்டிருந்தேன். குளிர்பானங்களைக் கலந்து, அது முடிய முடிய மிசினுக்குள்ளை விட்டு, மிகுதி நேரத்திலை படியிலைக் குந்தியிருந்து 'வாய் பாக்கிற' என்னுடைய வேலையைப் பார்த்து ஆச்சரியப்பட்டான். "நீங்கள் நல்லாய்ப் பிரெஞ்சு பேசுவீங்கள் போலக் கிடக்கு, அதுதான் இப்படி நல்ல வேலை கிடைச்சிருக்கு" என்றான். எனக்குப் பிரெஞ்சு தெரியாது என்பதை அவன் நம்பவில்லை.

இப்படித்தான் எனக்கும் செல்வராசாவுக்குமான நட்பு ஆரம்பமானது.

"அண்ணை! எங்கட அப்பர் ஒரு நேர்மையான மனுசன், எங்கட குடும்பம் ஒருத்தருக்கும் தீமை நினையாத குடும்பம்." இதை அடிக்கடி சொல்லுவான். இதை ஏன் சம்பந்தமில்லாத இடங்களில் சொல்லுகிறான் என்று நான் யோசிப்பதுண்டு.

தான் கொழும்புத்துறையைச் சேர்ந்தவன் என்றும் தங்கடை குடும்பம் வசதியான குடும்பம் என்றும் சொன்னான். தான் ஒரு இயக்கப் பெடியனுக்கு அடித்துவிட்டதாகவும், அவங்கள் கொல்லத் திரிய அப்பர் ஒரு காணியை வித்து இங்கு அனுப்பியதாகவும் சொன்னான்.

அவனுடைய பெரியம்மாவுக்கும் சின்னம்மாவுக்கும் ஒரு பங்குக் கிணறு இருந்ததாம். குளிக்கிற தண்ணி ஆற்றை வளவு வாழைக்குப் போகவேணும் எண்டதில இரண்டு குடும்பத்திற்கும் சண்டை. சின்னம்மாவின்ரை புருசன் லூசுத்தனமாய் ஒரு வேலை செய்தாராம். இரண்டு மூன்று இயக்கக்காரப் பெடியளைக் கூட்டிக் கொண்டுவந்துவிட்டாராம். அவங்கள் பெரியம்மாவின்ரை மகன் இருக்கிற இயக்கத்திற்கு எதிரான இயக்கத்திலை இருக்கிற பெடியள்.

எழுதித் தீராப் பக்கங்கள்

அவங்களும் செல்வராசாவைப் போலை சின்னப் பெடியங்கள். இரண்டு மூன்று நாட்கள் தொடர்ந்து வந்து, ஏதோ ஞாயங்கள் கதைச்சுக்கொண்டு நிண்டாங்களாம்.

செல்வராசாவுக்கு இதிலை ஒரு சம்பந்தமும் இல்லை. ஒண்டு பெரியம்மா மற்றது சின்னம்மா.

"அண்ணை! நாங்கள் ஆற்றைப் பக்கம் நிப்பது? ஏதோ பட்டிழுத்துப் பார்க்கட்டும் எண்டு எங்கடை குடும்பம் மௌனமா இருந்தது. இயக்கம் ஒருநாள் விளங்கிக்கொண்டு நிக்கேக்கை பெரியம்மா ஏதோ வாய் காட்டினா. அப்ப நான் பல்லுத் தீட்டிக்கொண்டு இதையெல்லாம் கடைக்கண்ணால் பார்த்துக்கொண்டு நிண்டன். ஒரு இயக்கக்காரன் பெரியம்மாவைப் பாத்து 'உன்ரை மகனைப் பற்றிக் கேள்விப்பட்டிருக்கிறம். எங்கயடி அவன் இப்ப?' என உறுக்கினபடி கேட்டான். பெரியம்மா தெரியேல்லை எண்டா. அவன் மறுபடியும் 'உன்ரை மோன் எங்கையெண்டு உனக்குத் தெரியாதோடி' எண்டான்."

"பெரியம்மாவுக்கு வந்ததே கோபம். 'அவனை ஏன் என்னட்டைக் கேட்கிறாய்? இப்ப உன்ரை கொம்மாவட்டைப் போய் நீ எங்கையெண்டு கேட்டால் அவள் பதில் சொல்லுவாளே? ஆக்களும் அவையின்ரை சைசுகளும் . . . வெளிங்கிடுங்கோடா வளவுக்குள்ளாலை' எனக் கத்தினா. அந்தக் கிளக்காலி பெரியம்மாவுக்கு முதுகைப் பொத்தியடிச்சான். நான் பல்லுத் தீட்டிப்போட்டுக் குளிக்க வெளிக்கிட்டனான், பதைச்சுப் போனன். ஓடிப்போய் அவனுக்கு மாறிமாறி விட்டன். சுழண்டு விழுந்தான். மற்றவனையும் கலைச்சு அடிச்சன். ஓடத் தொடங்கி விட்டாங்கள். அவையின்ரை துவக்கும் மயிரும்.

"எனக்குத் தெரியும் திரும்பி வருவாங்கள் எண்டு தலையைத் துடைச்சுப்போட்டு சேட்டையும் சாறத்தையும் மாத்திக்கொண்டு நிக்க, தங்கச்சி 'ஓடுங்கோ அண்ணை! அவங்கள் துவக்கோடை வாறாங்கள்!' எண்டு குளறினாள். பின்வளவு வேலியைப் பாஞ்சு ஓடத் தொடங்கினன். நீங்கள் நம்பமாட்டீங்கள் . . . துண்டியைத் தாண்டி ஓடினேன். அவங்களும் விட்டுக் கலைச்சுக்கொண்டு வந்தாங்கள். துண்டியிலைதான் யாழ்ப்பாண நகரவாசிகளின் நரகல்களைக் கொண்டுவந்து கொட்டுவாங்கள்; அந்த இடத்தாலை ஓடேக்க வரம்பு சறுக்கி நரகலுக்குள்ளை விழுந்தும் திருப்பி எழும்பி ஓடிக்கொண்டிருந்தன்.

"திடீரெண்டு 'ங்ங்ங . . .' எண்டு ஒரு சத்தம் பின்னாலை கேட்டுது. நேவி ஜீப்பின்ரை சத்தம், திரும்பிப் பார்க்கவும் பயமாக் கிடந்தது. இயக்ககாறர்தானே கலைச்சவங்கள், எப்படி நேவி ஜீப் வருகுது எண்டு ஒருகணம் நிண்டு திரும்பிப் பார்த்தன்.

அது இலையான்கள். தங்கடை ஆகாரத்தை நான் குழப்பியதால கோபமாகி என்னைக் கலைக்கத் தொடங்கியிருக்கலாம். கலைச்ச இயக்கக்காரங்கள் எப்பவோ பாதை மாறிப் போயிருந்தாங்கள்.

“அங்கையிருந்து நடந்துபோய் கொய்யாத் தோட்டத்திலை ஒரு தெரிஞ்சாக்கள் வீட்டில குளிச்சு உடுப்பு மாத்தி அப்பருக்கு ஆள் அனுப்பினன். அப்பரும் அண்ணையுமாய் வந்தாங்கள். என்னைக் கொல்லுறதுக்காக அவங்கள் சந்தியிலை நிக்கிறாங்கள் எண்டு அண்ணை சொன்னான். அப்பர் இரவோடு இரவாக ஒரு கார் பிடிச்சுக் கிளிநொச்சிக்குக் கூட்டிவந்தார். அங்கிருந்து கொழும்பு வந்து இரண்டு மாதத்திற்குள்ளை பாரிசுக்கு வந்து சேர்ந்தன்.”

எங்கள் நட்பு நல்லமாதிரிப் போய்கொண்டிருந்தது. அவன் என்ரை இடத்துக்கு வந்து தன்ரை போர்ட்டைக் கழட்டி வைச்சுப்போட்டு ஆறுவதும், அவன் வேலை செய்துகொண்டு நிக்கேக்கை நான் போய் அவனோடு கதைத்துக்கொண்டிருப்பதும், இரண்டுபேரும் சேர்ந்துபோய்க் கோப்பி குடிப்பதும் வழமையாய்ப் போனது.

செல்வராசா ஒரு நாள் மத்தியானம் என்னிடம் வந்து தனக்கு ஒரு உதவி செய்யும்படி கேட்டான். தான் ஒரு பெட்டையைக் கூட்டிக்கொண்டு வாறன். அவளோடு கதைப்பதற்கு நீங்கள் மொழிபெயர்க்க வேணும் என்றான். என்னத்தையென்று கேட்டேன். “அண்ணை! எங்கட அப்பர் ஒரு நேர்மையான மனுசன். எங்கட குடும்பம் ஒருத்தருக்கும் தீமை நினையாத குடும்பம். எங்கடை அம்மா கிழமையிலை நாலு நாள் விரதம் இருப்பா.”

“இப்ப அதுக்கென்னடாப்பா?”

“அண்ணை! அந்தப் பெட்டை என்னை விரும்புறாள்.”

“அது நல்ல விடயம்தானே. ஏன், உனக்கு விருப்பம் இல்லையோ?”

“விருப்பம்தான். ஆனால் எனக்கு அவளைக் கலியாணம் செய்யிற ஐடியா இல்லை. கொஞ்சநாளைக்கு இருக்கலாம். அவள் தன்ரை றூமுக்கு என்னை வரச்சொல்லுறாள். நான் அதுக்கு முதல் நேர்மையாய் ‘நான் உன்னைக் கலியாணம் முடிக்கமாட்டன்’ எண்டு சொல்ல வேணும். அவளை நான் இங்குக் கூட்டிக்கொண்டு வாறன். நீங்கள் அவளுக்கு விளங்கப்படுத்த வேணும்.”

“ஏன் நீ சொல்லன்.”

"நான் சொல்லிப்பாத்தன். அது அவளுக்கு விளங்கிச்சுதோ தெரியல்லை. எல்லாத்துக்கும் தலையாட்டுறாள்."

"எனக்கு அந்தளவுக்குப் பிரெஞ்சு தெரியும் எண்டு நினைக்கிறியோ…"

"இல்லை! ஆனால் என்னைவிட உங்களுக்குத் தெரியும். அதைவிடக் கொஞ்சம் இங்கிலிசாலும் நீங்கள் சொல்லிப் பார்க்கலாம்."

"ஆர் அந்தப் பெண்?"

"நான் விளம்பரம் செய்யுற கடையில நிண்டு நகைகள் விக்கிறவள்" என்றான்.

எனக்கும் அந்தப் பெண்ணைப் பார்க்க ஆசை வந்தது. "ஐந்து மணிக்குப் பிறகு கூட்டிக்கொண்டு வா" என்றேன்.

ஐந்து மணிபோலை அவனும் அந்தப் பெண்ணும் வந்தார்கள். மாற்றினீக் அல்லது ற்றீனிடாட் பெண்ணாய் இருக்க வேண்டும். உயர்ந்த தோற்றமும் சிறுத்த இடையும் விம்மிய மார்புமாய் கச்சிதமாய் இருந்தாள். மினுங்கும் கறுப்பு அவளுக்குப் பேரழகைக் கொடுத்தது. என் மனம் கேடுகெட்ட விதமாய் வேலை செய்தது. இந்த விசர்ப் பெடியனுக்கு அடிச்ச லக்கைப் பாரன். பொறாமைத் தீ என்னில் எரிந்தது.

அவள் எனக்குச் சவா சொல்லிச் சிரித்துக்கொண்டு படபடவெனப் பேசத் தொடங்கினாள். 'அத்தோந்' 'அத்தோந்' என்று சொல்லி மெதுவாகக் கதைத்தால் எனக்குக் கொஞ்சமாவது விளங்கும் என்றேன். அவள் என்ரை பிரெஞ்சைக் கேட்டுச் சோர்ந்து போனாள். அவள் எதிர்பார்த்து வந்தது பெரியதோர் மொழிபெயர்ப்பாளரை. ஆனால் இங்க ஒரு சேங்கு இன்னொரு சேங்கட்டைக் கூட்டிக்கொண்டு வந்திருக்கு.

"ஏன் என்னைப் பிடிக்கல்லையோ எண்டு கேளுங்கோ" என எனக்கு விளங்கக்கூடிய முறையில் கேட்டாள்.

"அவர் என்னுடன் முதலிலேயே உங்களைப்பற்றிக் கதைத்தவர். உங்களில் அவருக்கு விருப்பம்தான். ஆனால் கல்யாணம் முடிக்கமாட்டாராம்."

அவளுக்கு நான் சொன்னது பெரிதாகப் புரியவில்லை. 'கல்யாணம் என்றால் என்ன' என்ற மாதிரிக் கேட்டாள். நான் எனக்குத் தெரிந்த பிரெஞ்சிலும் ஆங்கிலத்திலும் விடயத்தை விளங்கப்படுத்தினேன்.

"அவரை நான் கல்யாணம் முடிக்கச் சொல்லிக் கேட்டனானோ?" என்றாள்.

செல்வராசா மௌனமாக எங்கடை கதைகளைக் கேட்டுக் கொண்டிருந்தான். "புறோ" என்று அவள் என்னைக் கூப்பிட எனக்குச் 'சீ'யெண்டு போச்சு.

"இதற்கு முதலும் எனக்கு இரண்டு மூண்டு கொப்பன்மார் இருந்தவை" என்றாள்.

"ஒரு கொப்பன் மூலம் ஒரு பெண் குழந்தையும் எனக்கு இருக்கு. எனக்கு இவரை நல்லாய்ப் பிடிக்குது. ஹான்ட்சமான ஆளல்லோ. அதைவிட மிக அன்பானவர். எங்கடை முதலாளிக்கு இவரை நல்லாய்ப் பிடிக்கும். 'வாழ்க்கையிலே பெண்சுகமே என்னென்று தெரியாதவன்' எண்டுசொல்லி முதலாளி சிரிப்பார்." அவள் பம்பலாய் கதைக்கத் தொடங்கிவிட்டாள்.

அவன் பூசியிருக்கும் திருநீறைக் காட்டி, "இந்த மேக்கப் எனக்கு நல்லாய்ப் பிடிக்கும். நாளைக்கு எனக்கும் கொஞ்சம் கொண்டுவந்து தரும்படி சொல்லுங்கோ" என்று பேசிக் கொண்டேயிருந்தாள்.

செல்வராசாவிடம், அவளுக்கு நண்பர்கள் இருந்த கதையையோ குழந்தை இருக்கின்ற கதையையோ சொல்லாமல், "அவள் நல்ல பெண் போல் இருக்கிறாள். உன்னைச் சரியாய் விரும்புறாள். கல்யாணம் எண்ட கதையை அவள் எடுக்கவேயில்லை. உன்னை ஒரு போய் பிரண்டாய் வைத்திருக்க விரும்புறாள்" என்றேன். அவளும் "நோ மரேஜ் நோ மரேஜ்" என்று சொல்லிச் சிரிச்சுக்கொண்டு நின்றாள்.

கொஞ்சம் தள்ளி அங்கினேக்கை பாசிமணியள் வித்துக் கொண்டு நிற்கிற எனக்குத் தெரிந்த ஒரு வங்காளி ஓடிவந்து செல்வராசாவின்ரை கையைப்பிடிச்சு "வெரிகுட் வெரிகுட் அருமையான சரக்கு" எனச் சொல்லி "டப்பெண்டு ஒரு மேரியிலை (கச்சேரி) போய் றெஜிஸ்ரர் பண்ணினாய் என்றால் மூன்று மாதத்திலை நைசனாலிற்றிக் கிடைக்கும். பேப்பர் கிடைச்சவுடன் உவளைக் காய் வெட்டிப்போட்டு ஊரிலை போய் நல்ல இந்துப் பிள்ளையாய்ப் பார்த்துக் கல்யாணம் முடிச்சுக்கொண்டு வா" என ஆங்கிலத்தில் அட்வைஸ் பண்ணினான்.

"அண்ணை, இந்த வங்காளியின்ரை மூஞ்சியை உடைக்கட்டோ" என செல்வராசா உணர்ச்சிவசப்பட்டான்.

"நாங்கள் பேர்சனலாய் கதைக்கிறோம், நீ அங்காலை போ" என்று அவனைக் கலைச்சுப்போட்டு "நீ கலியாணம் முடிக்கத்

தேவையில்லை. இரண்டு பேரும் விரும்புமட்டும் நண்பர்களாக இருக்கலாம்" என்றேன்.

அடுத்த ஞாயிறு மாலை அவள் றூமுக்கு இவர் போவதாயும் ஒரு நாளைக்கு நாங்கள் மூவரும் ஒரு றெஸ்ரோறன்றில் போய் சாப்பிடுவதாகவும் ஒப்பந்தம் நிறைவேறியது.

அந்த ஞாயிறு போய் திங்கட்கிழமையும் வந்தது. செல்வராசாவைக் காணவில்லை.

செவ்வாய்க்கிழமை செல்வராசா என்னிடம் வந்தான். "ஞாயிற்றுக்கிழமை எப்படிப் போச்சுது?" எனச் சிரிச்சுக்கொண்டே கேட்டேன். அவன் மூஞ்சியை நீட்டிக்கொண்டு நின்றான்.

தான் போனானாம். "அது றூம் இல்லை, ஒரு வீடு" என்றான்.

"அதுக்கு உனக்கென்ன! பேந்தென்ன நடந்தது?"

"அவளுக்கு ஒரு தாய் இருக்கிறா."

"ஏன் தாயிருக்கப்படாதோ?"

"அவளுக்கொரு குழந்தையும் இருக்கு. எல்லோரையும் அறிமுகப்படுத்தினாள். எனக்கு மூட் மாறிப்போச்சு. கொண்டு போன வைன் போத்தலையும் கொடுக்காமல் உடனே திரும்பிட்டன்."

நாங்கள் எல்லாத்திலையும் சுத்தபத்தம் பாப்பமெல்லோ!

❖

பொன்மகள் வந்தாள்

அன்ரன் இரண்டு மூன்று நாட்களாக ஒரு தொலைபேசி அழைப்புக்காகக் காத்திருந்தான். அந்த அழைப்பு விடியப்புறம் ஏழு மணிக்கு வந்தது. கொழும்பிலிருந்து அன்ரனின் அம்மா பேசினா.

நீண்ட நாட்களாக அவன் வீட்டுக்குக் கடிதமும் எழுதவில்லை, பணமும் அனுப்பவில்லை. விரைவில் கொழும்புக்கு வந்து தொலைபேசியில் பேசுவதாக அவனின் அம்மா கடிதம் எழுதியிருந்தா. அந்தக் கடிதம் கண்ட பிறகு அன்ரன் படுக்கப் போகமுதல் ரெலிபோனை எடுத்துத் தன் தலைமாட்டில் வைத்து விட்டுத்தான் படுப்பான். ரெலிபோன் வந்தபோது எழும்பப் பஞ்சியில் ஸ்பீக்கரைப் போட்டுக் கதைத்துக்கொண்டிருந்தான். நானும் அரைத் தூக்கத்தில் அந்த உரையாடலைக் கேட்டுக்கொண்டிருந்தேன். நான் மாத்திரமில்லை றூமில் படுத்துக் கிடந்த அனைவரும் கேட்டுக் கொண்டிருந்தனர். வழமையான சுக விசாரிப்புக்கள், நாட்டு நிலைமைகள் பற்றிய பேச்சுக்கள் முடிய பணப் பிரச்சனை தொடங்கியது. நித்திரை முறியாத குரலில் அன்ரன் ஏதோ சாக்குப்போக்குகள் சொல்லிக்கொண்டிருந்தான்.

"உனக்குப் பிறகு போன துரையன், ராசாவின்ரை பத்துப் பரப்புப் பனம் வளவை வேண்டிப்போட்டான். கெதியிலை வீடு கட்டப் போறானாம். மனுவலின்ர வின்சனுக்குப் பேப்பர் கிடைச்சிட்டுதாம். இந்தியாவுக்குப் பொம்பிளையை எடுத்து அங்க கல்யாணம் நடக்கப்போகுதாம். நீ

என்னடா செய்யிறாய்? போன கடனே இன்னும் கொடுத்து முடிக்கேல்லை" எண்டு மனுசி கத்திக்கொண்டிருந்தது.

"அம்மா, நீ கனக்கக் கதைச்சியெண்டால் இஞ்சையிருந்து இந்தியாவுக்கு இயக்கத்தில சேருறதுக்காகப் பெடியள் போறாங்கள். நானும் அப்பிடிப் போயிடுவன்." அன்ரன் வெருட்டினான்.

தாய் கொஞ்சம் அடங்கினா. "தம்பி ராசா" குரல் மாறியது. "உன்ர நன்மைக்குத்தான் சொல்லுறன். கெதியா உழைச்சுப் பிழைச்சுக் கடனை முடிச்சு, ஒரு கல்யாணத்தை முடி" என்றா. இப்பிடிப் போய்க்கொண்டிருந்த உரையாடல் திடீரென்று வேறுதிசையில் திரும்பியது.

"உனக்குத் தெரியுமோ? செல்லத்தம்பற்ர பெட்டையும் பிரான்சுக்குப் போறதுக்கெண்டு வெளிக்கிட்டிட்டாளாம். இத்தினைக்கு உங்கை வந்திருக்க வேணும்."

"என்னம்மா சொல்லுறாய்?"

"ஓமடா! செல்லதம்பற்ர பொன்மலர்தான்."

"ஓ... ப்போச்சு."

அறை ஒருக்கால் புரண்டு படுத்தது.

"என்னடா சொன்னனீ? என்னடா சொன்னனீ?" தாய் திரும்பத் திரும்பக் கேட்டா,

"அதம்மா பிரெஞ்சுச் சொல்லம்மா. ஆச்சரியப்படுறதுக்கு அப்பிடிச் சொல்லுறனாங்கள். உனக்கு வேறமாதிரிக் கேட்டிருக்கும். என்னண்டு பொன்மலர் இஞ்சை வெளிக்கிட்டவள், அதைச் சொல்லு?"

"அவள் விரும்பியிருந்த பொடியன் உங்கைதான் இருக்கிறானாம். காசு செலவளிச்சு அவன்தான் கூப்பிட்டவனாம். உன்ரை நம்பரையும் குடுத்துவிட்டனான். தாய் தேப்பன் கொழும்பிலை வழியனுப்பிப் போட்டு இப்பதான் வந்தவை."

நானும் அன்ரனுடைய அம்மாவோடை என்ரை அம்மாவைப் பற்றிக் கதைப்பம் எண்டு யோசித்துக்கொண்டிருந்தேன். அன்ரன் என்னுடைய சொந்தக்காரன். அன்ரனுடைய தாய்க்கு என்னுடைய அம்மாவை நன்கு தெரியும். அன்ரன் அந்த வார்த்தைப் பேசினதில் எனக்கு அவவோட கதைக்க மனம் வரவில்லை.

நாங்கள் பாரிசுக்கு வந்தவுடன் செய்கிற முதல் வேலை பாரிசிலேயே உயரமான 'மொம்பார்னஸ்' கட்டடத்திற்கு முன்னாலும், றோட்டு வழியே நிக்கிற புதிய விலையுயர்ந்த

'சித்ரோன்' கார்களில் சாய்ந்திருந்தும் பென்னாம்பெரிய செல்வந்த வீதியான 'சோ(ம்)ஸ் எலிசே'யில் நின்றும் படங்கள் எடுத்து ஊருக்கு அனுப்பியதுதான். கட்டாயம் பொன்மலரும் ஊரிலை இந்தப் படங்களைப் பாத்திருப்பாள். பாரிசுக்கு வந்தால் எப்படியும் எங்கட றூமுக்கு வருவாள். இஞ்சை வந்து பத்துப்பேர் கிடந்துழலுகிற எங்கடை றூமைப் பார்த்துக் கெக்கட்டமிட்டுச் சிரிப்பாள். வெட்கமாகக் கிடந்தது.

இந்த றூம் என்னுடையது. அந்தக் காலத்தில் நாங்கள் தங்கியிருக்கும் அப்பார்ட்மென்றுகளை றூம் என்றுதான் அழைப்போம். எங்களுடைய றூம் (அப்பார்ட்மென்ற்) இரண்டு அறைகளைக் கொண்டது. பாரிசில் ஒரு றூம் வாடகைக்கு எடுப்பது அப்போது மிகவும் சிரமமாக இருந்தது.

நினைவுகள் பொன்மலரை நோக்கி ஓடின.

பொன்மலர் எமது ஊரின் ஆச்சரியப்படுத்தும் அழகி. ஒவ்வொரு லீவுக்கும் கொழும்புக்குப் போய்வருவாள். அவள் கோயிலுக்குப் போகேக்கை ஒரு நடை, திரும்பி வரேக்கை இன்னொரு நடை நடக்கிற பெண். அவளுடைய கூந்தல் ஆடுகிற அழகைப் பார்க்க எப்பவும் நாலைந்து பெடியங்கள் பின்னாலை வருவாங்கள்.

"அவள் காதலிச்ச பெடியன் யார்?" என அன்ரனைக் கேட்டேன். "அவளை லவ் பண்ணினவங்களிலை ஒருத்தன் பக்கத்து ஊர்க்காரன்... யாழ்ப்பாணப் பல்கலைக்கழகம் தொடங்கின உடன, முதல்போன *batch* இலை பீ.ஏ. படிச்சவன். பாரிசிலைதான் இருக்கிறான் எண்டு கேள்விப்பட்டனான். அவனைத்தான் இவள் கலியாணம் முடிப்பாள் எண்டு நான் நினைக்கேல்லை" எனச் சொன்னான்.

பொன்மலர் ஐந்தாறு பெடியங்களுக்கு ஒரு பெட்டை. தேப்பன் கொழும்பிலை வேலை. தாயும் கொழும்பிலைதான். தாய் பிள்ளை பெறுகிறதுக்கு ஊருக்கு வருவா. 'ராணி அன்ரி'யென்று நாங்கள் கூப்பிடுவோம். எனக்கு எந்த நாளும் வயித்திலை பிள்ளையோடுதான் அவவைப் பார்த்த ஞாபகம்.

கடைசியாய்ப் பிறந்த பிள்ளையையும் அதற்கு முதல் பிள்ளையையும் மாத்திரம் கொழும்புக்குக் கொண்டுபோவா. மற்றப் பிள்ளையளைத் தன்ர தாயோடு விட்டிட்டுப் போய்விடுவா. குருநகர் சந்தியோகுமையோர் கோயில் படிகள்போல அடுக்கடுக்காய் அந்த வீட்டில் பிள்ளைகள் இருப்பார்கள்.

பொன்மலரின் சின்ன அண்ணன் எனக்கு நண்பன். அந்தக் காலத்தில் அடிக்கடி அவங்கடை வீட்டுக்குப் போயிருக்கிறன்.

பொன்மலரின்ரை அம்மம்மாவை வித்தோரி ஆச்சியெண்டுதான் எல்லாரும் கூப்பிடுவினம். யாரோ ஒரு வெள்ளைக்காரச் சுவாமி அவவுக்கு விக்ரோரியா எண்டு பெயர் வைச்சிருக்கலாம். காலவாக்கில் தமிழில் மருவி வித்தோரியென வந்திருக்கலாம்.

நான் போற நேரங்களில் யாரேனும் ஒரு பேரனை மடியிலை வைச்சுக்கொண்டு தலையை உணாவிக்கொண்டிருப்பா. குழப்படி செய்துகொண்டிருக்கும் இன்னொரு பேரனைத் திட்டிக் கொண்டிருப்பா. அவை முன்பின் கேட்டிராத, விதம்விதமான திட்டுக்களாய் இருக்கும்.

பிரண்டு போவானே! கவுண்டு போவானே! குறுக்காலை போவானே! கோதாரி விழுவானே! கடலோடை போவானே! நடுவாலை தெறிப்பானே... இப்பிடி ஒரு தொகை இருக்கும்.

அந்தப் பெடியளும் சரியான குழப்படி. அம்மம்மா எண்டபடியா இருக்குமோ தெரியாது. ஒருநாள் மனுசி ஒருத்தனுக்குத் தாங்க முடியாத குழப்படியெண்டு சொல்லிப் பச்சைமிளகாயைத் தீத்திப்போட்டுது. அவன் ஐயோ எண்டு குளறிக்கொண்டு ஓடிப்போய் கிணத்துக்கை ஒரு பெரிய கல்லைத் தூக்கிப் போட்டிட்டு மஞ்சஉணா மரத்திலை ஏறி இருந்திட்டான். மனுசி குளறின குளறில ஊரே எடுபட்டுப் போச்சுது. றோட்டாலை போன ஆக்கள் எல்லாம் கிணத்தை வந்து பார்த்திட்டு "இதுக்குள்ளை ஒருத்தனும் விழல்லை" எனச் சொல்ல, மனுசியோ "உதுக்குள்ளைதான் விழுந்தவன்" என நிலத்திலை விழுந்து புரண்டு அழுதது. பொடியன் மனம் கேளாமல் மஞ்சஉணாவிலை இருந்தபடி "ஆச்சி நான் இஞ்சையணை" எனக் கை காட்டினானாம்.

இன்னொருத்தன் "ஆச்சி எனக்குக் காலையிலை நெடுகப் புட்டும் வாழைப் பழமும்தான் தாறாய். எனக்குத் தோசை சுட்டுத் தா. தோசை சுட்டுத் தராட்டால் பெரிய பிரச்சனை வரும்" எண்டு வெருட்டினானாம். மனுசியோ சுட்டுக் கொடுக்கல்லை.

ஆச்சியின்ரை வீடு கோயிலுக்குப் போற பாதையிலை இருந்தது. அந்தப் பொடியன் ஒரு ஞாயிற்றுக்கிழமை சனங்கள் பூசை முடிஞ்சு வாற நேரம் பார்த்து 'வித்தோரிக்குத் தோசை சுடத் தெரியாது' என ஒரு பெரிய போர்ட் எழுதி எல்லோரும் பார்க்கிற மாதிரி வேலியிலை கொழுவிவிட்டான். பூசையாலை வந்த சனம் எல்லாம் சிரிச்சுதுகள். பூசையாலை வந்த வித்தோரி ஆச்சியும் அதைப் பார்த்துவிட்டுத் திட்டத் தொடங்கினா. "நடுவாலை முறிவாங்களுக்கு ஒரு தோசை தின்ன, ஒரு அம்மி சம்பல் தேவை. மாதாவே! நான் என்ன செய்வன்... இந்த முறை மகள் வரட்டும்.

செல்வம் அருளானந்தம்

எல்லாக் கிளக்காலியளையும் கொழும்புக்கு அனுப்பிப்போட்டு அந்தப் பெட்டைக் குஞ்சு பொன்மலரை மட்டும் என்னோடை வச்சிருப்பன்" எண்டு சொன்னா. அது ஒருக்காலும் நடக்கல்லை.

உண்மையிலை பொன்மலர் ஊரிலேயே வடிவான பெட்டை. தான் வடிவெண்டு அவவுக்கும் தெரிஞ்சுபோச்சு. அதுதான் பிரச்சினை. அதைவிட அவவின்ரை முதல் தலைமுறையே நல்லாய்ப் படிச்சவையள். அவவின்ர அப்பா நிறையப் படிச்ச ஆள். கொழும்பிலை பெரிய உத்தியோகம் பாக்கிறார். அதால அவவுக்குக் கொஞ்சம் செருக்கும் இருந்திச்சுது. அதைவிட வசதியான ஆக்கள். அவையின்ர வீட்டில குளிக்கிறதுக்கெண்டே ஒரு அறை இருந்தது. எனக்குத் தெரிஞ்சு அவையின்ரை வீட்டில மட்டும்தான் குளிக்கிற அறை இருந்தது. அவள் வேறு குளியல் சோப் விளம்பரங்களில் வரும் அழகி போன்றே இருந்ததால் நாங்கள் அவர்கள் வீட்டிலிருக்கும் குளியலறையால்தான் அவ அவ்வளவு அழகாக இருப்பதாக எண்ணிக்கொண்டோம்.

ஒரே சாதி, ஒரே சமயம் எண்டாலும் அவ வேற வர்க்கம் என்றபடியால் என்னைப் போன்றோர் கிட்டப் போகமுடிய வில்லை.

அன்ரனுக்கு நெருங்கிய இரத்த உறவு என்பதால் அவனோடு பழகுவினம். இதாலை அன்ரனுக்கு ஒரு சிக்கல் மேரியோசப் எண்டவன்ரை உருவிலை வந்தது. மேரியோசப் எங்கடை ஊர் மன்மதன். அன்ரனுக்குக் கந்தசாமி கடையில் வடையும் ரீயும் வேண்டிக் குடுத்து "நான் ஒரு கடிதம் தாறன். பொன்மலரிட்டக் கொடுக்க வேணும்" எனக் கெஞ்சியிருக்கிறான். அன்ரன் "ஐயோ! எனக்குப் பயமாய்க் கிடக்கு. செல்லத்தம்பிக் குஞ்சியய்யா அறிஞ்சால் என்னக் கொண்டுபோடுவார்" எண்டு சொல்லியிருக்கிறான், "நீ அவளிட்டக் கொடுக்க வேண்டாம். அவவின்ரை புத்தகங்களுக்கு நடுவ வைச்சுவிடு. நாளைக்கு கந்தசாமி கடைக்கு வா" என்று சொல்லி ரெண்டு ரூபாக் காசும் கொடுத்திருக்கிறான்.

ஒரு சின்னக் கடிதம்தானே. அங்கினேக்கை ஒரு புத்தகத்துக்குள்ளை ஓட்டிவிடுவம் என்று இவன் பாக்க, மன்மதன் ஒரு நாற்பது பக்கக் கொப்பியைக் கொடுத்திருக்கிறான். அது காதல் கடிதமல்ல, காதல் கொப்பி. கொப்பியின்ரை முன் உள்பக்க மட்டையில் தொடங்கின கடிதம் பின்பக்க மட்டையிலைதான் முடிஞ்சிருக்கு. அன்ரன் கொப்பியாயிருந்த கடிதத்துடன் போனான். அவன் ஏதோ ஒரு வழியில் பொன்மலரின் புத்தகங்களுக்கிடையில் அந்தக் காதல் கொப்பியையும் வைத்துவிட்டான்.

அடுத்தநாள் பொன்மலர் அன்ரனைத் தேடி அன்ரனின் வீட்டுக்கே வந்துவிட்டாள்.

"அந்தக் கொப்பிய நீதான் வைச்சனீ எண்டு எனக்குத் தெரியும். இப்ப உன்ரை அப்பாவிட்டை சொல்லத்தான் வந்தனான்" என்று பொன்மலர் சொன்னதாகவும், தான் கும்பிட்டுத் தடுத்ததாகவும், பிறகு அவ ஒரு முடிவுக்கு வந்ததாகவும் சொன்னான். "அந்தக் கொப்பியோடை இன்னும் சில பழங்கொப்பிகளும் கிடக்கு. அதைச் சந்தியடியில இருக்கிற கடலைக்கார அம்மாவிடம் கொடுத்துக் கச்சான் வேண்டி இரண்டு பேரும் சாப்பிடுவம்" எண்டும் சொன்னாளாம். பிறகென்ன கச்சான் வாங்கிச் சாப்பிட்டதுதான். பேந்து மேரியோசேப்ப காணேக்கதான் பெரிய பரிதாபமாகக் கிடந்தது.

இந்தக் கதையை இப்பக் கிட்டடியிலதான் அன்ரன் எனக்குச் சொன்னான்.

பொன்மலர் ஏன் இன்னும் ரெலிபோன் பண்ணவில்லையென அன்ரனுக்குக் கவலையாப் போச்சுது. 'அவள் வந்திட்டாளோ, இல்லாட்டி இடையில எங்கையேனும் பிடிபட்டுவிட்டாளோ' எண்டு யோசித்துக்கொண்டிருந்தான்.

"அவள் வரேக்கை உன்ரை ரெலிபோன் நம்பரைக் கொண்டு வந்திருப்பாள்தானே. வந்தவுடன் இடங்கள் புதுசு. எப்படியும் போன் பண்ணுவாள்" என்றேன்.

அவன் எதிர்பார்த்த மாதிரியே தொலைபேசி அழைப்பு வந்தது. அங்காலை அழுது கேட்டது. அவள் தான் இருக்கிற விலாசத்தைச் சொன்னாள். அது 'ச்சத்தோ ரூஸ்' பக்கம் ஊத்தையான இடம். அன்ரன் உடனேயே வெளிக்கிட்டுப் போய் அவளைச் சந்தித்துவிட்டு வந்து மிகக் கவலையோடு இருந்தான்.

"அவள் திரும்பி ஊருக்குப் போகப் போறாளாம். அவள் இருக்கிற றூம் சரியான ஊத்தையாய் இருக்கு. ரெண்டு அறைதான். அங்கை கன பெடியள் இருந்தாங்கள். ஒண்டுமே கதைக்க முடியேல்லை. அவளின்ரை பெடியனைப் பார்க்க நல்லவன் மாதிரித்தான் கிடக்கு. ரெண்டு பேரையும் வெள்ளிக்கிழமை எங்கடை றூமுக்கு வரச் சொல்லிச் சொன்னனான். ஓம் எண்டு சொன்னவன்" என்றான்.

"நீ ஒரு உதவி செய்ய வேணும். அவை இங்கை வரும்போது றூமிலை மற்றப் பெடியங்கள் இல்லாமல் பாத்துக்கொள்ள வேணும். எங்கடை சொந்தக்காரப் பெட்டையெல்லோ . . . எங்கட பிரச்சினைகள் மற்றவைக்குத் தெரியவேண்டாம்."

“அதுக்கென்ன! எங்கடை பெடியள் அண்டஸ்ராண்டிங் உள்ளவங்கள். தமையன்மார் புளூபிலிம் பாக்கிறதெண்டால் தம்பிமார் நிக்கமாட்டாங்கள். தம்பிமார் பாத்தால் தமையன்மார் நிக்கமாட்டாங்கள். அந்த மாதிரி அண்டஸ்ராண்டிங் உள்ளவங்கள். அவங்களட்டை விசயத்தைச் சொன்னால் வெளிக்கிட்டுப் போய்விடுவாங்கள். அவங்களுக்கும் எத்தனை பிராக்குகள் இருக்கும்.”

பொன்மலராக்கள் சொன்னபடி வெள்ளிக்கிழமை பின்னேரம் வந்திச்சினம். ஊரில் கண்ட பொலிவெல்லாம் பொன்மலரின் முகத்திலிருந்து ஓடிவிட்டிருந்தது. எங்களைக் கண்டவுடன் அவளுடைய முகத்தில் மகிழ்ச்சி தோன்றியது. எங்கடை றூமிலிருந்த இரண்டு அறைகளையும் வடிவாய்ப் பார்த்து “ஐயோ நல்லாய் இருக்கே. இது ஆற்றை றூம்?” எனக் கேட்டாள். அன்ரன் என்னைக் கைக்காட்டினான்.

“குளிக்கிறதுக்கும் அறையிருக்கோ” எனக் கேட்டாள். காட்டினோம். அதைப் பார்த்தவுடன் அழ வெளிக்கிட்டாள். “நான் குளிக்கிறதெண்டால் ஒரு மெத்ரோ எடுத்து ஒரு பஸ் எடுத்துப் பொதுக் குளிப்பறைக்குத்தான் போகவேணும். உடுப்புத் தோய்கிறதெண்டால் இரண்டு பஸ் எடுத்துப் போக வேணும்” என்றாள்.

அந்த நாட்களில் பாரிசில் எல்லா றூம்களிலும் குளிக்க உடுப்புத் தோய்க்க வசதிகள் இருக்கவில்லை. அந்தக் கட்டடத்தின் இன்னொரு பகுதிக்கோ அல்லது வெறோரு இடத்துக்கோ செல்லவேண்டியிருக்கும். அந்த இடம் சிலவேளை இரண்டு மூன்று பஸ் எடுத்துப் போக வேண்டிய தூரத்திலும் இருக்கும்.

இப்ப அவளின்ர முகம் கோபமாக மாறியது. தன்ர புருசனிடம் திரும்பி என்னைக் காட்டி “இவர் எங்கடை ஊர் ஆள், சொந்தக்காரர். இவருக்கு நல்ல வேலையிருக்கு. இப்படி ஒரு அருமையான றூம் இருக்கு, இவரே இன்னும் கலியாணம் முடிக்கல்லை. உமக்கேன் கலியாணம்?” எனக் கோபமாகக் கேட்டாள். அவன்ரை தலை கவிழ்ந்திருந்தது.

அன்ரன் “இப்பிடிக் கதைக்கப்படாது” என எச்சரித்தான்.

பொன்மலர் என்னைப் பார்த்து “நீரும் ஒரு பெட்டையை விரும்பினீர் எல்லோ. என்ன நடந்தது?” என்று கேட்டாள்.

எனக்கு அவள் எந்தப் பெட்டையைச் சொல்லுறாள் எண்டு தெரியல்லை.

அவள் ஒரு பெயரைச் சொன்னாள்.

"ஓ! அது கனடா, ஒஸ்ரேலியாவெண்டால் போ. பிரான்ஸ், ஜெர்மனியில இருக்கிறவங்களுக்குக் கட்டிக்கொடுக்க மாட்டம் எண்டு தமையன்மார் சொல்லிப்போட்டாங்கள். அவளும் மாட்டன் எண்டு சொல்லிப்போட்டாள்."

"எனக்கும் அப்பா சொன்னவர், பிரான்சுக்குப் போகாதையடி. வேறு நல்ல இடத்திலை கல்யாணம் செய்துதாறனெண்டு. நான்தான் மடத்தனம் செய்துபோட்டன்."

"வெளிநாடெண்டால் இப்பிடித்தான் இருக்கும். இப்ப உனக்கு என்ன பிரச்சினை?" என்று அன்ரன் கோபமாகக் கேட்டான்.

அந்த இளம் குடும்பத்தின் முன் நாங்கள் வயதானவர்கள்போல் புத்திமதி சொல்லிக்கொண்டிருந்தோம். "நான் ஊருக்குப் போகப் போறன். எனக்கு நீங்கள்தான் சொந்தக்காரர். வேறு யாரும் இல்லை. என்ர அப்பா அம்மாட்டை அனுப்பிவையுங்கோ" என்று பொன்மலர் விக்கிவிக்கி அழத் தொடங்கினாள். எனக்குச் சரியான மனவேதனையாக இருந்தது. பொன்மலர் இருந்த நிலமை என்ன, இப்ப இருக்கிற நிலமையென்ன. இவளின் சின்னண்ணன் கலவரத்திலை செத்துப்போனான். அதோடை குடும்பம் சிதைஞ்சு போயிற்று.

"வெளிநாடெண்டா இப்பிடித்தான். பிறகென்னத்துக்கு நீ வெளிநாட்டுக்கு வந்தனி?" என்று அன்ரன் கேட்டான்.

"நீ இல்லாட்டி எனக்கு வாழ்க்கையே இல்லையெண்டு இவர் கடிதத்துக்கு மேல கடிதம் எழுதினவர்" என்றாள்.

அவன் இடைமறித்து "நீயும் அப்படித்தானே எழுதினனீ" என்றான்.

"எங்கட றூமைப் பாத்தனீங்கள் எல்லோ! அதுக்குள்ளை மனுசர் வாழலாமோ?" எண்டு அன்ரனைப் பார்த்துக் கேட்டாள்.

"ஏன் இரண்டு அறையிருக்குத்தானே ... பரவாயில்லைத் தானே ..."

"நீங்கள் சகோதரங்கள் மாதிரி, வெட்கம் இல்லாமல் சொல்லுறன். நெருக்கமான இரண்டு சின்ன அறை. வெளியிலை ஏழு எட்டுப் பெடியங்கள் படுத்திருப்பாங்கள். எங்கடை கட்டில் சத்தம் சும்மா கேட்டாலே கெக்கட்டமிட்டுச் சிரிப்பாங்கள். இப்படியொரு வாழ்கை வேணுமா?"

"சும்மா உன்ரை கற்பனை ... என்ர நண்பர்களைப் பற்றி வீணாய் கதையாதை" என்று அந்தப் பெடியன் சொன்னான்.

நாங்கள் மௌனமாக இருந்தோம். பொன்மலர் தொடர்ந்தாள். "அந்த றூம்காரன் இவற்றை நண்பனாம். ஆனால் எங்களுக்கு முதலாளி மாதிரித்தான் நடப்பான். காலமை எழும்பினால் முதலாவதாக அவன்தான் முகம் கழுவ வேணும், ரொய்லற்றுக்குப் போக வேணும். இண்டைக்குக் காலமைகூட அவன் வெளியிலை போறதுக்கு வெளிக்கிட்டிருக்கிறான். வெளியிலை ஒரு சொக்ஸும் இல்லை. அவன் எல்லோரையும் பேசிக் கத்திக்கொண்டு நிண்டான். அவன் கத்தின கத்தில இன்னொருவன் மளமளவெண்டு எங்கடை அறையைத் தட்டினான். நான் என்னவெண்டு கேட்டன். 'எங்கட சொக்ஸொண்டைக் காணேல்லை. உங்க ஏதாவது சொக்ஸ் இருக்குதோ' எண்டான். நான் 'இல்லை' எண்டன். 'உங்கடை மனுசன்தான் போட்டுக்கொண்டு போயிருக்க வேணும்' எண்டுறான். இது ஒரு வெளிநாடே?" என்றாள்.

அவள் எதிர்பார்த்து வந்த கனவுப் பாரிஸ் அவளுக்குக் கிடைக்கவில்லையென்று தெரிந்தது.

"இதெல்லாம் இஞ்சை சின்னப் பிரச்சினை. நீங்கள் சமாதானமாய் இருக்கப் பாருங்கோ. ஏனின்னும் ரெண்டு பேரும் 'றெஜிஸ்ரர்' பண்ணாமலிருக்கிறியள்?" என்று கேட்டேன்.

"என்னாலை இவரோடை வாழேலாது. இவர் முந்தின மாதிரியில்லை. சிலவேளை இவர் எனக்கு அடிக்கிறார். கீழ்த்தரமாய்க் கதைக்கிறார்" என்றாள்.

அதற்கு அவன் "இவ வரப்போறன், வரப்போறன் எண்டாப்போலதான் நான் காசு மாறி அனுப்பினனான். இப்ப அதுக்கு வட்டி கட்டுறன். இவ வந்து இப்ப றூம் சரியில்ல, ஆக்கள் சரியில்ல எண்டால் நானென்ன செய்யிறது?" என்றான்.

அவள் "இவர் எவ்வளவு கேவலமான ஆளெண்டு பாருங்க. அண்டைக்குப் பிரச்சினைப்படும்போது 'நீ சிங்கப்பூரில அந்த ஏஜன்சிக்காரனோட நிண்டுதானே வந்தனீ. அவனுன்னைச் சும்மாவா விட்டிருப்பானா' எண்டு சொல்லுறார்" என்றாள்.

அன்ரன் அவனை முறைச்சுப் பார்த்தான்.

அவன் கதைக்கத் தொடங்கினான். "நீ சொல்லுறதில்லையோ 'நான் வர முதல் நீயெல்லாம் ஒழுங்கா இருந்தனியோ, 'பிகால்' எல்லாம் போய்த்தானே வந்திருப்பாய் எண்டு" என்றபடி எங்களைப் பார்த்து "இப்பக் கதைச்சாளே, உனக்கெல்லாம் ஏன் கல்யாணம் எண்டு. அப்படி என்ரை நண்பர்களுக்கு முன்னாலை கதைச்சால் எனக்கு எப்படியிருக்கும்..."

நான் அவனைப் பார்த்து "நீங்கள் ஏன் பாரிஸ் நிலமைகளை இவவுக்கு முதலிலேயே கடிதத்தில் எழுதல்லை?" என்று கேட்டேன்.

"நான் சாடையாய்ச் சொன்னனான்தான். இவ வரப்போறன் வரப்போறன் எண்டா. சரி எண்டு நானும் கூப்பிட்டன். இஞ்ச குளிக்க வெளியில போறது வழமைதானே. என்ர நண்பனொருவன் ஸ்ரூடியோவில அஞ்சாறு பெடியளோட இருந்துகொண்டு ஸ்கிறீன் (திரை) கட்டிச் சமாளிச்சவன். அப்படித்தான் நானும் சமாளிக்கலாமெண்டு நினைச்சன்."

"உங்களுக்குத் தெரியும்தானே, இஞ்ச இப்ப றூமெடுத்து இருக்கிறதெண்டால் எவ்வளவு கஸ்ரமெண்டு. தற்செயலாக றூம் கிடைச்சாலும் தனிய நான் உழைச்சு வாடகை கட்டச் சம்பளம் காணுமே. பேந்தும் நாலஞ்சு பெடியளப் போட்டுத்தான் இருக்க வேணும். இவவுக்குப் பேப்பர் கிடைச்சு, வேலை கிடைச்சால் பாப்பம். அப்பிடியில்லை இவ போகப்போறன் எண்டால் போகட்டும். பிரச்சினையில்லை" என்றான்.

"ஓ! உன்ர அலுவல் எல்லாம் முடிஞ்சுதுதானே. இனி நீ சொல்லுவாய்தானே" என்று அவள் கத்தினாள். இந்தச் சண்டை தொடர்ந்தது. அவள் "என்னை ஊருக்கு அனுப்பிவிடுங்கோ எனக்கு இந்த வெளிநாடு வேண்டாம்" என்று அழுதுகொண்டே போனாள்.

வலு கெதியில பாரிசை விட்டுப் போய்விடுவாள் போலத் தெரிந்தது. பயத்தால என்ர கலியாண ஆசைய ரெண்டு வருசத்துக்கு நானும் ஒத்தி வச்சிற்றன். அன்ரன் அவையின்ர பிரச்சினையைத் தீர்த்துவைக்க முயன்றுகொண்டிருந்தான். அது சரிவாற மாதிரித் தெரியல்லை. அதுக்குப்பிறகு காலஓட்டத்தில் பொன்மலரை மறந்துபோனேன்.

நான் கனடாவுக்கு வந்து நீண்ட காலத்துக்குப் பிறகு சுவிஸில இருந்து ஒரு ரெலிபோன் வந்தது. பொன்மலர் பேசினாள். அவளும் புருசனும் மகளின்ர கலியாண அலுவலாகக் கனடாவுக்கு வருகினமாம். "உங்கடை வீட்டில தங்கலாமோ? வீடு தங்கிறதுக்கு குளிக்கிறதுக்கு எல்லாம் வசதியாக இருக்குமோ?" எண்டு கேட்டாள். சுவிஸில அவளின்ர வீட்டில மட்டும் நாலு குளியலறை இருக்குதாம்.

❖

அழுகை

எந்த ஆண்டு, எந்த மாதம் என்று ஞாபகம் இல்லை. ஒரு மத்தியானம். நந்தியாரில் இருந்து அனியர் போற பக்கமாய் பஸ்சில் வந்துகொண்டிருந்தேன்.

ஏதோ யோசனையில் இருந்தேனோ அல்லது ஏதாவது புத்தகம் வாசித்துக்கொண்டிருந்தேனோ தெரியவில்லை. மெல்லிசாய் ஒரு அழுகைச் சத்தம் கேட்ட மாதிரி இருந்தது. முன்னும் பின்னும் பார்த்தேன். பஸ்சுக்குள் பெரிய கூட்டம் இல்லை.

ஐந்தாறு இருக்கைகளுக்குப் பின்னால் தென்னாசிய முகம் கொண்ட ஓர் இளம் வாலிபப் பையன் பஸ் யன்னலோடு சாய்ந்து விக்கிவிக்கி அழுதுகொண்டிருந்தான்.

தமிழ்ப் பெடியனாய் இருக்கும் என்று எண்ணி, நான் அவனிடத்தில் சென்று அவன் பக்கத்தில் இருந்த இருக்கையில் இருந்து "தம்பி தமிழோ?" என்றேன். அவன் ஆச்சரியமாக என்னைப் பார்த்தான். திரும்பவும் கேவிக்கேவி அழுதான். "பஸ்சுக்குள்ளே ஆக்கள் எல்லாம் எங்களைப் பார்க்கினம், என்ன பிரச்சினை, ஏன் அழுறாய்?" என்று கேட்டேன்.

"என்ர அம்மா... என்ர அம்மா... செத்துப்..." எனச் சொல்லி விம்மிக்கொண்டு என் தோளில் சாய்ந்தான்.

என்ன நடந்தததென்று கேட்டேன். ஆமிக் காம்பில இருந்து அடிச்ச செல் பட்டு இறந்ததாகவும் அது நடந்து மூன்று கிழமையாயிற்று. இண்டைக்குக் காலமைதான் ஊரிலிருந்து கடிதம் வந்தது என்றான்.

மெல்ல அவனை அணைத்தேன். குழந்தைத்தனம் மாறா முகம். தாய், தகப்பனை விட்டுப் பிரியவேண்டிய வயதல்ல.

"நான் பாரிசுக்கு வந்து மூன்று மாதம்கூட இல்லை. அங்கை படிச்சுக்கொண்டு இருந்தனான். அண்ணன் இயக்கத்துக்குப் போனபடியால் நானாவது தப்பியொட்டி வாழட்டும் என்று அம்மா ஊர் முழுக்கக் கடன்பட்டு என்னைப் பிரான்சுக்கு அனுப்பி வைச்சா. அப்பா ஒரு பொறுப்பில்லாதவர். எனக்கு இரண்டு தங்கச்சிமார் இருக்கினம். இனி ஆர் அண்ணை தங்கச்சிமாரைப் பார்க்கப் போகினம்? பிரான்சுக்கு வாறதுக்கெண்டு வெளிக்கிட்டு மலேசியன் பொலிசிலைப் பிடிபட்டு அவங்களட்டை அடி வேண்டி, சிங்கப்பூர் பொலிசிலை அடி வேண்டி அம்மாவை சந்தோசமாய் வைச்சிருக்கவேணும் எண்டதுக்காக வெளிநாடு வந்தன். அம்மாவோட இருந்து நானும் செத்திருக்கலாம்." யன்னலுக்கால் வெளியே பார்த்தபடி சொல்லிச்சொல்லி அழுதான். தாயார் இறந்துவிட்டார் என்ற கடிதம் கிடைத்தவுடன் அவன் சொல்லி அழக் கிடைத்த முதல் தமிழ் ஆள் நானாய்த்தான் இருக்க வேண்டும்.

இப்ப பஸ்சுக்குள் ஆக்கள் எல்லாம் எங்களையே திரும்பித் திரும்பிப் பாக்கினம். லாடிவன்ஸ் பஸ் தரிப்பிடத்தில் ஆளை மெல்லமாய் இறக்கினேன். அதில் இருந்த ஒரு கல் வாங்கில் அவனை இருத்தித் தேற்றினேன்.

"உங்கடை றூமில் யாரும் இல்லையோ?"

"எட்டுமணி போல எல்லோரும் வேலைக்குப் போட்டினம். ஒரு பத்துமணி போலக் கடிதம் வந்தது. அம்மாவின்ரை கடிதம் எண்டு எண்ணிக் கடிதத்தைப் பிரிச்சு வாசிச்சால் பெரியம்மா எழுதியிருந்தா. 'ஐயோ என்னர தங்கச்சி, உன்ரையம்மா ஷெல் பட்டுச் செத்துப் போனா' எண்டு எழுதியிருந்தா. எனக்குத் தலை சுத்திக்கொண்டு வந்தது. மூண்டு கிழமை ஆச்சுதண்ணை. அம்மாவைத் தாட்ட இடத்தில முளைச்ச புல்லுக்கூடப் பூத்திருக்கும். எனக்கு இண்டைக்குத்தான் தெரியுது. அந்த மனுசி என்ரை கனவிலைகூட வரல்லையே!" எனப் பெலத்து அழுதான். எனக்கும் அழவேண்டும் போல் இருந்தது. ஏதோ ஒரு உயர்ந்த கட்டடத்தைப் பார்த்தவண்ணம் அவன் அழுது ஆறட்டும் எனக் காத்திருந்தேன்.

இப்படி எத்தனை துயரங்கள். தாயகத்தில் உறவுகள் இறந்த செய்தி புலம்பெயர் நாடுகளுக்குப் பல வாரங்களுக்குப்பின் கிடைக்கப்பெறுவதும், ஐரோப்பாவில் எல்லை தாண்டும் போதும், கேள்விப்படாத நாடுகளின் சிறைச்சாலைகளிலும் இறந்து, பல மாதங்களின் பின் தாயகத்தில் (சில நேரங்களில் அந்தத் தகவல் செல்வதேயில்லை) தகவல் தெரிவிக்கப்படுவதும் எத்தனை பெரிய

துயரம். எங்களுக்கென விதிக்கப்பட்ட வாழ்வு ஏன் இத்தனை துயரமாக இருக்கிறது?

"ஏன் அண்ணை யுத்தம் வந்தது? ஏன் அண்ணை அம்மா, அப்பாவைப் பிரிஞ்சு, வீட்டையும் நாட்டையும் விட்டு றோட்டு றோட்டாய்த் திரியிறோம்?" என ஏதேதோ சொல்லிக்கொண்டு அழுதான். "இஞ்சை சொல்லி அழுகிறதுக்குக்கூட நெருங்கிய ஓராள் இல்லை. அதை விடுங்கோ. எங்கடை றூம் சுவரிலை ஒரு மாதா படம்கூட இல்லை, கும்பிட்டு அழுகிறதுக்கு."

"அது சரி. இப்ப எங்கை போறாய்?"

"ஏதாவது ஒரு மாதா கோவிலுக்குப் போய் மெழுகுதிரி கொளுத்தி அம்மாவின்ர ஆத்மாவிற்காக மன்றாட வேணும் மெழுகுதிரி வேண்டக்கூடக் காசு இல்லை. கள்ள ரிக்கற் போட்டுத்தான் பஸ் ஏறினன். நீங்கள் எங்கையாவது அவசரமாய்ப் போறீங்களோ தெரியல்லை. கிட்டடியில் உள்ள ஏதாவது மாதா கோயிலைக் காட்ட முடியுமா?" என்றான். அவனை அப்படியே விட்டுவிட்டுப் போக மனம் வரவில்லை.

இரண்டு மாதத்துக்கு முதல் எங்கடை றூமிலும் இப்படியொரு சம்பவம் நடந்தது. என்ர றூமில் இரண்டு சகோதரர்கள் இருந்தார்கள். பாசமும் நேசமும் கூடியவர்கள். அண்ணன் இருந்தால் தம்பி நின்றுதான் கதைப்பான். சமறிக் காசு போக மிச்சப் பணத்தை அப்படியே இரண்டு பேரும் ஊரில் இருக்கும் மூத்த அண்ணனுக்கு அனுப்பிவிடுவார்கள். ஊரில் இருந்தும் கிழமைக்கு இரண்டு கடிதம் வரும். அவர்களின் தம்பிமாரில் ஒருவன் இயக்கத்துக்குப் போனதைப் பெருமையாகச் சொல்வார்கள்.

இப்படித்தான் ஓர் இரவு எல்லோரும் பம்பலாய் கதைச்சுச் சிரித்துக்கொண்டிருந்தோம். சமைச்சு முடிஞ்சுது. அவங்களுக்கு வந்த கடிதம் மேசையில் கிடந்தது. தம்பியார் அதைப் பிரிக்கமாட்டான். தமையன் வந்து பிரித்து வாசித்துப் போட்டு, தம்பியாரிடம் கொடுப்பார். இதுதான் வழமை. அன்று சாப்பிடத் தொடங்குவோம் என்று நினைக்கும்போது தமையன் கடிதத்தை உடைத்து வாசிக்கத் தொடங்கினார். திடீரென்று குளறிக்கொண்டு ஓடிபபோய்ச் சுவரோடு தலையை அடித்தார். நாங்கள் பாஞ்சுபோய் "என்னடா? என்னடா?" என அவனைக் கட்டிப்பிடித்தோம். இந்த இடைப்பட்ட நேரத்தில் தம்பியாரும் கடிதத்தைப் பார்த்துவிட்டுக் குளறிக்கொண்டு ஓட வெளிக்கிட்டான். அவனை இன்னும் இரண்டுபேர் பிடித்தார்கள்.

எழுத்தாளர் எஸ். பொவின் மகன் தலைமை தாங்கிப்போன அந்தத் தாக்குதலில், படகோட்டியாய்ப் போன இவங்கள் தம்பி

எரிகாற்றில் தூசியாய்ப் பறந்த சம்பவம்தான் அக்கடிதத்தில் வந்தது. இக்கடிதம் பாரிசிலை கிடைக்கேக்கை இவங்கடை ஊரிலை அவனுக்குச் சிலை வைத்துவிட்டார்கள். இச்சம்பவம் செய்தியாக முதல் எங்களுக்குக் கிடைத்திருந்தாலும் எங்கள் றூமில் உள்ளவர்களின் சகோதரன் என்று அறிவதற்கு மூன்று கிழமை காத்திருக்க வேண்டியிருந்தது.

அவர்களைத் தேற்ற நீண்ட நாட்கள் சென்றன. அவர்கள் தேறவேயில்லை. (பின்வந்த நாட்களில் அவர்கள் ஊருக்குத் திரும்பிச் சென்றுவிட்டார்கள்.)

"தம்பி, நான் உன்னோடை மாதா கோவிலுக்கு வாறன்" என்று சொல்லி செவிறே பயிலோன் மாதா கோவிலுக்குக் கூட்டிச் சென்றேன். எப்போதும் ஏதோ அவசரத்துக்கு இருக்கட்டும் என்று மெத்ரோ பாசுக்குள் ஒரு ஐம்பது பிராங் மடித்து வைத்திருப்பேன். அதை எடுத்து அவனிடம் கொடுத்து மொழுகுதிரி வாங்கச் சொன்னேன். அவன் தயங்கினான். வற்புறுத்திக் கொடுத்துவிட்டு அவன் கோயிலுக்குள் போய்வரும் மட்டும் காத்திருந்தேன்.

அவன் மிச்சக் காசைத் தந்து "உங்களுக்கு எப்படியண்ணை நன்றி சொல்வது?" என்றான்.

இப்போது கொஞ்சம் தேறியிருந்தான். "நீயே இந்த மிச்சப் பணத்தையும் வைச்சிரு" என்று திருப்பிக்கொடுத்து அவனை அணைத்து "இப்ப நீ வீட்டைப் போவாய்தானே" என்றேன்.

"ஓம் அண்ணை. உங்கடை ரெலிபோன் நம்பரைத் தாங்கோ. சித்தப்பா வேலையாலை வந்தவுடன் அவரிடம் பணம் வேண்டி உங்களிடம் கொண்டுவந்து தாறன்."

"இல்லை தம்பி. ஒரு அவசரமும் இல்லை. நாங்கள் இரண்டு பேரும் பாரிசிலைதானே இருக்கப் போறோம். எப்பாவது சந்திப்போம்தானே. அப்போ தா."

அதற்குப்பின் வாழ்க்கையில் அவனைச் சந்திக்கவேயில்லை.

இது நடந்து இன்றைக்கு முப்பது வருடங்களாகிவிட்டன. பின்னால் அவனுக்கு வேலை கிடைத்துப் பேப்பர் கிடைத்துக் கல்யாணம் முடித்து இண்டைக்குப் பிள்ளைகுட்டிகளோடு இருக்கலாம்.

எனக்கு மட்டும் துயரமான மரணச் செய்தியொன்றைக் கேட்கிறபோதெல்லாம் அவன் முகம் நினைவில் வந்துபோகிறது. ஒரு தகவல் ஒரு நிமிடத்தில் உலகைச் சுற்றிவருமெனக் கூறப்பட்ட ஒரு காலகட்டத்தில் வாழ்ந்த நாம் ஒரு மரணச் செய்திக்காக எப்படி வாரக்கணக்கில் காத்திருந்தோம்? புலம்பெயர் வாழ்வில் நாம் அடைந்த துயரங்கள்தான் எத்தனை...

✦

ஒஸ்லோ இரயில் பயணத்தில்

நான் விசா இல்லாமல் நோர்வேக்குப் போகத் தீர்மானித்தேன்.

நோர்வேயில் இருந்து அன்ரியின் மகன் அருந்தவம் தன்னுடைய கல்யாணத்துக்குக் கட்டாயம் வரவேணும் என்று ஆறு மாதங்களுக்கு முதலே அலுப்புக் கொடுக்கத் தொடங்கினான்.

எனக்குப் பிரான்சில் விசா இன்னும் கிடைக்க வில்லை. அது கிடைத்தால்தான் பாஸ்போட் கிடைக்கும். பாஸ்போட் இல்லையென்று சொல்ல அகங்காரம் விடவில்லை. அப்படிச் சொன்னால் அந்தத் தகவல் உடனே ஊருக்குப் போகும். உறவுகளுக்குள்ளே அவனும் வெளிநாடு, இவனும் வெளிநாடு என்ற சமநிலை குலைந்துவிடும். மதிப்பும் பட்டெனக் குறைந்துவிடும்.

அவன்ரை அரியண்டம் தாங்காமல் நான் கல்யாணத்திற்கு வருவேன் என்று சொல்லியிருந்தேன். இப்பக் கல்யாண நாள் நெருங்கிவிட்டது. “எத்தனையாம் திகதி வாறாய்?” என்று கேட்கத் தொடங்கிவிட்டான். முன்பு ஒருக்கால் லண்டன் போய் வருவதற்கு உதவி செய்த ‘தோழரே’ இம்முறையும் தன்னுடைய டிரவல் டொக்குமென்ரைக் கொண்டுபோ எனத் தாராளமாய்ச் சொன்னார். எனக்கு மீண்டும் கடமைப்படத் தயக்கமாய் இருந்தது. தோழமை என்று சொல்வது வெறும் வார்த்தையல்ல. நீயும் எனக்கு ஏற்கெனவே உதவி செய்திருக்கிறாய் என்று சொல்லி அடுத்த நாளே பிரயாண அனுமதிப் புத்தகத்தைத் தந்துவிட்டார்.

நோர்வே எந்தப் பக்கம் இருக்கிறது? பாரிசிலிருந்து எவ்வளவு தூரம் என்ற பூகோள அறிவும் இல்லை. இடையில் எத்தனை நாடு கடக்க வேண்டும் என்றும் தெரியாது. ஒன்றுதான் தெரியும். பாரிசில் இருந்து ஒஸ்லோவுக்கு ரயிலில் போகலாம். ரிக்கற் விலை போக வர 2,800 பிராங். இது மட்டும்தான் தெரிந்திருந்தது. ஒரு வழியாக ரயிலுக்கு ரிக்கற் எடுத்துவிட்டேன். தோழர் உட்பட இரண்டு மூன்று நண்பர்கள் வழியனுப்ப வந்திருந்தார்கள்.

ரயில் ஏறும்போது ஒரு சனிபிடிப்பான் "கள்ளப் பாஸ்போட்டில் போறாய். கவனம்" என்றான். தோழர் எனக்குச் சார்பாக "அவன் முந்தியும் லண்டனுக்குப் போய்வந்தவன்" என்று சொல்லிச் சமாளித்துக்கொண்டிருந்தார். ஒருபுறம் கலக்கமாகவும் இருந்தது. 'பிடிபடுவேன்' என்ற பயத்தை இளவயது புறம்தள்ளியது. அது, ஒரு விசா பேப்பரை மூன்று பேரும், ஒரு மெத்ரோ பாஸை ஆறு பேரும் பாவித்த காலம்.

கார் டு நோர்த் (Gare du Nord) நிலையத்தில் ரயிலேறி இருக்கையையும் படுக்கையையும் பார்த்தால் ஐந்து நட்சத்திர விடுதிபோல் இருந்தது. ஆறுஏழு பேர் இருக்கக்கூடிய இடத்தில் நான் தனியே இருந்தேன். பாட்டுக் கேட்பதற்குப் பத்துக்கு மேற்பட்ட 'Y 90' கசற்றுக்களும் வோக்மனும் இருந்தன. எதற்கும் கைகாவலாக இருக்கட்டும் என்று *நியூஸ்வீக்* சஞ்சிகையையும் வாங்கிவைத்திருந்தேன். பொழுது போகாவிட்டால் படம் பார்ப்பதற்கும் ரிக்கற் பரிசோதகர் அல்லது குடிவரவு அதிகாரிகள் வந்தால் அதைப் படித்துக்கொண்டிருப்பது போல் நடிப்பதற்கும் *நியூஸ்வீக்* உதவும். தெம்பாக இருக்க ரயிலில் ஏற முன்னரே ரயில்வே நிலைய பாரில் நண்பர்களோடு சேர்ந்து இரண்டு மூன்று போத்தல் பியர் குடித்திருந்தேன். அருமையாக இருந்தது, அப்படியே அயர்ந்துவிட்டேன்.

தூக்கத்தில் ஏதோ சத்தங்கள் கேட்டன. எழுந்தால் ஜெர்மனியில் ஏதோ ஒரு இடத்தில் ரயில் நின்றுகொண்டிருந்தது. சிலர் இறங்கிக்கொண்டிருக்கப் பலர் ஏறிக்கொண்டிருந்தார்கள். என்னுடைய இருக்கைக்கு அருகே ஆளில்லாதிருந்த இருக்கைகளில் இரண்டு இளம் பெண்கள் வந்தமர்ந்தார்கள்.

நான் அவர்களைப் பார்க்காமல் ரயிலின் யன்னலூடாக இருளில் மின்னிக்கொண்டிருந்த ஜெர்மனியின் பெருந்தெருவைப் பார்த்துக்கொண்டிருந்தேன். ரயில் பெருமூச்சுவிட்டு ஆறிக் கொண்டிருந்தது. பெண்கள் வந்த கொஞ்சநேரத்தில் ஒரு நாயோடு ஜெர்மன் பொலிஸ்காரன் வந்தான். நாய் என்னைக் கண்டகண்ட இடமெல்லாம் முகர்ந்தது. என் மணம் பிடிக்காமல் குலைத்துக்கொண்டு வெளியேறியது. எனக்கு நாயைப் பார்க்கும் போது பயமாய் இருந்தது. அதைவிட அதைப் பிடித்துக்கொண்டு

நின்ற அந்த மலை போன்ற ஜெர்மன் பொலிஸ்காரனைப் பார்க்க வயித்தைக் கலக்கியது.

அவன் என்னை மனிதன் என்றே மதிக்கவில்லை. சில வேளை விசாவை எடு, பாஸ்போட்டை எடு என்று கேட்பானோ என்று பயமாக இருந்தது. நாய் என்னிடம் தூள் (போதைப் பொருட்கள்) எதுவும் இல்லை என்று உணர்த்தியவுடன் பொலிஸ் விலத்திப்போனான்.

எப்படியோ இரண்டு இளம் பெட்டையள் முன்னால் இருப்பது சந்தோசமாய் இருந்தது. என்னைக் கருத்தில் கொள்ளாமல் அவளவை இரண்டு பேரும் 'டொச்'சில் ஏதேதோ பேசிச் சிரித்துக் கொண்டிருந்தாள்கள். வழமையைப்போல ரயிலில் இருந்து இறங்கிறதுக்கிடையில் இந்த இரண்டு அழகிகளில் ஒருவரைக் காதலித்துக் கல்யாணம் செய்வோமென்ற கற்பனையில் நான் சாய்ந்தபடியிருந்தேன்.

ரயில் வேகமாக ஓடிக்கொண்டிருந்தது. எனக்கும் நித்திரை கண்ணைச் சுழட்டிக்கொண்டிருந்தது. அவர்கள் வைன் குடித்த படியே, கொண்டுவந்த சாப்பாட்டையும் சாப்பிட்டார்கள். நானும் போய் ஒரு பியரும் சான்விட்சும் வாங்கிவந்தேன். சாப்பிடும்போது, "நல்ல சாப்பாடாய் அமையட்டும்" என்று வாழ்த்தினார்கள். என் பயணத்தைப் பற்றிக் கேட்டார்கள்.

தாங்களும் ஒஸ்லோ வரை போவதாகச் சொன்னார்கள். "ஆப்பிரிக்காவில் எந்தப் பகுதியைச் சேர்ந்தவன் நீ" என்று என்னைக் கேட்டார்கள்.

"இல்லையில்லை... நான் இந்தியாவிலிருந்து வருகிறேன்."

"ஓ அருமையான நாடு, சுற்றுப் பயணியாக வந்தாயா?"

"ஓம்" என்று படுபொய் சொன்னேன்.

"ஐயோ என்ன அருமையான நாடு, வெகு விரைவில் இந்தியாவைப் பார்க்கத் திட்டமிடுகிறோம். உனக்கு சமஸ்கிருதத்தைத் தவிர ஆங்கிலமும் தெரிகிறது. வேறு என்னென்ன மொழிகள் தெரியும்?" என்றாளுகள்.

"...ஐந்து ஆறு தெரியும்" எனப் பொய்களைத் தொடர்ந்தேன். கூடக் கதைத்தால் என் ஆங்கிலம் தடக்குப் படும். பொய்களும் பிடிபடக்கூடும் என எண்ணி *நியூஸ்வீக்*கைக் கையில் எடுத்தேன்.

அவளவை டொச்சில் தங்களுக்குள் தொடர்ந்து பேசிக் கொண்டு இருந்தாளவை.

நேரம் இரவு 10 மணியைத் தாண்டியது. திடீரென்று ஒருத்தி எழும்பி மிக நிதானமாகத் தன்னுடைய ஆடைகளைக்

களையத் தொடங்கினாள். மற்றவளும் கதைத்துக்கொண்டே தானும் கழற்றினாள். முன்னாலை ஒருத்தன் இருக்கிறானே என்ற உணர்வோ பயமோ இருந்ததாகத் தெரியவில்லை. அல்லது நான் சந்தோசப்படட்டும் என்ற தாராளமோ தெரியவில்லை. வெகு நிதானமாகக் கழற்றிய உடுப்புகளை மடித்துப் பிரயாணப்பைக்குள் வைத்துவிட்டு, அதற்குள்ளிருந்து உடுப்போ உடுப்பில்லையோ என்ற மாதிரி இரண்டு சட்டைகளை எடுத்துப் போட்டாளுகள்.

'பெரியமடு மாதவே, இதென்ன சோதனை!' என வியாகுலப்பட்ட என்னை நோக்கி ஒருத்தி "ஜென்றில்மன், நீ தொடர்ந்து வாசிக்கப் போகிறாயா? நாங்கள் விளக்கை அணைத்து விட்டுத் தூங்கப்போகிறோம். நீ மேலேயா அல்லது கீழேயா படுக்கப்போகிறாய்?" என்று கேட்டாள்.

இதே கேள்வியைத்தான் என் நண்பர் ஒருவர் சென்னையில் இருந்து பம்பாய்க்கு 'சிலிப்பிங் கோச்சில்' போகேக்கை யாரோ ஒரு பெண்ணிடம் கேட்டு அடிவாங்கியது ஞாபகம் வந்தது. நான் கீழேயே படுக்கப் போவதாக அவர்களிடம் சொன்னேன்.

"நீங்கள் மேலே படுங்கள். நான் புகைப்பதற்காக அடிக்கடி வெளியில் போவேன். கீழேயே படுத்துக்கொள்கிறேன்" என்று சொல்லிப்போட்டு இந்த மனக்கவலை தீர வெளியில் போய் இரண்டு பியர் அடித்தேன். இப்ப வெறியும் நித்திரையும் தோழமை கொண்டு எப்படிப் படுத்தேன் என்று தெரியாமல் படுத்தேன்.

வெயில் கண்ணில் பட்டு முழித்தபோது எங்கேயிருக்கிறேன் என்ற திகைப்பாய் இருந்தது. ரயில் மெதுவாகப் போகிற மாதிரி இருந்தது. மேலே படுத்திருந்தவள் எங்கே என்று தேடியபோது அவளவை வெளியில் நின்று கை காட்டினாளவை. ரயில் போய்க்கொண்டிருக்கும்போது என்னெண்டு வெளியிலை நிக்கிறது? எனக்கு இன்னமும் வெறிமுறியவில்லையோ என்று கண்ணைக் கசக்கிப் பார்த்தபோது ரயிலுக்கு வெளியே கடல் தெரிந்தது.

'இதென்னடா' என்று ஆச்சரியப்பட்டேன். பின்னர்தான் விசயம் விளங்கியது. நாங்கள் வந்த ரயிலின் சில பெட்டிகள் ஒரு பெரிய கப்பலிலை கடலைக் கடந்துகொண்டிருந்தன. ரயில் எப்படிக் கப்பலில் ஏறியது, ரயிலின்ரை மற்றப் பெட்டிகள் எல்லாம் எங்கே? இதையெல்லாம் பார்க்காமல் விசரன் மாதிரித் தூங்கிவிட்டேனே என்று கவலைப்பட்டேன்.

அவளவை என்னை வெளியில் வரும்படி அழைத்தாள்கள். வெளியில் போய் அவள்களுடன் நின்று அந்தப் பெருங்கடலை ரசித்தேன். தங்களுடன் காலைச் சாப்பாட்டை உண்ண வரும்படி அழைத்தாள்கள். அது கட்டாயம் பாணும் தேத்தண்ணியுமாய்

இராது. சிலவேளை பெரிய பில் வரலாம். என்ரை தலையிலை கட்டிவிடுவாளவையோ என்ற பயத்தில் நாங்கள் இந்தியர்கள், பத்து மணிக்கு மேலேதான் சாப்பிடுவோம் என்று தாராளமாகப் பொய்யைச் சொல்லிச் சமாளித்தேன்.

அவர்கள் “இன்னும் ஒரு மணித்தியாலத்திலை இந்த ரயில் ‘கொப்பன்ஹாகன்’ போகும். அங்கிருந்து வேறு ஒரு ரயிலில்தான் ஒஸ்லோ போக வேண்டும்” என்றார்கள்.

கொப்பன்ஹாகன் என்றால் என்ன என்று கேட்டேன். என்னைக் கொஞ்சம் வியப்பாகப் பார்த்தவர்கள் தங்களுடன் வரும்படியும் தாங்கள் ஒரு உல்லாசப் பயணிக்கு உதவி செய்வது பாக்கியம் என்றும் சொன்னார்கள்.

இப்போது இரயில் மாறவேண்டிய கொப்பன்ஹாகன் வந்தது. அது பெரிய ரயில் நிலையமாக இருந்தது. என் பிரயாணப் பைகளை அவர்கள் இரண்டுபேரும் காவிவந்தார்கள். இன்னொரு ரயிலில் ஏறித் திரும்பவும் ஒரே பெட்டியில் ஒன்றாகப் பயணம் செய்தோம். செக்கிங்கோ கெடுபிடிகளோ இல்லை. உலகம் இப்படியல்லவா இருக்க வேண்டும். செக்கிங் இல்லாத பிரயாணம் அமைந்தால் வெகுவிரைவில் சமத்துவ உலகம் உருவாகிவிடும் என எண்ணினேன்.

ரயில் புறப்பட்டு அரை மணித்தியாலத்தால் இன்னொரு நிலையத்தில் நின்றது. கலகலவெனப் பள்ளிக்கூடப் பிள்ளைகள் போன்ற தோற்றமுடையவர்கள் நிறைய ஏறினார்கள். ஒரே சத்தம். கோடைக்காலம் தானே, உங்கால் பக்கம் ஏதாவது கோயில் திருவிழாவாக இருக்கலாம். பிள்ளைகள் எல்லாம் மகிழ்ச்சியால் பாட்டும் டான்சுமாய்க் கொந்தளித்துக்கொண்டிருந்தார்கள்.

இரண்டு பெட்டைகளும் திரும்பவும் என்னுடன் பேச வெளிக்கிட்டாளவை. நான் பார்த்த நாடுகளுக்கை எது நல்ல நாடு என்று கேட்டாளுகள். மூன்று நாள்தான் ரஷ்யாவில் நின்றேன். ஆனால் மூன்று மாதம் நின்றதாகக் கூறி அதுதான் திறமான நாடு என்றேன். அவளுகளுக்கு முகம் சரியில்லை . “ரஷ்யாவை விட வேறு எந்த நாடு பிடிக்கும்?” என்று கேட்டார்கள். மூன்று வருடமாக இருக்கும் பிரான்ஸில் மூன்று நா கள் நின்றதாகவும், ஒரு மணித்தியாலம் றாண் சிற்றில நிண்ட பெல்ஜியத்த மிகவும் அழகான நாடு என்றும் சொன்னேன்.

அது உண்மைதான். தாங்கள் இந்தியாவிற்கு வந்தால் என்ரை உதவி தங்களுக்குத் தேவையென்று சொல்லி என்னுடைய இந்திய தொலைபேசி இலக்கத்தைக் கேட்டாள்கள். ஒரு தயக்கமுமில்லாமல் கொழும்பில் இருக்கும் தாசன் அங்கிளின் இலக்கத்தைச் சொல்லி அதற்கு முன் 91 போட வேண்டும் என்று

சொன்னேன். தயங்காமல் எனக்கு ரெலிபோன் பண்ணலாம். நான் பிரயாணத்தில் இல்லாவிட்டால் உங்களுக்கு உதவி செய்வேன் என்று சொன்னேன். இரண்டு பேரும் நன்றியுணர்வுடன் என் கையைப் பிடித்தார்கள்.

வெயில் ஜெக சோதியாய் எரிந்துகொண்டிருந்தது. எங்கும் பச்சைப் புல்வெளிகள். பென்னாம் பெரிய மாடுகள் மேய்ந்து கொண்டிருந்தன. ஓவியன் ஒருவன் கீறி வைத்தது போல் வானமும் தரையும் அட்டகாசமாக இருந்தன.

ஒஸ்லோவில் இறங்கியவுடன் ஒன்றாகச் சாப்பிட்டுவிட்டுத் தான் பிரியவேண்டும் என அவர்கள் இப்போ கட்டளையிட்டார்கள். என் கெட்ட காலத்திற்கு சுன்னாகம் போல் ஒரு சின்ன ரயில் நிலையத்தில் இப்போ ரயில் நின்றது. அந்தப் பெட்டியில் ஒரேயொரு கரிய செம்மல் நான்தான். அந்தப் பிளாட் பாரத்தால் நடந்துபோன ஒருவன் வெள்ளை இருட்டுக்குள் ஒரு கறுத்த சூரியன்போல என்னைக் கண்டு உற்று நோக்கினான். நேரே வந்து “பாஸ்போட் பிளீஸ்” என்றான். நான் சிறிது தயங்கிவிட்டுக் கொண்டுவந்த பிரயாணப் பத்திரத்தை அவனிடம் நீட்டினேன்.

அவன் பார்த்த உடனேயே “இது உன்னுடைய பாஸ்போட் இல்லை” என்று சொன்னான். நான் பயப்படாமல் பகடிபோல் சிரித்தேன். அந்தப் பெண்கள் என்னை உற்றுப்பார்த்துக்கொண்டே இருந்தார்கள். அவன் “கனக்கக் கதைக்க நேரமில்லை. இதில் இருப்பதுபோலக் கையெழுத்து வச்சுக்காட்டு” என்றான். அப்பத்தான் நான் திடுக்கிட்டேன். தோழரின் கையெழுத்தைக்கூட நான் வடிவாய்ப் பார்த்திருக்கவில்லை. நான் சும்மா ஒரு கையெழுத்தை வைத்தேன். அதைப் பார்த்த உடனேயே சிரித்துக்கொண்டு “நீ சிறீலங்கன்தானே” என்றபடி தன்னுடன் வரும்படி அழைத்தான். நான் அவனுடன் போக வெளிக்கிட “உன்ர லக்கேஜ்ஜையும் எடுத்து வா” என்றான். நான் லக்கேஜைத் தூக்கும்போது அந்தப் பெண்கள் பார்த்த பார்வை... வாழ்க்கையில் நான் பட்ட அவமானக் கணங்களில் முக்கியமானது.

அவன் என்னைக் கூட்டிச்சென்று வேறு அதிகாரிகளிடம் ஒப்படைத்தான். அந்த அதிகாரிகள் என்னை விசாரிக்கத் தொடங்கினார்கள். நான் இது என்னுடைய பத்திரம்தான் என்று உறுதியாக நின்றேன். இப்போ நான் தடுமாறினால் மறியலுக்குப் போறது மட்டுமல்ல, தோழருக்கும் பெரிய பிரச்சினையாகப் போய்விடும். அவர்கள் பிரெஞ்சிலும் இங்கிலீசிலும் மாறிமாறிக் கேள்வி கேட்டார்கள், தங்களுக்குள் கதைத்தார்கள். இவனுக்கு இரண்டு மொழியுமே தெரியேல்ல என்றபடி “நீ பாரிசில் எங்கு வேலை செய்கிறாய்?” என்று கேட்டார்கள்.

"நான் ஒரு இந்தியன் றெஸ்ரோறன்ரில் வேலை செய்கிறேன்."

"சரி இப்ப எங்கப் போறாய்?"

"என்னுடைய தம்பியின் கலியாணத்துக்குப் போகிறேன்."

"உன் தம்பியினுடைய ரெலிபோன் நம்பரைத் தா" என்றார்கள். தம்பி இப்போ வீட்டில் இல்லை என்று எனக்குத் தெரியும். அவன் வீட்டில் இல்லையென்றால் அந்த ரெலிபோனில் என்ன நடக்கும் என்று எனக்குத் தெரியும். இலக்கத்தைக் கொடுத்தேன்.

அவர்கள் தம்பி வீட்டுக்குத் தொலைபேசியில் அழைத்தார்கள். நீண்டநேரம் லைனில் நின்றுவிட்டு 'மெசேஜ் எதோ சொல்கிறது அது என்ன?" எனத் தங்களிடம் சொல்லும்படி சொன்னார்கள். மறுபடி டயல் செய்து தொலைபேசியை என்னிடம் தந்தார்கள்.

அது இவ்வாறு சொன்னது. 'இது . . . அமைப்பின் தொலைபேசிச் செய்திச்சேவை. இன்று காலை நீர்வேலியில் நடந்த கண்ணிவெடித் தாக்குதலில் எட்டு இராணுவத்தினர் கொல்லப்பட்டனர். பலருக்குக் காயம் ஏற்பட்டு இராணுவத்தினர் முன்னேறமுடியாது தம்முடைய முகாம்களுக்குத் திரும்பினர்...' இந்தச் செய்தியை விலாவாரியாக நீண்ட நேரம் சொல்லிக் கொண்டிருந்தது. நான் தம்பி ஆலயத்தில் நிற்பதாகவும், இரவுதான் வீட்டுக்கு வருவதாகவும் மெசேஜில் பதியப்பட்டுள்ளது என்று அள்ளி விட்டேன்.

அவர்கள் "நீ உண்மையைச் சொல்லு. இது உன்னுடைய பயணப்பத்திரம் இல்லைத்தானே. ஒத்துக்கொண்டால் உன்னை மறியலில் வைக்காமல் பாரிசுக்கு அனுப்புவோம்" என்றார்கள். நான் உறுதியாக மறுத்தேன். "இது என்னுடையதுதான். மூன்று வருடத்தில் சுவாத்தியம் காரணமாக என் முகம் இவ்வாறு மாறிவிட்டது" என்றேன். அமைதியாக இருந்த அதிகாரி "சரி இந்தக் கையெழுத்தைப் பார்த்தே இதுபோல வைத்துக்காட்டு பார்க்கலாம்" என்றான். நான் கையை நடுங்குவதுபோல நடித்தேன். மற்றவன் "இவர கஸ்ரம்சுக்கு அனுப்புவம்" என்றான்.

ஒரு 'போமும்' ரெண்டு சூட்கேசுகளையும் தூக்கிக்கொண்டு இன்னுமொரு கட்டடத்தினுள் நுழைந்தேன். அங்கு நுழைந்த போது ஒரு பெண் அதிகாரி கால்கள் இன்னொரு கதிரையிலும், மார்பு தனியே ஒரு மேசையிலும் உட்கார்ந்திருக்க உல்லாசமாகத் தொலைக்காட்சி பார்த்துக்கொண்டிருந்தாள்.

அவள் என்னைப் பார்த்த பார்வை 'நீ இவ்வளவு காலமும் எங்கயடா இருந்தனீ. உன்னையெல்லா தேடிக்கொண்டிருந்தனான்' என்பதுபோல இருந்தது. போமை வாங்கிப் பார்த்துவிட்டு

சூட்கேசுகளைச் சோதிச்சாள். நான் கொண்டுபோன மிளகாய்த்தூள் மணம் அவளைப் பெரிதும் சினப்படுத்தியது. என்னுடைய அல்பத்தை அவள் பார்க்கவில்லை. அந்த அல்பத்தில் நானும் பயணப்பத்திரம் தந்த தோழருமாய் எடுத்த படம் இருந்தது. நல்லவேளை அவள் அதை பார்க்கவே இல்லை. பார்த்திருந்தால் நான் சிம்பிளாய் மறியலுக்குப் போயிருக்கலாம். இதற்குள் ஒன்றுமில்லையென்று அவள் என்னைத் திரும்பவும் பொலிசிடமே அனுப்பினாள்.

திரும்பி வந்தபோது ஒரு அதிகாரிதான் இருந்தான். அவன் “மற்ற அதிகாரி சாப்பிடப் போய்ட்டான். நீ உண்மையச் சொன்னால் நானே பாரிசுக்கு அனுப்பிவைப்பன். இல்லையெண்டால் மறியலில் போடவேண்டிவரும்” என்றான். நான் “எனக்கு மூன்று கிழமைதான் லீவு. அதையும் நீங்கள் மினக்கடுத்துறீங்கள்” என்றேன். அவன் உள்ளே சென்றுவிட்டான்.

அப்படியே இருக்கிறேன், இருக்கிறேன்... அவன் வருவதாய் இல்லை. பின்னேரம் நாலு மணியுமாச்சு. எனக்கு ஆயிரம் வருசம் இருந்ததுபோல இருந்தது. நாலரைபோல் பெரியவன் வந்தான். சத்தமாக என்னைப் பார்த்து “இன்னும் நீ போகவில்லையோ ? நீ வந்து பிரெஞ்சுப் பொலிசையோ, டென்மார்க் பொலிசையோ, ஜெர்மன் பொலிசையோ ஏமாத்தலாம். எங்களை ஏமாத்த இயலாது” என்றான். அப்பத்தான் யோசிச்சன் இது எந்த நாடு என்று.

அவன் “சரி இது நீயில்ல. உன்ர அண்ணனுடைய பத்திரத்தைக் கொண்டுவந்திருக்கிறாய். இந்தமுறை உன்னை விடுகிறன். இனிமேல் இந்தப் பக்கம் வராதே” என்றான்.

நல்ல காலம் இவங்கள் அரை மணித்தியாலம் பிந்தி போன் எடுத்திருந்தால் தம்பி வேலையால் வந்திருப்பான். அவனுக்கு எனது பத்திரத்திலிருக்கும் தோழரைப்பற்றி எதுவும் தெரியாது. அவன் ‘இப்படி ஒரு ஆளை வாழ்கையிலேயே கேள்விப்பட்டதில்லை’ என்று சொல்லியிருப்பான்.

நான் சூட்கேசைக் கொண்டு ரயில் மேடைக்கு வந்து தொப்பிபோட்ட ஒரு கறுத்தப் பெண்ணைப் பார்த்து இது எந்த நாடு என்று கேட்டேன். அவள் விழுந்துவிழுந்து சிரித்தாள். “நாடு தெரியாமல் ஏன் இறங்கினாய்?” என்று கேட்டாள்.

எனக்கு இப்போ இன்னொரு நாட்டையும் தெரியும். அதற்குப் பெயர் சுவீடன்.

பெண் ஒருத்தி என் எதிரே வந்தாள்

நான் என்ர வாழ்கையிலை முக்கியமான முடிவெடுக்கிறதுக்குக் கொஞ்ச நாளைக்கு முதல் எங்கட றூமில கொஞ்சம் மனக்கசப்புத் தொடங்கிச்சுது. அது தனிப்பட்டதில்லை. அமைப்பு சம்பந்தமானது. வாக்குவாதம் முத்தியதால் இரண்டுமூன்று பேர் விரைவில் றூமை விட்டுப் போவதாகவும் சொன்னார்கள். இப்ப நான் அடிக்கடி திருவண்ணனின் அறைக்குப் போகத் தொடங்கினேன்.

நான், திருவண்ணனுடன் எல்லாவிதமான கஸ்ர துன்பங்களையும் பகிர்ந்துகொள்வதுண்டு. ஒருநாள் மாலை நான் அவரைச் சந்திக்கப் போனபோது அவர் கொஞ்சம் பாவித்துவிட்டு நின்றார். "என்னடாப்பா சரியா மனமுடஞ்சு போய் நிக்கிறாய். என்ன பிரச்சினை?" என்று கேட்டார்.

நானும் எங்களுடைய றூமுக்குள் நடந்த அமைப்பு தொடர்பான சிக்கல்களை அவருக்குச் சொன்னேன். "நான் ஊருக்குப் போகலாமோ என்றுகூட யோசிக்கிறனண்ணை" என்றேன்.

"ஊருக்குப் போகப் போறியோ? உனக்கென்ன பைத்தியமே? நாங்க விட்டிட்டு வந்த ஊரே இப்ப அங்க இருக்கு?" என்றார். "உன்ர வாய்க்கு நீ அங்கப் போன உடனேயே மண்டையில போட்டுடுவாங்கள்" என்றார்.

“யாழ்ப்பாணம் எண்டா அப்பிடித்தான் இருக்கும், இந்த இயக்கங்கள் எல்லாம் அஞ்சாறு எழுத்துக்குள்ள பேரை ஸ்ரைலா மாத்திமாத்தி வச்சிருந்தாலும் எல்லாம் ஒண்டுதானடா... உனக்கு ஒண்டு சொல்லுறன். நீ கலியாணத்தை முடி, உனக்கும் இளமை தாண்டுது. இப்ப முடிக்காவிட்டால் இனி எப்ப? வீட்டுக்குக் கடிதத்தை எழுது” என்றார்.

திருவண்ணன் யாழ்ப்பாணத்தில் கடை வைத்திருந்தவர். சீனக் கொம்யூனிஸ்ட் கட்சி ஆதரவாளர். யாழ்ப்பாணத்தைத் தலைகீழாய்ப் புரிந்துவைத்திருப்பவர். என்மீது மிகப் பிரியம் கொண்டவர். அவர் யாழ்ப்பாண நகரைப் பற்றிச் சொல்லும் கதைகள் ஆச்சரியமாக இருக்கும். கிடுகுவேலிகளுக்குப் பின்னால் எவ்வளவு அசுத்தங்கள்! அவர் சொன்ன ஒரு கதை எனக்கு மிகவும் பிடித்திருந்தது.

அவருடைய நண்பருக்கு ஒருநாள் உடல் தாகம் எடுத்ததாம். ‘அந்த வியாபாரம்’ நடக்கும் வீட்டை அவருடைய நண்பர்தான் பரிந்துரைத்திருக்கிறார். பள்ளிக்கூடப் பெண்கள்தான் பகுதி நேரமாகத் ‘தொழில்’ செய்கின்றார்கள் என்று இவருக்கு யாரோ றீல் விட்டிருக்கினம். அவரும் ஏதேதோ கற்பனையோட போய் இருக்கிறார். ஒரு நடுத்தர வயதைத் தாண்டிய பெண்தான் இருந்திருக்கிறா. இவர் போய் தன் விருப்பத்தைச் சொல்லி யிருக்கிறார். “பெட்டையள் இருண்ட பிறகுதான் வருவாளவை. அதுவரை இருங்கோ” எண்டு நடுத்தரவயது தாண்டினவ சொல்லியிருக்கிறா. காத்திருக்கிற நேரத்திலை ‘கொஞ்சம் எடுங்கோவன்’ எண்டு சாராயத்தை இவருக்கு வித்திருக்கிறா. சாராயக் காசோடு, போன விடயத்துக்கும் றேற்றைப் பேசி ஒரு பெரும் தொகையையும் வேண்டிப் போட்டா.

இவருக்கு வெறி. நேரமோ போய்க்கொண்டிருக்கு. ஒரு பெட்டையும் வரவில்லை. இவரால் பொறுமையாக இருக்க முடியவில்லை. “அக்கா, ஒருத்தரும் வாறமாதிரிக் காணல்லை. நானும் போக வேணுமெல்லோ” என்றிருக்கிறார்.

“ஓம் இன்னும் வாறனெண்ட பெட்டையைக் காணேல்லை. இப்ப என்ன செய்யிறது. அதுதான் நானும் யோசிக்கிறேன்” எண்டு அந்த நடுத்தரவயது தாண்டினது சொல்லியிருக்கிறது.

“அக்கா, அவளவை கிடந்தாளவை. நீங்கள் இருக்கிறீங்கள் தானே” என்று சொல்லி விடயத்தை முடித்துவிட்டு வந்து விட்டார் சிங்கன். இதை மனவருத்தப்பட்டுத் தனக்குப் பெரிய பணச்செலவாய்ப் போயிற்று என்று தன்னையொத்த இன்னொரு நண்பருக்குச் சொல்லியிருக்கிறார்.

அந்த இன்னொருத்தர் சொன்னாராம் "நானும் இரண்டுமுறை போனனான். உப்பிடித்தான் எனக்கும் நடந்தது. பேந்துதான் கேள்விப்பட்டனான். அந்த மனிசி கேவலமான ஆம்பிளைகளின்ர பெலவீனங்களப் பாவிச்சு 'வண் மேன் ஆமியா' இவ்வளவு காலமும் இதை நடத்தியிருக்குது. அங்கப் பள்ளிக்கூடப் பெட்டையளென்ன வேற பெண்களின்ரை கதையே இல்லை" என்று.

இதைவிடச் சாதிப்பிரச்சினையில் பனையில ஏறின பிறகு மரத்தோட தறிச்சு விழுத்தின கதை, சட்டையைக் கொக்கச் சத்தகத்தால கிழிச்ச கதை, கூலிக்குக் கொலை செய்தது, கேட்க யாரும் இல்லாத பொம்பிளையளைப் பாலியல் வல்லுறவு செய்துபோட்டுக் கிணத்துக்க போட்ட கதை, ஊரில பிரச்சினையெண்டால் ரவுணுக்க ஆக்களை வச்சு அடிக்கிற கதைகளும் நடந்த இதே யாழ்ப்பாணத்திலதான் நானும் வாழ்ந்தனான். எனக்கு இங்க வந்துதான் முழுவிசயமும் தெரியுது.

நான் என்னை யோசிச்சுப் பார்த்தன். அங்கிருக்கும்போது நான் பெரிய திறமாக வாழ்ந்தது என்று மார்த்தட்ட முடியாவிட்டாலும் மனச்சாட்சியோட வாழ முயற்சி செய்தவன் என்று சொல்லலாம்.

இளமை தொடங்கிய காலத்தில் அதுவும் சேகரோடு திரியிற காலத்தில் சில குழப்படிகளைச் செய்திருக்கிறன். செவ்வாய்க் கிழமையென்றால் யாழ் பீச்றோட்டில் பிள்ளத்தாச்சிச் சந்திக்கு இஞ்சாலை ஆட்கள் இல்லாத பங்காளாவின் வெளிமதிலில் சேகரும் ஐந்தாறு பெடியங்களும் வரிசையாக இருப்போம். சாரைசாரையாய் பெண்கள் அதுவும் இளம் பெண்கள் அந்தோனியார் கோயிலுக்குப் போய்க்கொண்டிருப்பார்கள். சோளகக் காலமாக இருக்கும். அதுவும் தலைச்சோளகம் என்றால் சுழண்டு சுழண்டு அடிக்கும். சாறி கட்டாத இளம் பெண்கள் பெரும் பாடுபடுவார்கள். அப்போதெல்லாம் இந்தப் பஞ்சாபி உடை அறிமுகமாகியிருக்கவில்லை. கட்டைப் பாவாடையும், மினி ஸ்கேட்டும் பிரபலமாய் இருந்த காலமது.

பெண்கள் கிட்ட வரும்போது சேகர் "அர்ச்சேஸ்ட அந்தோனியாரே இபப நல்லாய்க் காத்து அடிக்கவேணும்" எண்டு பிரார்த்திப்பான். அந்தோனியாருக்கு அந்தப் பிரார்த்தனை கேட்டதோ இல்லையோ தெரியாது, சிலவேளை சோளகக் காத்து சுழண்டு அடிக்கும். இருக்கிற எல்லாம் பறக்கும். சேகர் "மஞ்சள், பச்சை, நாவல், சிவப்பு... எல்லாம் கடுங்கலர் மச்சான்" என்று எண்ணுவான். அந்தப் பெட்டைகளோட யாரும் தாய்மார் வந்தால் "போங்கோடா காவாலி நாய்களே" எனத் திட்டுவார்கள்.

இந்தளவுக்குத்தான் என் இளமைக்காலக் குழப்படிகள் இருந்தன. அவையெல்லாம் பழைய காலமுமாய் இனிய நினைவுகளுமாய் மாறிப்போயின.

றூமுக்கு வந்ததும், என்னுடன் மிகவும் நெருக்கமான மனோவுக்கு "நான் கலியாணம் முடிக்கலாமெண்டு யோசிக்கிறன்" என்று சொன்னன். அவன் ஏதோ வேலையாய் இருந்தவன், ஞாயிற்றுக்கிழமைதான் தனக்கு லீவு, ஞாயிற்றுக்கிழமையாகப் பார்த்து வச்சாயெண்டால் தானும் வருவேன் என்றான்.

"இல்லை மச்சான். கலியாணம் முடிக்கிறது உன்ரை விருப்பம். பாரிஸ் போன்ற இடத்திலை கலியாண வாழ்வு பெரிய கஸ்ரம். என்னைப் பொறுத்தளவில் நான் கலியாணம் முடிக்கப் போறதில்லை. இப்படியே சந்தோசமாய் இருக்கப்போறன். உயிரோடு இருந்தால் கடைசிக் காலத்தில் சிலவேளை கஸ்ரமாய் இருக்கும். கடைசி இரண்டுமூன்று வருசக் கஸ்ரத்துக்காக இருபது முப்பது வருசம் நானும் கஸ்ரப்பட்டு இன்னொரு பெண்ணையும் கஸ்ரப்படுத்தேலாது. கலியாணம் முடித்து ஒரு பெண்ணைக் கஸ்ரப்படுத்துவதைவிடக் கலியாணம் முடிக்காமல் பல பெண்களைச் சந்தோசப்படுத்துவோம்" என்றான். அவனுடைய நிலைப்பாடு எனக்கு விளங்கவில்லை.

நான் துரிதகதியில் செயலில் குதித்தேன். 'கலியாணம் முடி! கலியாணம் முடி! எண்டு சும்மா கடிதம் எழுதாமல் ஏதாவது போட்டோ இருந்தால் அனுப்புங்கோ' எண்டு வீட்டுக்குக் கடிதம் எழுதினேன். கலியாணத்துக்கு என்னுடைய மனம் தயாராகி விட்டது. காசுதான் பெரிய யோசனையாய் இருந்தது.

அந்த நாட்களில் என்னுடைய ஒன்றுவிட்ட சகோதரன் ஒருவன் தொலைபேசி எடுத்தான். அவன் கப்பலில் வேலை செய்பவன். ஒவ்வொரு துறைமுகத்திலும் இறங்கினவுடன் தொலைபேசி எடுத்து மணிக்கணக்கில் கதைப்பான். அந்த நாட்களில் என்ரை அதிஸ்ரத்துக்கு அவன் தொலைபேசி எடுத்தான். நான் கலியாணம் முடிக்க முடிவு செய்திருப்பதாகவும், அம்மா மூன்று நாலு பெண்களின் படம் அனுப்பியிருப்பதாகவும், அதிலொன்றைத் தெரிவு செய்யப்போவதாகவும், எனக்குக் கொஞ்சப் பணம் அனுப்பும்படியும் கேட்டேன்.

"அந்தப் படங்களையெல்லாம் கிழிச்செறி. அடுத்த துறைமுகத்தில் போய் இறங்குவதற்கிடையில் உன்னைத் தேடிப் பெண்ணொருத்தி வருவாள். எல்லா ஒழுங்குகளும் நான் செய்வேன். அவங்கடை காசிலையே வருவாள். உண்மையிலையே உன்ரை கலியாணப் பிரச்சினையைப் பற்றிக் கதைக்கத்தான் நான் ரெலிபோன் எடுத்தனான். நீ முந்திவிட்டாய்" என்றான்.

றூமில் எல்லோரும் சந்தோசப்பட்டார்கள். நாலுபேர் இரண்டு மாதத்தில் தாங்கள் வேறு றூம் எடுத்துப் போகிறோம் என்றார்கள். எனக்குத் தெரியாமல் பணம் சேர்த்து ஒரு விலையுயர்ந்த கட்டிலுக்கு ஓடர் பண்ணினார்கள். எனக்கும் சந்தோசம். வந்தநாள் தொடக்கம் ஒரு பெட்சீற்றை விரித்து இன்னொரு பெட்சீற்றால் போர்த்துக்கொண்டு படுத்த வாழ்க்கை... அதுவும் சந்தோசமாகத்தான் இருந்தது. அதுவும் படுக்கேக்கை தலையணை கிடைத்தால் இன்னும் சந்தோசம்.

கடைக்காரர் கட்டிலைக் கொண்டுவந்து வீட்டு வாசலிலை வைத்துவிட்டுப் போய்விட்டார். வேலையாலை வந்து எல்லோரும் கட்டிலை மேலை கொண்டுபோக முயன்றோம். மூன்றுமாடி. குறுகிய படிகள். முகட்டிலை எங்கடை அறை. ஒரு வழியும் தெரியவில்லை. பக்கத்து வீடுகளில் இருந்த அரேபியக் குடும்பங்கள், ஆப்பிரிக்கக் குடும்பங்கள் எல்லாம் எவ்வளவோ முயற்சி செய்தும் கட்டிலை மேலே கொண்டுபோக முடியவில்லை. அப்போது "முகட்டில ஏறிக் கயிறு கட்டி இழுத்து முகட்டு யன்னலுக்காலை இறக்கலாம்" எண்டு ஒருத்தன் சொன்னான். சொல்லி முடிய முதல் சேவியர் முகட்டிலை நின்றான். கயிறு கட்டி இழுத்தால் அடுத்த வீட்டு யன்னல் கண்ணாடிகளை உடைக்கும். அப்படிச் செய்யேக்கை றோட்டாலை போற யாரும் பொலிசுக்குப் போன் பண்ணினால் அதுவேறு பிரச்சினை. வீட்டுக்காரன் அறிஞ்சால் வீட்டால எழுப்பிப் போடுவான்.

அப்பத்தான் தெய்வம்போலத் துரையண்ணன் வந்தார். எனக்குப் பெண் வரப்போறதாகக் கேள்விப்பட்டுத் திரும்பவும் வரத் தொடங்கிவிட்டார். கலியாண வேலைகளுக்குத் தான்தான் முன்னுக்கு நிக்கவேணும் என்று உறுதியாக இருந்தார். கட்டிலை ஒருக்கா வடிவாய்ப் பார்த்தார். ஏதோ வழி சொல்லப் போறார் என்று நாங்கள் நினைக்க, "எந்தப்... மேன் இந்தக் கட்டிலுக்கு ஓடர் பண்ணினது? படிச்சவையாம்... நாளைக்கு வாளோடை வாறேன். கட்டிலை இரண்டா வெட்டி மேலே கொண்டு போறன், பேந்து 'போல் நட்டு' வைச்சுப் பூட்டுறன்" என்றார்.

இனி வேறு வழியில்லை. றூம் பெடியளுக்கு முகம் காஞ்சு போச்சு. "அருமந்த கட்டில்" என்று சேவியர் பெருமூச்சு விட்டான்.

அந்த எதிர்பார்க்கப்பட்ட பெண் வந்துசேர்ந்தாள். இந்த வாழ்க்கை அவளுக்குப் பிடிக்குமோ என்ற பயத்தோடிருந்தேன். பெடியள் எல்லாம் அவளோடு அன்போடிருந்தார்கள். அவளுக்குச் சமைக்கத் தெரியுமோ என்றுகூட எனக்குத் தெரியவில்லை.

அவளைச் சமைக்க விடமாட்டோம் என்று பெடியள் பிடிவாதமாய் நின்றாங்கள்.

தமிழ்க் கத்தோலிக்க முறைப்படி கலியாணம் வைக்க வேண்டும் என்று தொணதொணப்பு தொடங்கிவிட்டது. உதவி கேட்டு 'பாதர் ஓடியோ'விடம் போனால் அவர் பிரெஞ்சு அரசின் அத்தாட்சிப் பத்திரங்கள் இல்லாமல் உடனே ஒன்றுமே செய்ய முடியாது எனக் கைவிரித்தார். அரசு அலுவலகமான 'மேரி'க்குப் போனால் எங்கள் மூன்று மாத 'விசா பப்பி' அவர்களுக்குப் பரிச்சயம் இல்லை என்று இழுத்தடித்தார்கள். பெண்ணின் உறவினர்கள் ரெலிபோனில், "எப்பக் கலியாணம், எப்பக் கலியாணம்?" என்று நச்சரித்துக்கொண்டிருந்தார்கள்.

நாட்கள் உருண்டோடின. இதுக்குள்ள வேறையொரு பிரச்சினை வந்தது. பிள்ளை வயித்திலை இருக்கேக்கை தாலி கட்டக் கூடாதெண்ட ஆலோசனைகளையும் சொல்லிக் கொண்டிருந்தார்கள். கிழமைகள் மாதங்கள் ஆகின. குடும்பம் ஆகிறதுக்கு முதலே குடும்பச் சண்டை தொடங்கி விட்டது.

ஏதோ ஒருகணத்தில் மேரியில் இருந்த ஒரு பெண் அதிகாரி 'சட்டங்கள் ஒன்றும் தெளிவாய் இல்லை'யெனப் பிரெஞ்சு அரசாங்கத்தைத் திட்டியபடி "நீ என்ன களவா எடுக்கப் போகிறாய். கலியாணம்தானே செய்யப்போகிறாய்" எனச் சொல்லித் திருமணப் பதிவுக்கான பத்திரத்தில் கையொப்பமிட்டுத் தந்தாள்.

கலியாணத்திற்குச் சாப்பாடு செய்வதற்கு ஆட்களைக் கண்டுபிடிப்பது பெரிய கஸ்ரமாக இருந்தது. மனைவி வந்தபின் அயலில் இருந்த பாண்டிச்சேரிக் குடும்பத்திடம் போய் எங்கள் பிரச்சினையைச் சொன்னோம். அவர்கள் தமக்குத் தெரிந்த ஒருவர் இருக்கின்றார், இருபது இருபத்தைந்து பேருக்கென்றால் அருமையாகச் சமைப்பார், எதுக்கும் அவரிடம் போவோம் என என்னை அழைத்துச் சென்றனர். சமையற்காரர் மரண வெறியில் இருந்தார். "நூறு பேரா? அழகாகச் செய்யலாம்" என்று சொல்லிப் பிரியாணியை எப்படிச் செய்வது, எப்படிச் சாப்பிடுவது என விளக்கினார். எனக்கு வாய் ஊறியது. விளக்கம் தொடர்ந்துகொண்டிருந்தது. ஒரு கட்டத்தில் நிற்பாட்டி அவர் கேட்ட முற்பணத்தைக் கொடுத்துவிட்டுக் கலியாண நாளன்று பிரியாணி வருமென்று உறுதி செய்துவிட்டு வந்தோம். ஒரு வாடகை வண்டியில் தானே கொண்டுவருவதாகவும் அவர் சொன்னார்.

கலியாணத்திற்கு இரண்டு நாள்களுக்கு முதல், கலியாணத்திற்கு மணப்பெண் தலையில் அணியும் 'வேல்' *(Veil)* வேணும் என்று வருங்கால மனைவி அடம்பிடித்தாள். முருகனின் வேலைத் தவிர வேறு வேல் எதுவும் தெரியாத

நண்பர்களிடம் கேட்டுப் பிரயோசனம் இல்லை. படம் எடுப்பதாக ஒத்துக்கொண்ட புகைப்படக்காரரிடம் துரையண்ணன் கேட்டு, பல்வேறு இடங்களுக்குத் தொலைபேசியில் அழைத்து எங்கோ ஓரிடத்தில் இருப்பதாகக் கண்டுபிடித்தார். மனைவி மகிழ்வுடன் துரையண்ணனையே கலியாணத்திற்கு முதல் நாள் மாலை ஐந்து மணிக்கு 'வேலை' கொண்டுவந்து தரும்படி சொன்னாள்.

ஐந்து மணி ஆச்சு. துரையண்ணன் வரவில்லை. றூமில் உள்ள நண்பர்கள் எல்லாம் என்ரை கலியாண வேலையாகப் போத்தில் வாங்க வேண்டும், கலப்பதற்குக் 'கோக்' வாங்க வேண்டும், கப் வாங்க வேண்டும் என்று ஆளுக்கொரு திசையாய் போய்விட்டார்கள். தொடர்ந்து தொலைபேசி மணி அடித்துக் கொண்டிருந்தது. கலியாணத்திற்கு வரவேண்டியவர்கள் கேள்விகள் கேட்டுக்கொண்டிருந்தனர். 'எப்படி வருவது?, எங்கே கோயில்? எங்கே மண்டபம்? என்ன குடியிருப்பு?' என்று அழைப்புகள் வந்தவண்ணம் இருந்தன. மனைவியோ துரையண்ணனின் வருகையை எதிர்பார்த்தவாறு காத்திருந்தா. அவவுடைய கவனம் முழுக்க வேலில் இருந்தது.

ஒவ்வொரு முறையும் தொலைபேசி மணி அடிக்கும் போதும் 'ஏனிது பிழைபட்ட ரெலிபோன்போல அடிக்குது' என ஆத்திரப்படத் தொடங்கினா. எனக்கோ ரென்சனோ ரென்சன் எட்டுமணியாச்சுது... பத்துமணியாச்சு... வேலும் வரவில்லை, துரையண்ணனும் வரவில்லை. மனைவி கோபத்தின் உச்சத்துக்குப் போய்விட்டா. வேல் இல்லாவிட்டால் தான் கோவிலுக்கு வரமாட்டேன் எண்டு முரண்டு பிடிக்கத் தொடங்கினா. எனக்குக் கோபம் தலைக்கேறியது. திடீரென்று "துரையண்ணன் ஒரு பொய்யன்" எனப் பேசத் தொடங்கினேன். மனைவி விடுவதாயில்லை.

காலம் காலமாய் எனக்குள்ளிருந்த ஆணாதிக்க வெறி தலைக்கேறியது.

பதினொருமணிக்கு மேல் வேலையும் கொண்டு துரையண்ணன் வந்தார். அவர் வரும்போது நான் வீட்டிலிருந்து இறங்கித் தெருவில் நின்றிருந்தேன்.

"ஏன்ரா வெளியிலை நிக்கிறாய்?"

"மேலே போங்கண்ணன். நான் பிறகு வாறன்" என்றேன்.

மேலே போய் கொஞ்ச நேரத்தாலை துரையண்ணன் திரும்பிவந்து "வாடா மேலே" எண்டு கூப்பிட்டார். "நல்லாய்ப்

பேசுவீங்களடா மார்க்சியம்... சோசலிசம்... மானிட விடுதலை... ஆனால் கேவலமாக நடப்பீங்கள்" என்றார்.

ஒருமாதிரி கலியாணப் பூசையெல்லாம் நல்லாய்ப் போனது. கோயிலுக்குள் இருந்து ஹோலுக்கு வந்து நானும் மனைவியும் பிணைஞ்ச கதிரையில இருந்தம். தண்ணி அடி தொடங்கியது. நேரம் போய்க்கொண்டிருந்தது. அப்போதுதான் கவனித்தேன், சாப்பாடு இன்னமும் வரவில்லை. பாண்டிச்சேரி நண்பனை அழைத்துச் "சாப்பாடு இன்னமும் வரவில்லை. ஒருக்கால் போன் பண்ணிப் பாருங்கள்" என்றேன். அவராலும் தொடர்பு கொள்ளமுடியவில்லை. வாகனமொன்று ஒழுங்கு செய்து தந்தால் தான்போய் என்னவென்று பார்த்து வரலாம் என்றார். ஒரு நண்பர் காரில் அவரை அழைத்துச்சென்றார். எனது பதற்றம் கூடியது. பார்ட்டியில் போத்தல்கள் முடிந்து பக்கத்துக் கடைகளில் போத்தல்களை வாங்கிக்கொண்டிருந்தார்கள்.

சாப்பாட்டுக்காரனைத் தேடிப்போனவர்கள் மண்டபத்திற்கு போன் பண்ணினார்கள்.

அவரின் சின்ன அறையில் வழமையாக இருபது முப்பது பேருக்குத்தான் சமைப்பாராம். நூறு பேருக்குச் சமைக்கும் ஓடர் வந்ததும் நிலமை தெரியாமல் ஓமெண்டிட்டார். நூறு பேருக்குச் சமைக்க வெளிக்கிட்டதிலை புகையும் மணமும் கட்டுக்கடங்காமல் வெளியேறி, பக்கத்து வீட்டுக்காரர் நெருப்புப் பிடிச்சிட்டுதெண்டு நினைச்சுப் பொலிசுக்குப் போன் பண்ண, பொலிஸ் அவரைக் கொண்டுபோய்விட்டுது.

அவரின் மனைவி "ஒரு பிரச்சினையுமில்லை. வந்தாக்கள் உதவி செய்தால் மிச்சத்தைச் சமைச்சுக்கொண்டு ஒரு மணித்தியாலத்தால வந்திடுவோம். ஒண்டுக்கும் யோசிக்க வேண்டாம்" என்றா.

நான் இனிமேத்தானே யோசிக்க வேணும்.

❖

கசெற்றால் குழம்பிய கலியாணம்

"இந்தாள்தான்..." "இவர்தான் ஆள்." இரண்டு பெண்கள் வேலியால் எட்டிப் பார்த்துக் குசுகுசுத்தார்கள்.

இது இரண்டாவது தடவை. இதற்கு முன் தலையாட்டி ராசா வீட்டு யன்னலுக்காலும் இரண்டுமூன்று குமரிகள் எட்டியெட்டி என்னை உற்றுப் பார்த்தார்கள்.

அயோத்தி மாநகர வீதியால் நடந்துபோகின்ற இராமனின் அழகைப் பார்ப்பதற்காய் யன்னலால் எட்டியெட்டிப் பார்க்கும் பெண்களின் முக அழகைச் 'சாளரத்தினும் பூத்தன தாமரை மலர்கள்' என்று பாடிய கம்பன் நினைவுக்கு வந்தான். இராமனின் கறுப்பைத் தவிர என்னில் என்ன இருக்கு? அதைவிடக் காதலும் காமமும் வரும் காலம் அல்ல அது.

ஊரே மனநோயாளிகளின் விடுதி போல் இருந்தது. இங்காலை இரண்டு பேரும் அங்காலை இரண்டு பேரும் காரணத்துடனும் காரணம் இல்லாமலும் கொல்லப்பட்டுக்கொண்டிருந்தார்கள். சாப்பிடுவதற்கும் பொய் சொல்வதற்குமே மக்கள் வாய் திறக்கிறார்கள். குரங்கில் இருந்து மனிதன் பிறந்தானா? அல்லது குரங்கில் இருந்து துரத்தப்பட்டானா? என்று யோசித்த வண்ணம் நடந்துகொண்டிருந்தேன்.

1989ஆம் ஆண்டின் பிற்பகுதி, எட்டு ஒன்பது ஆண்டுகளுக்குப் பின் வெளிநாட்டிலிருந்து ஊருக்கு

வந்திருக்கிறேன். வந்த முதல் நாளே அம்மா மறிக்கமறிக்கச் சந்தையடியைப் பார்ப்பதற்குச் செல்லும்போதுதான் இந்த உற்றுப் பார்ப்புகள்.

ஊர் தலைகீழாய் மாறியிருந்தது. பல புது முகங்கள்.

ஏன் என்னைப் பாக்கினம்? ஏதோ நடந்திருக்க வேணும். நான் எல்லாச் சண்டைகளுக்கும் முதலே வெளிக்கிட்டவன். எனக்கு எதுவுமே தெரியாது. யாரும் கேட்டால் சொல்லலாம். கதைக்கினம் இல்லை.

பயம் காலை விரைவுபடுத்தியது.

சந்தையால் திரும்பி வந்த கமலா அக்காதான் விடயத்தைத் தெளிவுபடுத்தினா. "எப்பவடா வந்தனீ? ஊரிலை நீ பெரிய பேமஸ். நீ அனுப்பின வீடியோவை இரண்டு தரமல்லோ ரெலிகாஸ்ட் பண்ணினவை."

'அட சிக்...' என்றது மனது.

இந்த ரெலிகாஸ்ட் முந்தியும் இல்லை இப்பவும் இல்லை. இடையில் கொஞ்சக் காலம் ஊரில் பிரபல்யம் பெற்று விளங்கியது.

இந்த ரெலிகாஸ்ட்டால் ஒரு கலியாணமே குழம்பிப் போனது.

என்னுடைய கலியாணத்தை ஒரு பிரெஞ்சுச் சுவாமியார் பாரிசிலுள்ள சிறிய ஆலயமொன்றில் ஒழுங்கு செய்துதந்தார். கலியாணம் முடிந்ததும் அதையடுத்துள்ள ஒரு சிறிய மண்டபத்தில் வரவேற்பு.

நண்பர்கள் சிலர் சிற்றுண்டிகள் செய்து கொண்டுவந்தார்கள். ஒரு பாண்டிச்சேரி நண்பர் மதிய உணவு தயார் செய்து கொண்டுவருவதாக ஒப்பந்தம். பாரிஸ் முழுவதும் தேடி ஒரு வீடியோக்காரரைக் கண்டுபிடித்தோம். அவர் தன்னை மத்தியானம் மூன்று மணிக்கு விட்டுவிட வேணும் என்று உறுதியாக நின்றார்.

பன்னிரண்டு மணிக்கே கோவில் சடங்குகள் முடிவடைந்து விட்டன. ஒரு மணிக்கு முன்பே எல்லோரும் மண்டபத்திற்கு வந்துவிட்டார்கள். 'கட்டிடக் காட்டுக் கவிஞன்', 'புலம்பெயர் முதல் கவிஞன்', 'நல்ல கிறிஸ்தவன்'. இப்படி எல்லாப் பொய்களையும் சொல்லி இரண்டுமூன்று பேர் உரையாற்றி முடித்தார்கள். அடுத்ததாக, பான விருந்து. நண்பர்கள் வாய் நனைக்கத் தொடங்கினார்கள். ஆட்டமும் பாட்டும் தொடங்கியது. மலர்விழி அக்காவும் வினோதினியும் தோழர்களுடன் சற்றுத் தள்ளி நின்று ஆடிக்கொண்டிருந்தார்கள். போத்தல்கள் முடிய முடிய வேண்டிக்கொண்டிருந்தார்கள். சாப்பாடோ மூன்று மணி தாண்டியும் வரவில்லை.

வீடியோக்காரர் தமிழர்கள் நடனமாடியதை வாழ்க்கையிலேயே காணாதவர் போல் படு உற்சாகமாகப் படம் எடுத்துக்கொண்டேயிருந்தார். மூன்று மணிக்குப் போறதென்ற விடயத்தை மறந்தேவிட்டார். 'எப்படி எப்படி ஆடினால் வீடியோவில் அழகாக வரும்' எனப் பயிற்சி கொடுத்துக் 'கவர்' பண்ணிக்கொண்டிருந்தார்.

குகனுக்கு இப்போ நல்ல கணக்கு.

திடீரென்று அதி உற்சாகமடைந்த குகன் மலர்விழி அக்காவைத் தன்னுடன் ஆட வரும்படி அழைத்தான். மலர்விழி அக்கா மிக முக்கியமான ஆளுமை. முற்போக்கான பெண். ஓர் இயக்கத்திற்கே தலைமை தாங்கக்கூடிய துணிவுள்ளவ.

அவ குகனின் தோளைப்பிடித்து ஆடினா. குகன் எம்ஜிஆர் பிரியன். "போடடா எம்ஜிஆர் பாட்டு" என உத்தரவிட்டான். 'ஒருவர்மீது ஒருவர் சாய்ந்து' பாட்டுப் படிக்கத் தொடங்க, வீடியோக்காரர் ஒரு நடன இயக்குநராகவே மாறிப்போனார். மலர்விழி அக்காவும் குகனும் எப்படியெல்லாம் நெருக்கமாக நின்று ஆட வேண்டும் என்றும், எந்த எந்த ஸ்ரெப்புகள் வைக்க வேண்டும் என்றும் பயிற்சி கொடுத்து ஒரு திரைப்படப் பாடல் காட்சியையே உருவாக்கிக்கொண்டிருந்தார் வீடியோக்காரர், எல்லோரும் இவர்களையே பார்த்துக்கொண்டிருந்தார்கள்.

விசயம் கொஞ்சம் ஓவராய்ப் போவதுபோல் எனக்குப் பட்டது. நான்தான் கொஞ்சம் நிதானமாய் இருந்தேன். மாப்பிள்ளையல்லோ?

'சரி காணும் நிப்பாட்டுங்கோ' எனச் சொல்லலாம் என்று எழுந்தபோது "பெம்பிளையை விட்டுட்டு மாப்பிள்ளை அசையப்படாது" என வீடியோக்காரரால் எச்சரிக்கப்பட்டேன். நல்லவேளையாகச் சாப்பாடு வந்துசேர்ந்தது. எல்லாம் சந்தோசமாய் முடிவடைந்தது.

'கசெற்றைக் கரைச்சல்படுத்தி வேண்டு, வருசக்கணக்காய் இழுத்தடிப்பாங்கள்' என்ற நண்பர்கள் எச்சரிக்கையால் அடுத்த வாரமே வீடியோக்காரர் வீட்டுக்குப் போனேன். அவர், 'இன்னும் எடிட் பண்ணி முடியவில்லை' என்றபோதும் வில்லங்கமாய்வேண்டி உடனேயே அம்மாவுக்கு அனுப்பிவிட்டேன். அத்துடன் என் பணி முடிவடைந்தது.

ஆசீர்வாதம் மாமாதான் அம்மாவுக்கு 'அட்வைஸ்' பண்ணினவராம். "ஒவ்வொருத்தருக்கும் கொடுத்தால் கசெற் பழுதாகிவிடும். ஊரிலை ரெலிகாஸ்ட் செய்பவர்களிடம் கசெற்றைக்

கொடுத்து, ஒளிபரப்பாகும் நேரத்தைச் சொந்தக்காரருக்குச் சொன்னால் எல்லாரும் பார்ப்பாங்கள்."

மாதகல், சாந்தை, சில்லாலை, பண்டத்தரிப்பு, அரசடி, கலட்டி என்று அனைத்து ஊர் மக்களும் சாதி, மதம் கடந்து பார்த்து 'வன்ஸ் மோர்' கேட்டு இரண்டாம் தடவையும் அந்தப் படம் ஓடியது. அம்மா பார்த்துச் சந்தோசப்பட்டுக் கடிதம் எழுதி, எனக்குக் கிடைத்த இரண்டாம் நாள் விடியப்புறம் குகன் வந்து றூம் வாசலில் நின்றான்.

"வீடியோ கசெற் வீட்டை அனுப்பிப்போட்டியோ?" எனக் கோபமாய்க் கேட்டான். "கலியாணத்தை வீடியோ எடுத்ததே வீட்டுக்கு அனுப்பத்தானே" என்றேன்.

"அனுப்பினா உன்ரை வீட்டைத்தானே பாக்கச் சொல்ல வேணும். அது எப்படிக் கலட்டியிலை பாத்தவை. உனக்குத் தெரியும்தானே, எனக்குக் கலட்டியிலை கலியாணம் பேசியிருக்கெண்டு. இப்ப வேண்டாம் எண்டிட்டினமாம்."

"உன்ரை கலியாணத்தாலை என்ரை கலியாணம் குழம்பிப்போச்சு."

". . ."

"சந்தோசமாய் இரு" என்று சொல்லிப்போட்டுப் போனான்.

சில்லாலையில ரெலிகாஸ்ட் பண்ணினா கலட்டியில தெரியும் எண்ட விசயம் பாரிசில இருக்கிற எனக்கு எப்பிடித் தெரியும்?

❖

214 செல்வம் அருளானந்தம்

செயின் ஆற்றங்கரை

வீட்டிற்குத் திரும்பிவரும்போது அந்த ஆற்றங்கரையில் வந்தமர்ந்தேன். வீட்டிற்குப் போவதற்கு இது வழியல்ல. துக்கங்கள் என்னைச் சோர்வாக்கும் போதும் காரணத்தோடும் காரணம்

இல்லாமலும் மகிழ்ச்சி தரும் வேளைகளிலும் கடந்த ஐந்தாறு வருடங்களாக இந்த இடத்தைத் தேடி வருவது வழக்கமாகி இருந்தது.

பெயர் தெரியா நெடுமரங்கள், நீண்டும் வளைந்தும் விரிந்திருக்கும் புல்வெளிகள். யாரும் இல்லாக் கல்வாங்குகள் எனக்காகக் காத்திருந்தன. பாரிஸ் நகரத்து அமளிகளில் இருந்து ஒதுங்கிச் சுய நினைவுகளில் மூழ்குவதற்கென இப்படியொரு இடத்தை எனக்காகப் படைத்ததுபோலக் கிடந்தது அவ்விடம்.

பின் கோடைக்காலத்துச் செந்நிறச் சூரியன் செயின் ஆற்றில் தற்கொலை செய்துகொள்கின்ற காட்சி துக்கத்தைத் தந்தது. இதே சூரியன் திருவடி நிலையக் கடலில் பென்னம்பெரிதாய்ச் சரிந்துகொண்டிருப்பதைப் பார்த்த ஞாபகம் வேறு ஒரு பிறப்பில் நடந்த மாதிரி, எல்லாம் பத்து வருடங்களுக்குள் தலைகீழாய்ப் போயிற்று.

மனம் படபடத்துக்கொண்டிருந்தது. இரண்டொரு நாளுக்குள் எல்லா அலுவல்களையும் பார்க்க வேண்டும். சற்று முன்தான் பீகாலுக்குத் 'திரு'வினுடைய அறை வரை சென்றுவந்தேன்.

ஞானம் மாஸ்ரரும் திருவின் நண்பர்களும் வைனில் தங்களை மறந்து மூழ்கியிருந்தார்கள்.

> "கொங்கைகளும் கொன்றைகளும்
> பொன் சொரியும் காலம்.
> கோகனக நகை முல்லை முகை
> தகைக்கும் காலம்"

என்ற மாஸ்ரரும்

> "அங்குயிரும் இங்குடலும் ஆன
> மழைக்காலம். அவரொருவர்
> நாமொருவர் ஆன நெடுங்காலம்"

என்று 'திரு'வும் மாறிமாறிப் பாடிய சங்கத் தமிழும் வைனும் கலந்த மயக்க நிலையில் அவர்கள்.

என்னைத் தவிர எல்லோரும் குழப்பம் இல்லாமல் சந்தோஷமாய் இருப்பதாய் எரிச்சலாய் இருந்தது எனக்கு.

மாஸ்ரர் பாட்டை நிற்பாட்டிப் போட்டு, "திரு எல்லா விசயங்களையும் சொன்னான். என்ன கனடாவுக்கு வெளிக்கிடப் போறீங்களாம். தெரியும்தானே. இப்பப் பிடிபட்டால் உள்ளுக்கை போடுறாங்கள்."

"இல்லை மாஸ்ரர். மூன்று மாசம் பப்பி இருக்கும்." நான் சொல்ல முதல் அதைக் கேளாமல் "ஏன்ரா நாய்போல

அலையிறீங்கள்? ஜெர்மனியிலை இருந்து பிரான்சுக்கும் பிரான்சிலை இருந்து ஹொலண்டுக்கும் பிறகு லண்டனுக்கும்... இப்ப கனடாவுக்கு ஏன் போறாய்? இதே வெள்ளையன், இதே அகதி வாழ்க்கை. இதே வேலைகள். என்ன மனுசிக்கு விருப்பம் எண்டு சொல்லப்போறியோ? இல்லை மனுசி வில்லங்கப்படுத்துகிறா எண்டு சொல்லப்போறியோ?"

நான் மௌனமாக இருந்தேன்.

"இப்படித்தான் எங்கள் ஆக்கள். அப்ப ஊரிலை கொம்யூனிசம் பேசேக்கை விடியவிடியக் கடவுள் மறுப்பு, வரலாற்றுப் பொருள் முதல்வாதம் என்று பேசுவாங்கள். விடிய பெண்சாதிமாரோடு கோவிலடியில் கண்டால் எனக்குக் கோயிலுக்கு வர விருப்பம் இல்லை. மனுசிக்காக வந்தனான் என்று பசப்புவாங்கள். அந்த மாதிரித்தான் இது."

இந்த நேரம் பார்த்துவந்த என்னுடைய விதியை நொந்தேன். திரு என்னை வெளியே கூட்டிக்கொண்டுபோய் "அத்தான் வெறியிலை இப்படித்தான் கதைக்கும், வெறி முறிஞ்சுதெண்டால் வேறை கதை. ஏன் நாளைக்கு வந்து பாரன். அவற்ற சமையல் ரேண். காலையிலை எழும்பிப் பத்து மணிக்குச் சட்டிப்பானைகளை உரஞ்சி உரஞ்சி இதுவுமொரு நாடோ, ஆன வேலை இல்லை, ஆன பப்பியில்லை. வீட்டு வசதியாய் ஒரு ரூமில்லை. இந்தா கனடாவுக்குப் போறாங்கள் நல்ல வேலை எடுக்கிறாங்கள். இரண்டு வருஷத்திலை சிற்றிசன் எடுக்கிறாங்கள். சொந்த வீடு வாங்கிறாங்கள். இந்தியாவுக்கோ இலங்கைக்கோ போகேக்கை திரும்பவும் இங்கவந்து ஹலோ ஹலோ சொல்லிப்போட்டுப் போறாங்கள். இந்த இரண்டு சீட்டும் முடியட்டும். நான் கனடா போறன் என்று புலம்பிக்கொண்டிருப்பார். அவற்றை கதையை விடு."

"பாலா, மாஸ்ரற்ற மருமேன்... அவன் தலை மாத்தி ஐம்பது அறுபது பேர் கனடா போயிட்டினம். திறமான ஆள். மாஸ்ரர் கூட வந்தார் என்றால் குறைந்த காசிலும் அக்கறையோடும் செய்து தருவான்."

"திரு, எனக்கு இது கெதியாய் முடியவேணும்" என்று இடைமறித்தேன்.

"அதுதான்ரா நாளைக்கு இரண்டு மணிக்குப் 'போட்டிக் கிளிஞ்சாங்கோட்' மெத்ரோவிலை மூன்று பாஸ்போட் படத்தோடும் மூவாயிரம் ஃபிராங்கோடும் வா. மறக்காதே. இரண்டு சிவலிங்கம், அதுதான்ரா சிவாஸ் றீகல். ஒண்டு மாஸ்ரருக்கு, மற்றது மருமகனுக்கு. நானும் மாஸ்ரரும் பார்த்துக்கொண்டிருப்போம்."

நான் யோசித்துக்கொண்டிருக்கின்றேன்.

"போறதெண்டு துணிஞ்சிட்டாய் அல்லோ. இனிச் சோராதே" திரு மெத்ரோ மட்டும் வந்து வழி அனுப்பிவைத்தார்.

பிரான்சுக்கு வந்தபோதுதான் நினைச்சேன், பிரான்சிலைதான் என்ரை காலம் முடியும் எண்டு. கல்யாணம் முடிச்ச பிறகுதான் இந்தக் கனடாப் பிரச்சினை தொடங்கியது. குழந்தை வயித்திலை வந்த இரண்டாம் மாதமே மனுசி கனடாவுக்குப் போவம் என மந்திரம் மாதிரி ஜெபிக்கத் தொடங்கினா. கிழமைக்கு ரெண்டு தரம் கனடாவிலை இருக்கும் தமக்கையிடம் இருந்தும் தம்பியிடம் இருந்தும் ரெலிபோன் 'வா வா' என அடிக்கும்.

இரண்டு கிழமைக்கு முதல்தான் மச்சான் சொன்னான். "மருமகளைப் பார்க்க வரப்போறேன்" எண்டு.

நான் சொன்னன், "இப்ப ஏன்? முதலாவது பிறந்த நாளைக்கு வாரும்" எண்டு.

"இல்லை மச்சான், நான்தான் பிள்ளையைத் தொட்டியிலை போட்டிருக்க வேணும். பிந்திற்றுது. அடுத்த கிழமை அங்க நிக்கிறன்."

சொன்னபடி வந்தும் விட்டான். வந்தது மாத்திரமல்ல, மூன்று கனேடிய பாஸ்போட்டும் ரிக்கற்றுமாய் வந்துநின்றான். என்னெண்டுதான் கொண்டுவந்தானோ?

மூன்று பாஸ்போட்டுகளையும் ரிக்கற்றுகளையும் எனக்கு முன் வைக்கேக்க மனுசி குசினிக்கைப் போய் நிண்டுட்டா. எனக்கு அதைப் பார்க்க, என்னைக் கேளாமல் இந்த முடிவுகளை எடுத்ததை நினைக்கக் கோபமும் வருத்தமுமாய் இருந்தது. மச்சான் எண்டாலும் முதல்முதல் பார்க்கும் இந்தப் பெடியனோடு என்னத்தைப் பேசுவது என்று சுவரைப் பார்த்த வண்ணம் இருந்தேன்.

"அத்தான்..." என்று அவன் பேசத் தொடங்கினான்.

"எனக்குத் தெரியும். உங்களுக்குக் கனடா வர விருப்பம் இல்லையெண்டு. எத்தனை காலத்துக்கு இங்கை மூண்டு மூண்டு மாதம் எண்டு விசாவைப் புதுபிச்சுக்கொண்டிருப்பீங்க? அங்கை வந்தீங்க எண்டா, வந்து கனடாவில் காலை வைச்சாலே கனடியன். நல்ல வேலை கிடைக்கும். வசதியாய் வீடு கிடைக்கும். பிள்ளைக்கு நல்ல எதிர்காலம். இங்கையிருந்து வீணாய் கஸ்ரப்படுறியள். உங்களுக்கோ பாரிசை விட்டுட்டு வர ஏன் விருப்பமில்லையோ தெரியாது. சொந்த நாட்டையே விட்டிட்டு வந்தனாங்கள். இனி எந்த நாட்டில் இருந்தால் என்ன? இருக்கிற நாட்டில் நல்ல நாடாய் தெரிவு செய்தால் என்ன?"

“இல்லை தம்பி, பிடிபட்டால் எவ்வளவு கரைச்சல், அவமானம். சிலவேளை மறியலுக்குப் போகவேணும். மற்றது போகவரப் பயணத்திற்கு இவ்வளவு செலவையும் எப்படியும் உனக்கு நான் தந்து தீர்க்க வேணும்” என்ரை குரல் எனக்கே வித்தியாசமாய் இருந்தது.

“அத்தான், அக்காவுக்கு நாங்க ஒண்டும் தரேல்லை. இந்தப் பாஸ்போட், ரிக்கற்றுக்கள் இதற்கு உரிய மற்றச் செலவுகள் எல்லாம் அக்காவுக்குச் சீதனமாய்த்தான் கொண்டுவந்தனான். தற்செயலாய் பிடிபட்டாலும் குடும்பக்காரரை மறியலுக்கு அனுப்பமாட்டாங்கள். உங்களுக்கு இங்கை விசா இருக்கு. ‘ஓடு’ எண்டு கலைத்துவிடுவாங்கள். அப்படி உள்ளுக்கை போட்டாலும் நான் லோயர் வைத்து வெளியிலை எடுப்பன்.” அவன் பேசி முடிய முன்னமே மனுசி வெளியிலை வந்து, “முழுசிக்கொண்டிருக்காமல் தலையை மாத்திற அலுவலைப் பாத்து ரிக்கற்றைக் கொன்ஃபோம் பண்ணிப்போட்டு வாங்கோ” முகத்திலை எந்தச் சலனமும் இல்லாமல் மனுசி உத்தரவிட்டார்.

திரும்பவும் வந்து ஆற்றின் கரையில் நடந்தேன். தூரத்தில் உல்லாசப் பயணிகளின் படகொன்று ஆர்ப்பரிப்புடன் சென்றது. சில காதல் ஜோடிகளும் கள்ள ஜோடிகளும் கல்வாங்குகளில் களித்திருந்தனர்.

ஆறு முணுமுணுத்துக் கொண்டிருப்பதைப் பார்த்தேன். என்னுடைய ஆச்சி இப்படித்தான் குரல் எழுப்பாமல் இரவிரவாய் செபத்தை முணுமுணுத்துக் கொண்டிருப்பார். இந்த ஆறும் என்னத்தையோ நோக்கிச் செபம் சொல்வதுபோல் இருந்தது. வந்து இவ்வளவு காலமாய்ப் போயிற்று. இது எங்குத் தொடங்குது, எங்கு முடியுது, இதைக்கூட அறிய முடியவில்லை, ஆற்றை விடு. நான் தப்பியோடி வரும்போது ஏன் பிரான்சுக்கு வந்தேன்? ஏன் இப்ப விட்டிட்டுப் போறேன்? ஏன் இந்த அலைச்சல்? இதுவே தெரியவில்லை.

ஆறு, குளம் இல்லாத இடத்தில் இருந்து வந்தபடியால் இந்த ஆற்றை இவ்வளவு நேசித்தேனோ? என் பிள்ளையின் கால்களும் இக்கரையோரம்தான் நடக்கும் என நம்பினேன். இப்ப இதையும் இழந்துவிடுவேனோ?

சொன்னபடி இரண்டு மணிக்குத் திருவும் ஞானம் மாஸ்ரரும் மெத்ரோவில் காத்திருந்தனர். மாஸ்ரர் என் கையைப் பிடித்து, “நீ கனடாவுக்குப் போறது நல்லது. தனி ஆட்களே இங்கை கஸ்ரப்படேக்கை உனக்குக் குடும்பம் இருக்கு. நீ போ. என்ரை

மருமேன் எப்படியும் செய்து தருவான். என்ரை மருமேன் பாலா மிகப்பெரிய கெட்டிக்காரன்" என மருமகன் புகழ் பாடத் தொடங்கினார். "தமிழனுக்குப் பெரிசாய் உதவி செய்தது யார் என்றால் கருணாநிதி, எம்ஜிஆர் என்று யார்யாரோ பெயர் சொல்றாங்கள். ஏன், நான் சொல்லுவேன் என்ரை மருமேன் செல்லத்துரை பாலகிருஷ்ணன்தான். இண்டைக்கு அவனால் எத்தனை தமிழ்க் குடும்பங்கள் கஞ்சி குடிக்குது. யாழ்ப்பாணம் ரவுணே தெரியாத தமிழனை எல்லாம் இன்று ஐரோப்பா, அமெரிக்கா எண்டு கொடிகட்டிப் பறக்கப் பண்ணியிருக்கிறான். இப்ப ஆர் ஆரோ எல்லாம் போடர் செய்யுறாங்கள். ஆனா என்ரை மருமேன் ஆயிரக்கணக்கான ஆக்கள் இலங்கையில் இருந்து வர உதவி இருக்கிறான். இவன் சின்னனிலேயே நல்லாச் சித்திரம் கீறுவான். பாகிஸ்தான், இந்தியா போடரிலை நிக்கேக்கை பாகிஸ்தானுக்கு உண்மையான விசா எடுத்துக் கொண்டுவந்த ஒரு வெள்ளையன் ஒருத்தனுக்கு இலங்கையன் வைத்திருந்த மருமேன் கீறின விசாவைக் காட்டிப் 'பாகிஸ்தான் விசா என்றால் இப்படித்தான் இருக்கும், இது எங்கை எடுத்த விசா?' என்று பாகிஸ்தான் இமிக்கிறேசன் அதிகாரி சொன்ன கதை அப்ப எங்கடை ஊர்ப்பக்கம் எல்லாம் பெரிய கதை."

எனக்குச் சிரிப்பு வந்தது. கொஞ்ச உற்சாகமுமாய் இருந்தது.

மருமகன் மாஸ்ரரைப் போல் இல்லாமல் இனிமையான ஆளாய் இருந்தான். பாஸ்போட்டுகளையும் படங்களையும் ரிக்கற்றுக்களையும் அவன் வாங்கி ஆராய்ந்ததைப் பார்த்தபோது எனக்கு எங்கள் ஊர் அத்தனாசிப் பரியாரின் ஞாபகம் வந்தது. 'நாக்கை நீட்டு', 'கையை நீட்டு', 'வயித்தைக் காட்டு' என நிதானமாக, மென்மையாக ஆராய்வதுபோல ஒவ்வொன்றாய் ஆராய்ந்துகொண்டிருந்தான்.

"எல்லாம் ஒரிஜினல் அண்ணே. ரெண்டு, மூண்டு தரம் வெளியிலும் போய் வந்திருக்கு. நல்ல பாஸ்போட்தான். ஆனா ..."

எனக்கு நெஞ்சு படக்படக் என்றது.

"பாஸ்போட்டை வேண்டின ஆள் முக்கியமான ஒண்டைக் கவனிக்கேல்ல. பாஸ்போட்டுகள் கலப்பில்லாத யூதப் பெயரிலை இருக்கு. யூதப் பெயரிலை எங்கடை நிறத்திலை ஆக்கள் வெகு குறைவு. முந்தி எண்டா இதையெல்லாம் கவனிக்கமாட்டாங்கள். இப்பக் கொஞ்சம் நாறிப் போச்சு."

நாங்க மூவரும் ஒருவரையொருவர் பார்த்தோம். மாஸ்ரர் சொன்னார், "டேய், நீதான் ஏதாவது செய்ய வேணும். என்ரை நெருங்கிய நண்பன்."

"மாமா, நான் என்ன செய்றது? தலையைத்தான் மாத்தலாம். பெயரை மாத்தேலாது. அப்படியெண்டா கனேடியன் பாஸ்போட்டை நானே செய்து போடுவேனே" என்று சிரித்தான்.

என்னைப் பார்த்துச் "சிலவேளை அடிச்சுக் கதை. நான் யூதன்தான், இல்லை எங்கடை பரம்பரையில யூதப் பெயரைத்தான் வைச்சிருக்கிறம். அதை நீ யார் கேக்கிறது என்று இமிக்கிறேசனோட சண்டைப் பிடிச்சா விட்டுவிடுவாங்கள். ஆனால், உங்களைப் பார்த்தால் சண்டைப் பிடிக்கிற ஆள் மாதிரியா இருக்கு?"

அறையில் நீண்ட மௌனம் நிலவியது.

"மாமாவோடை வந்தபடியா இன்னொரு புத்தியும் சொல்றன். நான் எல்லாருக்கும் இப்படி உதவி செய்யிறதில்லை. உங்கடை மகளுக்கு எத்தனை வயசு?"

"அஞ்சு மாசம் இருக்கும்" என்றேன். "அண்ணே, அதிகமா பாரிஸ் எயப்போட்டிலை இருக்கிற இமிக்கிறேசன் அதிகாரியள் பெரும்பாலும் பெண்கள்தான். நான் சொல்றது உங்கட மனைவிக்குத் தெரியவேண்டாம். பிள்ளையை நீங்க வேண்டி வைச்சிருங்கோ. லயினிலை போய் பாஸ்போட்டையும் ரிக்கற்றையும் இமிக்கிறேசனுக்குக் கொடுக்கிறதுக்குச் சற்று முதல் பிள்ளைக்கு இறக்கி நுள்ளி விடுங்கோ. பிள்ளை கத்திறதைக் கண்டால் அவளவை அப்செற்றாகிப் பாஸ்போட்டைப் பெரிசாய்க் கவனிக்காமல் விட்டுவிடுவாளுகள். இதை முந்தி ஒருக்கா வேறை யாருக்கோ சொல்லிச் சரியாய் வந்தது. அண்ணே, உங்களுக்குக் கடவுள் நம்பிக்கை இருக்கா?"

நான் விறைத்துப்போய் நின்றேன்.

"எல்லாம் 'லக்'கண்ணே. ஒண்டையும் யோசிக்க வேண்டாம். எல்லாம் சரிவரும். நாளைக்குப் பாஸ்போட்டை வந்து எடுக்கிறீங்க. நாளையண்டைக்குக் கனடாவுக்குப் போறீங்க."

இப்படியொரு கேவலத்தைச் செய்ய வேணும் என்று நினைக்கும்போது பெரும் குற்ற உணர்வாய் இருந்தது. இந்த அழகான நாட்டையும் ஆற்றையும் நண்பர்களையும் இழந்துவிடுவேனோ? அல்லாவிட்டால் நாளை படும்பாடு?

மாஸ்ரர் சொன்னது போல் நாயைப்போல அலையப் பிறந்த வாழ்க்கை. அவமானத்தையும் சிலுவையையும் சுமந்து கொண்டு நாடுமாறி நாடுமாறி...

பெண் அதிகாரி இருக்கும் லயினில் பார்த்து நின்றேன். அவளுக்கு நாற்பது வயதிருக்கும். இனிமையான முகமாய் இருந்தது. ஆண்டவனே என்று எப்பவாவது ஞாபகம் வரும். கடவுளை நினைத்துத் துணிவாய் நிற்க வேண்டும் என்று உறுதியாய் இருந்தேன். மனுசியோ இது தம்பியின் எயப்போட் மாதிரி அலட்சியமாய் இருந்தார். உண்மையான கனேடியன்கூட இப்படி அலட்சியமாய் நிற்கமாட்டார்.

'பிள்ளையை நான்தான் வைத்திருப்பேன்' என்று நான் பிடிவாதமாய் இருந்தது மனுசிக்குச் சந்தோஷமாய் இருந்தது. மச்சான் கையில் செபமாலையுடன் என்னைவிடப் படபடப்பாய் இருந்தான்.

வழமையில் வெளியில் போனால் சிணுங்கிற மகள் எயப்போட் வெளிச்சத்தாலும் மாறிமாறி வரும் கலர் லயிற்றுக்களாலும் கவரப்பட்டு மிகச் சந்தோஷமாய்ச் சிரித்துக் கொண்டு இருந்தாள். இனி எப்போது பால் குடிக்கலாமோ என்று அங்கலாய்த்து வில்லங்கமாய் வயிறு முட்டப் பால் கொடுத்திருந்தாள் தாய், பிறந்ததற்கே தனக்கு அழுகை என்றால் என்னவென்று தெரியாத மாதிரிச் சிரித்துச்சிரித்து விண்ணாலம் காட்டிக்கொண்டிருந்தது எனக்கு எரிச்சலாய் இருந்தது.

லயின் கிட்ட வந்துவிட்டது. அப்போதுதான் கவனித்தேன். தற்செயலாய் குளிர்ந்தாலும் என்று தாய் அவளுக்குக் கால் தொடக்கம் தலைவரை போடக்கூடிய ஜக்கற்றைப் போட்டிருந்தாள். அப்படியானால் எங்கே கிள்ளுவது? லயினில் அடுத்தது நான். ஜக்கற்றுக்கு மேலால் கூடியவரை கிள்ளினேன். அவள் சிரிசிரியென்று சிரிக்க ஆரம்பித்தாள். அவளுக்குக் கீச்சங் கண்டது போல் இருக்க வேண்டும். பாஸ்போட்டையும் ரிக்கற்றையும் இமிக்கிறேசன் பெண்ணிடம் கொடுத்துவிட்டுக் கையை மறைவாக வைத்து இறுக்கிக் கிள்ளினேன். அதிகாரியைப் பார்த்து அவள் பாய்ந்துபாய்ந்து சிரித்தாள். மகளை ஒரு கண்ணாலும் பாஸ்போட்டுக்களை ஒரு கண்ணாலும் மாறிமாறிப் பார்த்த வண்ணம் "திறைஜொலி, திறைஜொலி" என்று சொல்லி, "குழந்தை எத்தனை மாதம்" என்று கேட்க, நான் பிரெஞ்சு தெரியாது நிற்க, "பியூற்றிஃபுல் கேள். உங்கடை பயணம் நல்லாய் அமைவதாக!" என்றுகூறி பாஸ்போட்டையும் ரிக்கற்றையும் தந்து வழி அனுப்பினாள்.

குழந்தைகள் அழுது மட்டுமல்ல, சிரித்தும் இமிக்கிறேசன் காரியை மடக்கிவிடலாம் என்று பாலாவுக்குத் தெரிந்தால்,

அந்த யுக்தியையும் என்னைப் போன்ற தமிழ் அகதிகளின் நாடோடி வாழ்க்கைச் சுமைகளை ஓரிடத்தில் இறக்கி வைத்துக் களைப்பாறுவதற்கு உதவியாக இருக்கச் சொல்லிக் கொடுக்கலாம் என்று தொலைபேசியில் சொல்ல வேண்டும் என்று நினைத்துக்கொண்டு விமானத்திற்கு மனைவியுடன் பிள்ளையைத் தூக்கிக்கொண்டு நடந்தேன்...

செயின் ஆற்றங்கரையைப் பார்ப்பதற்காக விமானத்தின் யன்னல் பக்கமாக உட்கார்ந்துகொண்டேன். செயின் ஆறு என்னை விட்டுப் பிரிந்து பாரிசைச் சுற்றி ஓடிக்கொண்டிருந்தது.

அட்லாந்திக் சமுத்திரம் மீது இன்னுமொரு ஆற்றங்கரையைத் தேடி விமானம் பறந்துகொண்டிருந்தது. ஆறில்லா ஊரில் பிறந்த என்னை சென். லோறன்ஸ் ஆற்றங்கரையில் அமைந்த மொன்ட்ரியல் நகரம் வரவேற்கக் காத்திருந்தது.

✚